சந்தியா
பதிப்பகம்

கலாப்ரியா

கலாப்ரியா என்கிற தி.க.சோமசுந்தரம் (30-07-1950) திருநெல்வேலியில் பிறந்தவர். வண்ணதாசன் தந்த உந்துதலாலும் உற்சாகத்தாலும் எழுத ஆரம்பித்து, 1969 முதல் 47 ஆண்டுக் காலமாக தமிழின் அநேகமான எல்லா இலக்கிய, வெகுஜன இதழ்களிலும் இவரது கவிதைகளும் கட்டுரைகளும் வெளியாகி உள்ளன. ஆங்கிலம், ஃப்ரெஞ்ச், இந்தி, மலையாளம், கன்னடம், தெலுங்கு, வங்காளம் ஒரியா உள்ளிட்ட பல மொழிகளில் இவரது கவிதைகள் மொழிபெயர்க்கப்பட்டுள்ளன. குற்றாலத்தில், 1987-2007 காலகட்டத்தில் கவிஞர் பிரம்மராஜன் முன்மொழிவுடன், எந்த நிறுவனங்களின் ஆதரவுமின்றி இவர் நடத்திய பல கவிதைப் பட்டறைகள், இலக்கியக் கருத்தரங்குகள் பலராலும் பங்கு பெறப்பட்டு, இன்னமும் பலராலும் பேசப்படுபவை. கலைமாமணி விருது, கவிதைக்கணம் விருது, கண்ணதாசன் இலக்கிய விருது, சிற்பி இலக்கிய விருது, நீதியரசர் வி.ஆர்.கிருஷ்ண அய்யர் விருது, திருப்பூர் தமிழ்ச் சங்க விருதுகள், தேவமகள் இலக்கிய விருது, சுஜாதா உயிர்மை விருது ஆகியவை இவர் பெற்ற விருதுகளில் சில. வெவ்வேறு கால கட்டத்தில் தொகுக்கப்பட்ட மொத்தக் கவிதைகளின் மூன்று பதிப்புகள் உட்பட பதினேழு கவிதை நூல்களும், எட்டு கட்டுரைத் தொகுப்புகளும் வெளிவந்துள்ளன. இது அவரது ஒன்பதாவது கட்டுரைத் தொகுதி. இருப்பத்தி ஆறாவது நூல் ஆகும்.

சில செய்திகள் சில படிமங்கள்

கலாப்ரியா

சந்தியா பதிப்பகம்
சென்னை - 83

சில செய்திகள் சில படிமங்கள்

© கலாப்ரியா

முதற்பதிப்பு: 2016

அளவு: டெமி • தாள்: 60 gsm • பக்கம்: 176
அச்சு அளவு: 11 புள்ளி • விலை: ரூ. 160/-
அச்சாக்கம்: அருணா எண்டர்பிரைஸஸ்,
சென்னை - 40.

சந்தியா பதிப்பகம்
புதிய எண்: 77, 53வது தெரு, 9வது அவென்யூ,
அசோக் நகர், சென்னை - 600 083.
தொலைபேசி: 044 -24896979

ISBN: 978-93-84915-88-9

Sila Seithigal Sila Patimangal

© Kalapriya

First Edition: 2016 • Pages: 176

Printed at Aruna Enterprises.,
Chennai - 40.

Published by
Sandhya Publications
New No. 77, 53rd Street, 9th Avenue, Ashok Nagar,
Chennai - 600 083. Tamilnadu.
Ph: 044 - 24896979

Price Rs. 160/-

sandhyapathippagam@gmail.com
sandhyapublications@yahoo.com
www.sandhyapublications.com

SAN-718

"அவத்தினைக் களைந்தாள் அறிவென விளைந்தாள்;
அநந்தமா வாழ்க யிங்கவளே!"

அன்புடன் சகோதரர்
வீ.எம்.எஸ். சுபகுணராஜனுக்கு

இன்றைய செய்தி நாளைய வரலாறு....

ஒவ்வொரு நாளிதழும், வாரம், மாதம் போன்ற பருவ இதழ்களும் தங்கள் இலக்கு அல்லது நோக்கம் என்பது போல ஒரு தலையாய வாசகம் ஒன்றைத் தங்கள் நெற்றியில் எழுதி வைத்துக் கொள்ளும். "India's National newspaper since 1878" என்று 'தி ஹிந்து' தினமும் சொல்லிக் கொள்ளும். தமிழ் இந்து "தமிழால் இணைவோம்" என்று திலகம் பூசிக் கொள்கிறது. Life well shared என்பது (அமெரிக்க) 'ரீடர்ஸ் டைஜெஸ்ட்' சொல்வது. "Entertainment for Men" இது எந்தப் பத்திரிகைக்கானது என்று சொல்லாமலே தெரியலாம், ஆமாம், "ப்ளே பாய்" இதழின் வாசகம். விகடனார், "எல்லோரும் இன்புற்றிருக்க நினைப்பது வேயல்லாமல் வேறொன்றறியேன் பராபரமே" என்று தாயுமானவர் வரிகளைச் சொல்லுவார். தினத்தந்தி ஒரு காலம் வரை, ஒவ்வொரு நாளும் ஒவ்வொரு வாசகத்தைச் சொல்லும். 'நடுநிலை நாளேடு' என்னும், 'தினத்தந்தி ஒவ்வொரு அங்குலமும் தங்க நகை போல அலங்கரிக்கப்படுகிறது' என்று சொல்லும். இப்போது 'வெல்க தமிழ்' என்றே தினமும் போடுவதாக நினைக்கிறேன்.

'கசடதபற' இலக்கியப் பத்திரிகை ஒரு 'வல்லின மாத இதழ்' என்ற முழக்கோடு ஆரம்பிக்கப்பட்டது. அஃக் 'ஒரு எழுத் தாயுத மாத ஏடு' என்று. 'மானுடம் பாடும் வானம்பாடி' என்று விலையில்லாக் கவி மடல் வானம்பாடி. இப்படி ஒவ்வொருவருக்கும் ஒவ்வொரு முழக்கங்கள். ஒரு நாள் பூராவும் ஒரு நாளேட்டைப் படிக்கும் ஆத்மாக்கள், அதுவும் இலவச வாசகசாலையில் படிப்பவர்கள், இதைக் கண்டிப்பாகப்

பார்த்திருப்பார்கள். தி.ஜானகிராமன் சொல்வது போல, "ஒரு நாள் பூராவும் கை ரேகையையே பார்த்துக் கொண்டிருக் கலாம், பார்க்க விஷயங்களா இல்லை உலகில்." இது ஒரு புறம் இருக்கட்டும். "இன்றைய செய்தி நாளைய வரலாறு" என்கிற தி.மு.க நாளேடான 'முரசொலி'க்கான பிரகடன வாசகம், என்னை மிகவும் கவர்ந்த வாசகம்.

செய்தி என்பது அது நிகழ்கிற மற்றும் அதைத் தொடர்கிற சில கணங்களுக்கே அது செய்தியாக இருக்கும். கடிகார நொடியின் ஒவ்வொரு டிக் டிக்கும், நிகழ் கணத்தை இறந்தகாலமாக மாற்றிக் கொண்டிருக்கிறது. அப்போது செய்தி ஒரு நிகழ்வாக, மாறுகிறது. நிகழ்வை ஆவணப்படுத்தும் போது அவை உரைநடைகளாக, வரலாறாக மாறுகின்றன. அதற்கும் மேலாக ஒரு செய்தி அல்லது நிகழ்வு அல்லது வரலாறு புனைவின் சாத்தியங்களால் ஒரு படிமமாக மாறும்போது அதற்கு படைப்புத்தன்மை வருகிறது. அது கவிதையாகிறது, கதையாகிறது. கதை என்பது கூட குறைந்த பரிமாணங்கள் உடையது. கவிதை எண்ணற்ற பரிமாணங்கள் உடையது. கவிதை பற்றிப் பேசும்போது அல்லது நினைக்கும் போது அல்லது பிறருக்குச் சொல்லும்போது மட்டும் உரைநடைக்கு பரிமாணங்கள் அதிகரிக்கும். என்றாலும் கவிதைபோல அது வியாபகம் கொள்வதில்லை. இந்தக் கட்டுரைத் தொகுப்பில் பல சக கவிஞர்களின் கவிதைகள் பற்றிப் பேசியிருக்கிறேன். ஒரு கவிதை, என்னை இன்னொரு கவிதை எழுதத் தூண்டினால் அதை நான் நல்ல கவிதையாகக் கொள்கிறேன். அப்படி ஒரு ரசனை பாவத்திலும் நான் கவிதைகளை அணுகுகிறேன் என்று கூடச் சொல்லலாம். சில கவிதைகள் நம்மை வாயடைத்து, உறைந்து நிற்கச் செய்துவிடும். சில கவிதைகள் ஒரு புதிய கவிஞன் தோன்றுகிறான் என்ற நம்பிக்கை உண்டாக்கும். அல்லது ஒரு மூத்த கவி 'தவளைப்பாய்ச்சல் நிகழ்த்தியிருக்கிறான் என்று உணர வைக்கும். இவற்றை நான் இந்தக் கட்டுரைகளில் கண்டு சொல்லி இருக்கிறேன். கவிஞர்கள் என்று மட்டுமல்ல மற்ற படைப்புகள் படைப்பாளிகள் பற்றியும் பேசியிருக்கிறேன். கொஞ்சம் இலகுவான மொழியிலேயே பேசி இருப்பதாகவும் நினைக்கிறேன்.

தமிழ் சினிமாவுக்கென்று சில தனித்த வரலாறும், அடையாளங்களும் உண்டு. உதாரணமாக தமிழ் சினிமாவின் பாடல்கள் நீதி நெறி நூல்களின் தொடர்ச்சியாக வளர்ந் திருப்பதை ஒருவர் அவதானிக்க முடியும். தமிழ் சினிமா

தமிழ் வாழ்வோடு இணைந்து வளர்ந்த ஒன்று. அதன் சாதக பாதகங்களை, தமிழ் சினிமா தமிழக அரசியலில் செலுத்திய செல்வாக்கினை, அத்தோடு இணைந்த சாமான்யர்களின் வாழ்க்கையோடு சேர்த்து, ஒரு சாமான்யனின் பார்வையில் பார்க்கிற கட்டுரைகள் முதல்ப் பகுதியில் தொகுக்கப்பட்டிருக் கின்றன. தமிழ் சினிமா குறித்த பல விஷயங்கள் இன்னும் ஆவணப்படுத்தப்பட வேண்டியிருக்கிறது. சினிமா பற்றி நிறைய எழுதப்படுகின்றன. ஆனால் அவை வெறும் தகவல்களாக, ஒரு சினிமாப் பாட்டுப் புத்தகத்தைப் பிரதியெடுப்பதாகவே இருக்கின்றன. விருப்பு வெறுப்புகளுக்குட்பட்ட சில மென்னை யான அரசியல் அவதானிப்புகளுக்குள் அடக்கப்படுவதாக இருக்கின்றன. அதன் ரத்தமும் சதையுமான இயல்பான சில விஷயங்கள் குறித்துப் பேசப்படுவதில்லை. நுண்மையான மனிதர்களையும் அவர்களது எளிமையான வாழ்க்கையையும் அறியும் வாய்ப்பை ஒரு உப பயனாக எனது சினிமா (பார்த்த) அனுபவங்கள் எனக்கு வழங்கியிருக்கிறது. அவற்றை எல்லாம் பேசும் தொடர்ந்த முயற்சியில் இதிலும் சில கட்டுரைகள் தொகுக்கப்பட்டுள்ளன. இவை தவிர திருநெல்வேலி சார்ந்த உணவுப் பழக்க வழக்கங்கள், சில பாரம்பரிய விழாக்கள் பற்றிய பண்பாட்டு அசைவுகளும் ஆவணப்படுத்தப்பட்டிருக்கிறது. கடந்த ஐம்பது ஆண்டுகாலத்திற்கு முந்திய அரசியல் மாற்றங்கள் குறித்தும் அதில் கலந்து கொண்டவன் என்ற வகையில் என் நேரடி அனுபவங்கள் பற்றியும் சொல்லி இருக்கிறேன்.

இந்த நூலினைச் சிறப்பாகக் கொண்டு வரும் சந்தியா பதிப்பகத்தாருக்கு என் அன்பும் நன்றியும். என்னுடைய வாசகர்களுக்கான பிரத்யேக அன்பை எப்போதும் போல அவர்களுக்கு உரித்தாக்குகிறேன். சினிமா சார்ந்த கட்டுரைகள் எழுதுவதற்கு எனக்கு மிகவும் உற்சாகமூட்டி வரும் 'காட்சிப் பிழை' ஆசிரியர் சகோதரர் வீ.எம்.எஸ். சுபகுணராஜனுக்கு இந்தத் தொகுப்பினை சமர்ப்பணம் செய்வதில் உள்ளபடியே மகிழ்ச்சி அடைகிறேன்

இடைகால்
கார்த்திகை 1, 2016

அன்புடன்
கலாப்ரியா

உள்ளே...

பாகம் 1

1.	ஆறு குணங்கள் கொண்டவளாம்...	11
2.	சண்டைன்னா எம்.சி.ஆர் தாண்டே...	16
3.	கலையே உன் விழி கூட கவி பாடுதே....	23
4.	சொப்பன சுந்தரி	30
5.	சினிமா மந்திரம்	33
6.	கனவுகளே ஆயிரம் கனவுகளே....	39
7.	'ஆடல் காணீரோ.....'	48

பாகம் 2

1.	முதல் வெள்ளம்	59
2.	"காலத்தை வெல்லும் இன்பக் காதல் வாழ்க...."	64
3.	விடிவெள்ளிக் கவிதைகள்	73
4.	சில செய்திகள், சில படிமங்கள்	81
5.	பழகு கவிஞனின் அழகுக் கவிதைகள்	87
6.	என் பாடல் அவர் தந்த மொழியல்லவா.....	92
7.	சுஜாதா விருதுகள் – 2016	98
8.	முடிவிலிகளின் பிராந்தியம்	105
9.	உமாபதி கவிதைகள்	111
10.	மின்சாரக் கம்பி அறுந்து கிடக்கும் மழை இரவின் கனவு	117
11.	தகப்பன் சாமி வரலாறு	124
12.	விரையும் தரிசனங்கள்	130
13.	வெது வெதுப்பு நீங்காத கவிதைகள்	135
14.	ஆத்மாநாம் விருது – 2015	140
15.	குற்றாலம் பதிவுகள்: சில பதிவுகள்	144
16.	ஆத்மாநாம் விருது – 2016	153
17.	சந்திப்போம் சந்திப்போம் 67இல் சந்திப்போம் சில நினைவலைகள்	160
18.	திரு(சி)நெல்வேலி....	166
19.	கார்த்தியல்	172

I.

1

ஆறு குணங்கள் கொண்டவளாம்.....

உலகில் ஏழே ஏழு திரைக்கதைகள்தான் உண்டு என்று சொல்லுவார்கள். அது போல், தமிழ் சினிமாவில் 'மாதர் குல மாணிக்கம்', மங்கையர் திலகம், குலதெய்வம், குலவிளக்கு, தெய்வப் பிறவி, பெண் குலத்தின் பொன் விளக்கு, இன்னும் சில பெயர்களைச் சொன்னால் கட்டுரை முடிந்துவிடும் அளவுக்கு பெண்ணின் பெருமை பேசும் ஒரே வகையான சினிமாக்களே, கதைகள் மட்டுமே நினைவுக்கு வருகிறது. நம்முடைய கதை சொல்லிகள் ஆதி காலத்திலிருந்தே அனுசூயாக்களையும் அருந்ததிகளையும் சீதையையும் பாஞ்சாலியையும் மையப்படுத்தியே தங்கள் புனைவுகளைப் பின்னி வருகிறார்கள். புராணங்களை பின்னணியாகக் கொண்டே தென் இந்திய சினிமாக்கள் எடுக்கப்பட்டன, ஆரம்பத்தில். களம் மாறினாலும் ஆட்டம் மாறினாலும் கதையாக என்னவோ அதுவே காலா காலத்திற்கும் தொடர்ந்தது.

கல்லானாலும் கணவன் புல்லானாலும் புருஷன் வகைமையில் எப்படிப்பட்ட கணவன், எந்த வழியில் வாய்த்தாலும், அது ஆண் கட்டும் கட்டாயத் தாலியோ, அல்லது தாய் மகளுக்குக் கட்டிய தாலியோ, சகித்துக் கொண்டு, பதிபக்தியோடு மங்கையர்க்கரசியாய் வாழ்ந்து சப்த கன்னிகையர் வரிசையில் ஆயிரம், ஆயிரத்தி ஒன்றாவது கன்னிகையர்களாக விளங்குபவர்கள்தான் தமிழ் சினிமா கதாநாயகியர்கள். அவ்வப்போது கூட்டுக் குடும்பத்திற்கு தன் உழைப்பை வாரியிறைத்து விட்டு *குல விளக்கு* என்று பெயர் பெறும் அவர்கள் என்றும் ஒரு தொடர்கதைதான்.

ஆனாலும் எதிர்பாராமல் சில பாத்திரங்கள் அமைந்து விடுவது உண்டு. அது ஸ்ரீதர் போன்ற சில புதுமையைச் சிந்திக்கிறவர்களால் சாத்தியமானது. எதிர்பாராதது அப்படி ஒரு பாத்திரப் படைப்பு. தன் காதலியையே தனக்குச் சிற்றன்னையாக விதி கொண்டு வந்து நிறுத்தும் சினிமாக் கதை. அது வரைதான் புதியது. அதற்கப்புறம் சிற்றன்னையாகிவிட்ட பத்மினியைக் காதலனாக நெருங்கும் சிவாஜியை கன்னத்தில் அறைந்து வெளியேற்றும் தர்ம பத்தினியாகி விடும் வழக்கமான பெண் பாத்திரம்தான். இதற்கு நேர் மாறாக சிற்றன்னையான ராணி கிழ ராஜாவான அசோகரை விடுத்து இளவரசனான குணாளனை மோகிக்கும் பெண் பாத்திரமாக கண்ணாம்பா நடிக்கும் அசோக் குமார் படம் புத்த நாடோடிக் கதையின் பின்னணியில் எழுதப்பட்டது. இதே போலக் கதையை கண்ணாம்பாவே பிற் காலத்தில் *தாலி பாக்கியம்* என்று எடுத்தார். எம்.ஜி.ஆரின் சின்ன மாமியார் போன்ற பாத்திரத்தில் வரும் எம்.என். ராஜம் அவரை மோகிப்பது போல வரும்.

கண்ணாம்பாதான் தன் அம்மா என்று தெரியாமல் அவளைப் 'பெண்டாள' நினைத்து அவள் வீட்டுக்கு வரும் பி.யு.சின்னப்பா *மங்கையர்க்கரசி*யில் மூன்று வேடத்தில் வருவார். இது, விக்கிரமாதித்தன் கதைகள் போல பிரபலமான 'மதனகாமராஜன் கதை'களில் ஒன்று. ஆனால் சோதனைகளையெல்லாம் வென்று கடைசியில் மங்கையர்க் கரசி ஆகிவிடுவார் கண்ணாம்பா. அதே மதனகாமராஜன் கதை களிலிருந்து எடுத்த இன்னொரு கதை / பாத்திரம் *மங்கம்மா சபதம்*. தன்னை ஏமாற்றிய ராஜாவை கழைக் கூத்தாடியாக வந்து அவன் மூலமாகவே பிள்ளை பெற்று அவனை ராஜாவுக்குப் போட்டியாக வளர்த்து அவனையே ஜெயிக்கிற கதை. ராணி மங்கம்மா பற்றிய கதையைத் தழுவி *நாயக்கர் மகள்* என்று கே.எஸ். கோபாலகிருஷ்ணன் அவரது படத்தில் ஜெயசித்ராவை ஒரு சிறந்த ராஜ தந்திரியாக, ஸாரி 'ராணி தந்திரி'யாகக் காண்பித்திருப்பார்.

தமிழ் சினிமாவில் தொடர்ந்து வித்தியாசமாக யோசித்தவர் ஸ்ரீதர். அவரது மீண்ட சொர்க்கம் புதுமையான கதை. தற்செயலாகக் கண்டெடுக்கும் ஆடும் மயிலான ஒரு மலைவாசிப் பெண்ணை ஆடற்கலைக்கே அரசியாக்க நினைக்கும் கதாநாயகன் அவளை சிறந்த குருவிடம் கொண்டு சேர்க்கிறான். அவர் ஒரு நிபந்தனை விதிக்கிறார், கலைக்காகவே பிறந்தவள் இவள், இவளை சாதாரண குடும்ப பந்தத்தில் தள்ளி விடக்கூடாது என்கிறார். நானும் அவளது கலையையே காதலிக்கிறேன் அவளையல்ல என்கிறான் நாயகன்.

12 ⁂ சில செய்திகள் சில படிமங்கள்

அவளோ அவனை மனமார விரும்புகிறாள். கொஞ்சம் கொஞ்சமாக அவளது அன்புக்கு இணங்கி இவனுமே காதலிக்கத் தொடங்கி விடுகிறான், 'கலையே என் வாழ்க்கையின் திசை மாற்றினாய்...' என்று மாறிவிடுகிறான். அப்புறம் கதையும் மாறிவிடுகிறது. ஆனால் இது ஒரு அற்புதமான காதல்க் கதை. 'அவளுக்கென்று ஒரு மனம்' பிரத்யேகமாய் இருக்கும் ஒரு பெண்ணின் கதையையும் ஸ்ரீதர் எடுத் திருந்தார். காதலனின் மனைவிக்கு துயரம் நேரக் கூடாது என்று தன்னையே அழித்துக் கொள்ளும் பெண்ணாக பாரதி சிறப்பாக நடித்த படம் அது. அவர் எடுத்த *அலைகள்* படத்தின் நாயகி விபச்சார விடுதியில் இருந்து காப்பாற்றப்பட்டவள். அவளை இன்ஸ்பெக்டர் நாயகன் தன்னுடன் வைத்து வாழ்வது போல கதை செல்லும். *ஸ்த்ரீ* என்றொரு மலையாளப் படத்தில் ஊரே விபச்சாரி என்று தூற்றும் கடைசிக் கட்டத்தில் இன்ஸ்பெக்டர் சத்யன், சாரதாவுக்கு தாலி கட்டி மானமுள்ள ஸ்த்ரீ ஆக்குவார், அங்கே முடிகிற கதை இங்கே ஆரம்பிக்கிறது அலைகளில்.

முழுக்க முழுக்க மலையாளப் படங்களின் பாதிப்பில் வந்த *அவளும் பெண்தானே* படத்தில் இதே போல *கால் கேர்ல்* சுமித்ராவைத் திருமணம் செய்து கொள்ளுவார் முத்துராமன், அதற்கு உறுதுணையாக அம்மா பண்டரிபாய் உதவுவார். துரை சற்று வித்தியாசமான டைரக்டர். பசி படத்தில் வித்தியாசமான பெண் பாத்திரங்களைக் காண்பித்திருந்தார். ஆர்.சி.சக்தியின் *சிறை* படத்தில் லக்ஷ்மியின் பாத்திரம் வித்தியாசமானது, தன்னைக் கெடுத்த ரவுடியுடன் வாழும் திடமான முடிவெடுக்கும் பாத்திரம். ஆர்.சி. சக்தியின் *உணர்ச்சிகள்* படத்தில் ஸ்ரீ வித்யா செக்ஸ் ஒர்க்கராக வந்து இயல்பாக நடித்திருப் பார். அதில் கமலஹாசன் வித்யாவை நெருங்க நினைத்து பணம் தரும்போது அடி வாங்கிக் கொள்வார். அதே நேரத்தில் வந்த மலையாளப் படமான *விஷ்ணு விஜயம்* படத்தில் கமல் தன்னை விட வயதான ஷீலாவுடன் உறவாடுவார்.

அதை நினைத்தோ அல்லது '40 கேரட்ஸ்' போன்ற ஹாலிவுட் சினிமாக்களின் பாதிப்போ என்னவோ, கமல் ஸ்ரீ வித்யா ஜோடியையும், சுந்தர ராஜன் ஜெயசுதா ஜோடியையும் *அபூர்வ ராகங்கள்* படத்தில் வித்தியாசமாக நடிக்க வைத்திருப்பார் பாலசந்தர், ஆனால் 'தாலிக்கு மேல் ஒரு தாலி உண்டா வேலிக்கு மேலும் ஒரு வேலி உண்டா என்று பாட்டுப் பாடி பண்பாட்டைக் காப்பாற்றி விடுவார். மம்தா என்ற இந்தி / வங்காள படத்தின் தழுவலான காவியத்தலைவி படத்தில் சௌகார் ஜானகி படுகிற கஷ்டமெல்லாம் பட்டு, கடைசியில் மகளுக்காக கணவனையும் கொல்வார், காதலை இழந்த ஜெமினி

கணேசன் காதலியின் குழந்தையை வளர்ப்பதே காதலுக்குச் செய்யும் மரியாதை என்று தியாகம் மேற்கொள்ளுவார். கடைசியில் எப்படியோ நாயகி ஒரு தாசி என்னும் உண்மை மகளுக்குத் தெரியவரும் போது உயிரை விட்டு காவியத் தலைவி ஆகிவிடுவாள்.

கிட்டத்தட்ட இதே கருத்துடன் *சலங்கை ஒலி* படத்தில் ஜெயப்ரதா தன்னை விரும்பியவனை, தானும் விரும்பிய மகா கலைஞனை மறுபடிக் கண்டெடுத்து குடியின் அழிவிலிருந்து காப்பாற்ற தான் விதவை என்பதை மறைத்து, மகளிடம் கெட்ட பேர் வாங்கிக் கொண்டு அவளுக்கு நடனமும் கற்றுத்தர வைக்கும் சிறந்த பாத்திரம். அனேகமாகப் புதியது, ஆனால் தெலுங்கு வாடை வீசும்.

இதே போல் இந்தி வாடை வீசும் *எங்கிருந்தோ வந்தாள்* படத்தில் ஜெயலலிதா ஆட்டக்காரியாக இருந்து பைத்தியமான சிவாஜியைப் பார்த்துக் கொள்ள வரும் நர்ஸாக இருந்து அவருக்குத் தன்னயே வழங்கி ஏமாற்றமடைந்து, விரட்டப்பட்டு, கடைசியில் வழக்கமான சுபம். இந்த *ட்வைஃப்* (Twife) வகையான அரசவைக்கு நேர்ந்துவிட்ட ஆட்டக்காரிகளைப் போல இங்கே தேவதாசிகள், அப்படியொரு தேவதாசியைப் பற்றிய கதை *தாலியா சலங்கையா* இதில் வாணி ஸ்ரீக்கு தேவதாசி பாத்திரம். படம் எதிர்பாராத விதமாக நன்றாக ஓடியது. மக்கள் புதிய விஷயத்தை ஏற்றுக் கொள்வார்கள் என்பதற்கு இது ஒரு உதாரணம். ஆனால் தயாரிப்பாளர்கள் மோசமான உதாரணத்தையே விரும்புவார்கள்.

சந்ததி என்ற படமா அல்லது *முன்னூறு நாட்கள்* என்ற படமா சரியாய் நினைவில்லை. செக்ஸ் ஓர்க்கரான ஸ்ரீப்ரியா வாடகைத் தாயார் (surrogate mother) ஆக நடிப்பார். ஸ்ரீப்ரியா அபாரமாக நடித் திருப்பார். நாயகன் சிவகுமார் என்றும் நினைவு. அது தமிழ்ப் படத்திற்கு அது வரை புதிது. ஸ்ரீப்ரியாவின் *அவள் அப்படித்தான்* படத்தின் மஞ்சு பாத்திரம் ஆகச் சிறந்த புதுமையான பாத்திரம். எனக்கு *ஜூலி கணபதியில்* சரிதா ஏற்றிருந்த ஜூலி பாத்திரமும் மிகவும் புதிய ஒன்றாகப்பட்டது. தன் உடம்பின் பருமனை அருமை யான நடிப்புக்கு சாதகமாக்கிக் கொண்டிருப்பார் சரிதா. பாலு மகேந்திராவின் சாதனைகளில் ஒன்று அந்தப் படம். (கதை என்னவோ ஸ்டீஃபன் கிங் கின் Misery நாவலின் தழுவல்தான்) சரிதாவின் *அக்னி சாட்சி* பாத்திரப் படைப்பு கூட அனுதாபம் ஏற்படுத்துகிற வகையில் புதியதுதான்.

இப்படிக் கொஞ்சம் கொஞ்சம் வித்தியாசமான பாத்திரப் படைப்புகள் அவ்வப்போது தலை நீட்டினாலும் பொதுவாகப்

பெண்களை, "பொறுமையிலே பூமகளாய், பேரழகில் திருமகளாய், பசியில் அமுதளிக்கும் அன்னையாய், காதல் அரவணைப்பில் கணிகையுமாய், ஊழியத்தில் பணிப்பெண்ணாய், அறிவினை உரைப் பதிலே அமைச்சனாய்" ஆறு குணங்கள் கொண்ட ஒரு பாவையாக ராமன் தேடும் சீதையாகப் பெண்களைப் படைப்பதே தமிழ் சினிமா வாங்கி வந்த வரம். இது வரமா சாபமா நாயகனுக்கே தெரியாது.

2

சண்டைன்னா எம்.சி.ஆர் தாண்டே...

அப்பாவின் சினேகிதர் அந்த ஆசிரியர். அவர் வேலை பார்க்கும் பள்ளிக்கூடத்திலேயே அப்பாவுடன் படித்தவர். அப்போதெல்லாம் எஸ். எஸ். எல். சி தாண்டுவது என்பதே குதிரைக் கொம்பு. அப்பா எஸ். எஸ். எல். சி தாண்டி இண்டர் மீடியட் சேர்ந்தார் என்று சொல்லுவார்கள். இரண்டு பேரும் எப்போதாவது சந்தித்துப் பேசிக் கொண்டால், சண்டை போடுவது போலத் தவறாமல் சொல்லிக் கொள்வது “ஏல நீ என்னைப் பாத்து கணக்கு எழுதிப் பாஸ் பண்ணி கணக்கப் பிள்ளை ஆனவந்தானலே.” “ஏல நீ என்னைப் பாத்து காப்பியடிச்சு தமிழ் பாஸ் பண்ணி இன்னக்கி வித்துவானாகி வாத்தி யானா வேற ஆயிட்டே.” அப்புறம் இருவரும் சமாதானமாகப் பேசிக் கொள்வார்கள். நான் அருகில் நிற்கும் நேரங்களில் எல்லாம், “ஏ கந்தா, இவன் ஏன் இப்படி இளைச்சிப் போயிருக்கான், கணைச் சூடாயிருக்கும்ப்பா, நான் ஒரு நெல்லிக்காய் லேகியம் கிண்டித்தாரேன். கணச்சூட்டுக்கு நல்லது” என்று சொல்லிவிட்டு “வே பயில்வான் அப்பட மேட்டுத் தெரு பக்கம் வாரும் சிலம்பு குஸ்தி எல்லாம் சொல்லித்தாரேன் என்பார். அப்பா, “ஏய் போதும், ஏற்கெனவே அவன், ஒரு வாரியல்க் குச்சியை விடமாட்டேங்கான் எடுத்து வாள்ச் சண்டை போட்டுக் கிட்டு இருக்கான், நீ வேற,” என்பார். அப்படியா சங்கதி, நம்ம கிரவுண்டுக்கு வாரும் நிச வாள்ச் சண்டையே சொல்லித் தாரேன், எம்.சி.ஆர் மாதிரி ஆயிரலாம்,” என்பார். நான் ஆசையாய் வாயைத் திறப்பதற்குள் அப்பா, ‘ஏல நீ இடத்தைக் காலி பண்ணு’ என்று அனுப்பிவிடுவார்.

வித்துவான் உண்மையிலேயே சிலம்பம் குஸ்தி பள்ளிக் கூடமும் நடத்திக் கொண்டிருந்தார். தன் ஸ்கூலில் படிக்கும் பையன்களுக்கும், தெருப் பையன்களுக்கும் சொல்லிக் கொடுப்பார். ஸ்கூலில் கொஞ்ச நாள் வேலையைவிட்டு நிறுத்தி வைத்திருந்தார்கள். அப்போது அவருக்கு இதுதான் சோறு போட்டது. மருந்து மாயம், மந்திரம் தந்திரம் என்று வேறு சில கரித் தொழில்களும் உண்டு. ஆனால் அவரது கட்டுரைப் பயிற்சி புத்தகம் ஒன்று எஸ். எஸ். எல். சி. தேர்வுக்கு உண்மையிலேயே உபயோகமாக இருந்தது. அவரது சிலம்புப் பயிற்சிக் கூடத்திற்கு ஒருமுறை போயிருக்கிறேன். நாலைந்து பேர் இன்றைய லெக்கின்ஸ் போல பனியன் உடையணிந்து கொண்டு கம்பு சுற்றிக் கொண்டிருந்தார்கள்.

அனேகமாக என் காலத்திய எல்லாச் சிறுவர்களும் ஒரு நாள் ஒரு பொழுதாவது தென்னை ஓலை (வாரியல்)க் குச்சியை வைத்து சண்டை போடாமல் இருந்திருக்க மாட்டார்கள். அப்புறம் ஜூடோ, கராத்தே, குங்ஃபூ என்று அது மாறிக்கொண்டே வந்திருக்கும். தமிழ்த் திரையுலகின் எழுதப்படாத விதிகள் இரண்டு. சண்டைன்னா எம்.ஜி.ஆர். நடிப்புன்னா சிவாஜி. ஜெய்சங்கர்ன்னு ஒருத்தன் இதுல, இரவும் பகலும் படத்தில நடிக்காம்லெ எம்.ஜி.ஆர் கணக்காவே சண்டை போடுதான் என்பார்கள். அல்லது ஏ.வி.எம்.ராஜன் சிவாஜி மாதிரியே நடிச்சிருக்காம் பாரு இந்தப் பந்தயம் படத்தில என்பார்கள். எம்.ஜி.ஆருக்கு முன்பும் எம்.கே.ராதா போன்ற விற்பன்னர்கள் இருந்தார்கள். எம்.கே.ராதவின் தந்தையான எம்.கந்தசாமி முதலியார் தான் எம்ஜி.ஆருக்கு வாத்தியார். எம்.ஜி.ஆரின் சண்டைக்காட்சிகள் எப்போதுமே "வம்புச் சண்டைக்குப் போகமாட்டேன், வந்த சண்டையை விடமாட்டேன்" என்கிற ரகமாகவே இருக்கும். அநேகமாக எல்லாக் கதாநாயகர்களுக்கும் இந்த சூத்திரம் பொருந்தும். லேசாக இதழ் ஓரத்தில் ரத்தம் வரும் வரை அடிக்க ஆரம்பிக்கமாட்டார்கள். அப்புறம் விளாசுவார்கள். பார்க்கிறவர்களுக்கு உற்சாகம் கொப்பளிக்கும்.

பொதுவாக காதல் காட்சிகளில் நாயக நாயகியர்க்குப் பதிலாகத் தங்களைப் பொருத்திப் பார்த்துக் கனவு காணும் ரசிக ரசிகையர்கள் சண்டைக் காட்சிகளில் தாங்களே தங்கள் எதிரிகளை அடிப்பதாக மனதுக்குள் உணர்வார்களோ என்னவோ. ஆயிரத்தில் ஒருவன் முதல் நாள் முதல்க் காட்சி பார்த்துக் கொண்டிருந்த போது கிளைமாக்ஸில் மானோகரின் முதுகில் பின்னாலிருந்து நம்பியார் கத்தியை வீசுவார். பக்கத்தில் இருந்து பார்த்துக் கொண்டிருந்த அந்தோணிராஜ், "மாப்பிளை, இப்படி யாராவது நம்ம டிரில் வாத்தியார் முதுகில எறியணும்லெ" என்று சொல்லிவிட்டு, "பாருலே உய்க்

காட்டானே எறிவான்” என்றான். உய்க்காட்டான் ஸ்போர்ட்ஸ் ரூம் பியூன். அவருக்கும் டிரில் வாத்தியாருக்கும் ஆகாது. பையன்களுக்கும் அவன் வில்லன்தான்.

ஆயிரத்தில் ஒருவன் படத்தில் வாள்ச் சண்டைகள் அற்புதமாக இருக்கும். கடைசிக் காட்சியில் மனோகருடன் நடக்கும் சண்டைக்கு 'ரேப்பியன் ஸ்வார்ட் ஃபைட்' என்று பெயர் என்று அதன் சண்டைக் காட்சிகள் இயக்குநர் ஷியாம் சுந்தர் ஒரு பேட்டியில் சொல்லி இருந்தார். அதுவரை தமிழ்ப் படத்தில் அது வந்ததில்லை. எம்.ஜி.ஆரும் மனோகரும் அதற்காக சிறப்புப் பயிற்சி பெற்றதாக மனோகரும் சொல்லியிருந்தார். அது போக, நாடோடி மன்னன் போலவே, நம்பியாரும் எம்.ஜி.ஆரும் கடற்கரையில் இடும் வாள்ச் சண்டை பிரசித்தமானது. சண்டைக்கு முன்னதாகப் பேசிக் கொள்ளும் வசனங்களும் பிரமாதமான சண்டை ஒன்று வரப் போகிறது என்று கட்டியம் கூறும். 'மதங் கொண்ட யானை என்ன செய்யும் தெரியுமா?' இது நம்பியார். 'சினம் கொண்ட சிங்கத்தின் முன் தோற்று ஓடும்' இது எம்.ஜி.ஆர். நான் தோல்வியையே அறியாதவன். நம்பியார், நான் தோல்வியை எதிரிக்கே பரிசளித்துப் பழக்கப்பட்டவன். எம்.ஜி.ஆர். இது அந்தக் காலத்து பஞ்ச் டயலாக். அ.தி.மு.க ஆரம்பித்த புதிதில் ஒரு கூட்டம் பேசுவதற்கு வந்திருந்தார் அந்தப் படத்தின் வசனகர்த்தா ஆர்.கே சண்முகம், ஐய்யோ அவர் அன்னக்கி சரக்கு கேட்டு பண்ணின ரவுசு இருக்கே, புதுக்கட்சியின் புதிய தொண்டர் களெல்லாம் நொந்து போனார்கள் ஓட்டலில் வைத்து இதையே தன் மாபெரும் சாதனையாகச் சொல்லிக் கொண்டிருந்தார்.

ஆயிரத்தில் ஒருவன் படத்தின் டைட்டில் போடும் போது அதில் வாட்சண்டைக்குப் பிரபலமான மாஸ்டர் ஆர்.என். நம்பியார் இல்லையே என்று பலரும் வருத்தப் பட்டார்கள். ஆனால் ஷியாம் சுந்தர் நன்றாக அமைத்திருந்தார். ஆர்.என்.நம்பியார் எம்ஜி.ஆரது வாள்ச் சண்டைப் படங்களுக்கெல்லாம் பயிற்சி அளித்தவர். நாடோடி ம்ன்னன், அலிபாபா வாள்ச் சண்டைகள் பிரமாதமானவை. *ஸ்கேரோமச்* என்ற ஆங்கிலப் படத்தின் வாள்ச் சண்டைகள் போல 'அரசிளங்குமரி'யில் அமைந்திருந்தது. வாள்ச் சண்டைக்கென்றால் தமிழில் அதுதான் சிறந்த படம். எம்.ஜி.ஆர், தம் ராஜ அலங் காரங்களைக் களைந்து சமூக அவதாரம் எடுத்த 'திருடாதே' படத்தில் பிரமாதமான டிஷ்யூம் டிஷ்யூம் சண்டைகளை வடிவமைத்தவர் ஷியாம் சுந்தர். அதிலிருந்து அவர் எம்.ஜி.ஆரை விட்டு விலகவே இல்லை. திருடாதே படத்தில்தான் 'டிஷ்யூம்' என்ற ட்ரம் இசை வந்தது. அதற்கு முன்னால் 'டொக் டொக்' என்று சிரட்டை தட்டும்

பின்னணி இசைதான். *திருடாதே* படத்தின் கிளைமாக்ஸ் சண்டையில் ஒரே ஒரு விளக்கு கூரையிலிருந்து தொங்கியபடி சுற்றி வர இருளிலும் வெளிச்சத்திலும் நடக்கும் சண்டையும் திருடாதே படமும், எம்.ஜி.ஆரின் (திரை) வாழ்க்கையையே மாற்றி அமைத்தது என்றால் மிகையில்லை. பின்னால் வந்த *குடியிருந்த கோயில், புதிய பூமி* போன்ற படங்களுக்கு ‘சாமினாதன்’ என்பவர் சண்டை அமைத்திருந்தார்.

வாள்ச் சண்டையில் ஸ்டண்ட் பலராமன், ஸ்டண்ட் சோமு ஆகியவர்களும் முக்கியமானவர்கள். ஸ்டண்ட் சோமு சிவாஜி படத்திற்குப் பொருத்தமானவர். அவருக்கு சரியான டூப் ஆகவும் இருப்பார். எல்லா நடிகர்களுக்கும் முக்கியமாக அமைய வேண்டியது அவர்களது டூப் ஆர்டிஸ்ட். மனைவி அமைவதெல்லாம் இறைவன் கொடுத்த வரம் என்பது உண்மையோ இல்லையோ கதாநாயகனுக்கோ வில்லனுக்கோ டூப் அமைவது இறைவன் கொடுத்த வரம். எம்.ஜி.ஆரின் படங்களுக்கு டூப் ஆகவும் உதவி சண்டை இயக்குநராகவும் மாடக் குளம் அழகர் சாமி, தர்மலிங்கம், காமாட்சி என்ற சகோதரர்கள் பணியாற்றினர். அவர்களெல்லாம் திருமலை நாயக்கர் காலத்திலிருந்தே வஸ்தாதுகள். எம்.ஜி.ஆருக்கு மெய்க்காப்பாளராகவும் டூப்பாகவும் சிறப்பாக அமைந்தவர் ராமகிருஷ்ணன்.

எல்லா நடிகர்களும் காதல் காட்சிகள் படமாக்கப்படும் போது புதிய பார்வையாளர்களை அனுமதிப்பதில்லை. அதற்கு அனுமதித் தால்க் கூட சண்டைக் காட்சிகளுக்கு அனுமதிப்பதேயில்லை. அதே போல சண்டைக் காட்சி எடிட்டிங்கின் போது விடவேமாட்டார்கள். *புதிய பூமி* படத்தின் ஒரு சண்டைக் காட்சி எடிட்டிங்கின் போது நான் அங்கிருந்தேன். என்னை மூவியோலா அறைக்குள் அனுமதிக்கவே இல்லை. தற்செயலாக படத்தயாரிப்பாளர் அங்கு வந்தவர் அழைத்துச் சென்றார். அதற்குள் கட்டிங் முடிந்திருந்தது. அப்போது. எம்.ஜி.ஆர் பார்க்க வருகிறார் என்று ஏ.வி.எம் ஸ்டுடியோவே பரபரப்பானது. தயாரிப்பாளர் உட்பட எல்லோரையும் விரட்டாத குறையாக வெளியே அனுப்பினார்கள்.

எம்.ஜி.ஆர் நடிக்க மறுத்த அல்லது பட்ஜெட்டுக்கு ஒத்து வராத போது ஜெமினி அல்லது எஸ்.எஸ்.ஆர் நடிப்பார். வீரக்கனல், பிள்ளைக் கனியமுது போன்ற படங்கள் உதாரணம். இருவர் சண்டைக் காட்சிகளையும் ரசிகர்கள் பெரிதாக எடுத்துக் கொள்ளவில்லை. எம்.ஜி.ஆருக்குப் பின் ஜெய்சங்கர், ரவிச்சந்திரன் ஆகியோரை ரசித்தார்கள். அவர்களால் சிலம்பமோ வாளோ சுழற்ற முடியவில்லை. சிலம்புச் சண்டை, வாள்ச் சண்டைக்கெல்லாம் எம்.ஜி.ஆருக்கு அதிக டூப் தேவையில்லை. மற்றவர்களுக்கு வேண்டும். *தாய்க்குப்*

பின் தாரம் படத்தில் காளைச் சண்டையும் சிலம்புச் சண்டையும் பிரபலம். அது வெற்றி பெற்றாலும் தேவருக்கும் அவருக்கும் பிரச்னை– சண்டை என்பது இன்னும் பொருத்தம் – ஏற்படவே, அடுத்து எடுத்த நீலமலைத் திருடன் படத்தில் ரஞ்சனை நடிக்க வைத்தார். அவரது வாள் வீச்சும் பிரமாதமாகப் பேசப்பட்ட ஒன்றுதான். சந்திரலேகா, அபூர்வ சகோதரர்கள் (பழைய படம்) ஆகியவற்றில் நடித்த எம்.கே. ராதாவின் வாள்வீச்சும் பிரபலம். ரஞ்சன் நடித்த *மின்னல் வீரன், ராஜா மலய சிம்மன்* படங்கள் அவரது சண்டைக்காகவே இரண்டு மூன்று வாரங்கள் ஓடின.

வாள் வீச்சு வரிசையில் வந்த இன்னொருவர், விஜயபுரி வீரன் ஆனந்தன். வீரத்திருமகன், நீயா நானா என சில நான்கு வாரப் படங்களில் வாள் வீசினார். தனிப்பிறவி படத்தில் எம்.ஜிஆருடன் ஜூடோ போல ஒரு சண்டை போடுவார். ஜேம்ஸ் பாண்ட் படங்களின் பாதிப்பால் ஜூடோவும் கராத்தேவும் தமிழிலும் எட்டிப் பார்த்தன. ஜெய்சங்கருக்கு திருவாரூர் எம்.எஸ்.தாஸ் என்று ஒரு ஸ்டண்ட் மாஸ்டர் அமைந்தார். அவர் இவற்றையெல்லாம் அறிமுகப்படுத்தினார். எம்.ஜி.ஆர் முகராசி படத்தில் முதன் முதலில் ஜூடோ சண்டை போட்டார். உ.சு வாலிபனில் நம்பியாரோடு போடும் ஜூடோ உண்மையிலேயே நல்ல ஜூடோவை நெருங்கி வந்தது. 1964 இல் *வேட்டைக்காரன்* படத்தில் கௌபாய் உடை மட்டும் அணிந்து வழக்கமான தேவர் பிலிம்ஸ் கதையில் – *தாயைக் காத்த தனயன் படத்தின் சற்றே மாறிய* வடிவில், வழக்கமான சண்டை போட்டார். காமிரா மேன் கர்ணன் ஜெய் சங்கரை வைத்து எந்த லாஜிக்கும் இல்லாமல், தரையில் ஆரம்பிக்கும் சண்டை, பச்சை மலையில் ஏறி, பனிமலையில் சறுக்கி, பாலை வனத்தில் தூள் கிளப்ப கௌபாய் படங்கள் எடுத்துக் குவித்தார்.

ரகசியப் போலீஸ் 115 படத்தில் அறிமுகமான ஜஸ்டினுடன் எம்.ஜி.ஆர் போடும் கராத்தே நன்றாக இருக்கும். என்ன இருந்தாலும் சீன் கானரி, *ஃப்ரம் ரஷ்யா வித் லவ்* படத்தில் ஓடும் ரயிலில் போடும் ஸ்டைலிஷான சண்டையெல்லாம் தமிழில் வரவேயில்லை. தென்னகத்து ஜேம்ஸ்பாண்ட் ஜெய்சங்கரோ, ரவிச்சந்திரனோ அதற்கு அருகில் கூட வரவில்லை.ஜோரோ சீரிஸ் ஆங்கிலப் படங்களைப் போல காதல் வாகனம் படத்தில் சவுக்கடி ஸ்டண்ட் போடுவார். ஸோரோவின் Z க்குப் பதிலாக S என்று எதிரிகள் உடலில் சவுக்கால் வரைவார். அந்த Z ஸ்டைல் வரவே வராது.

சிலம்பம் பாக்ஸிங் போன்ற சண்டைகள் எல்லாப் படங்களிலும் இருக்காது. அதற்கென்று ஒரு காலகட்டம் வைத்திருப்பார் எம்.ஜி.ஆர்.

1956 தாய்க்குப் பின் தாரம் படத்திற்குப் பின் ஆறு வருடம் கழித்து *தாயைக் காத்த தனயன்* படத்தில் சிலம்புச் சண்டை போடுவார். அதே போல் 1953இல் வந்த *நாம்* படத்தில் பாக்ஸிங் சண்டை போட்டவர், 1967இல் *காவல்காரன்* படத்தில் மீண்டும் வைத்திருப் பார். காவல்காரனின் உல்ட்டாவான *காக்கிச்சட்டை*யில் கமல் பாக்ஸிங் சண்டையோடு அறிமுகம் ஆவார். 'நாம்' படத்தின் கதை போலவே கிராமத்தில் இருந்து பட்டணம் வரும் *பட்டிக் காட்டுப் பொன்னையா*வில் பாக்ஸிங் உண்டு. ஆனால் ஒரே சொதப்பல் ஆக இருக்கும். மனசிருந்தால் நன்றாகச் செய்வார். *உழைக்கும் கரங்கள்* படத்தில் மான் கொம்புச் சண்டை ஒரு கிளாஸிக். *முகராசி* படத்தில் ஜெயலலிதாவுக்கு சிலம்பம் கற்றுக் கொடுப்பார். ஜெயலலிதா *அடிமைப் பெண்* படத்தில் எம்.ஜி.ஆருக்கு வாள் சண்டை சொல்லித் தருவார். இதேபோல *மருத நாட்டு இளவரசி* படத்தில் வி.என். ஜானகி எம்.ஜி.ஆருக்கு வாள்ச் சண்டை சொல்லித் தருவார். இரண்டிற்கும் சுமார் 19 வருட இடைவெளி. கதா நாயகிகளைப் பொறுத்து பானுமதி *மதுரை வீரனிலும்* சாவித்ரி இடது கையால் *மகாதேவி* படத்திலும் சண்டையிடுவது நினவுக்கு வருகிறது. *பாக்தாத் பேரழகி, வந்தாளே மகராசி* படங்களில் ஜெயலலிதா சுருள் வாள் சண்டையும், சவுக்கடிச் சண்டையும் செய்வார். டான்ஸ் மூவ் மெண்டை ஒட்டி சண்டைக்கான ஸ்டெப்ஸ் இருக்கும். *ரிவால்வர் ரீட்டா* படங்களில் விஜயலலிதா, ஜோதி லட்சுமி சண்டைகள் கிளு கிளுப்பையே உண்டு பண்ணின. பாலாஜி படங்கள் எடுக்க ஆரம்பித்து சிவாஜியை வைத்து *தங்கை* எடுத்ததிலிருந்து சிவாஜியின் சண்டைப் படக் காலம் ஆரம்பித்தது. *ராஜா* படத்தில் சிவாஜி அழகாகப் பண்ணியிருப்பார். *எங்கள் தங்க ராஜா*விலும். *பட்டாக் கத்தி பைரவன்* பலி வாங்கிவிட்டது.

ஷியாம் சுந்தர், திருவாரூர் தாஸ் காலங்களுக்குப் பின் ஜூடோ ரத்னம், சூப்பர் சுப்பராயன், கனல் கண்ணன் காலங்களில், ரஜனியும் கமல் ஹாசனும் வந்தார்கள். பீட்டர் ஹெயின் காலத்திலும் நிற் கிறார்கள், இல்லையில்லை உதைக்கிறார்கள். எனக்கென்னவோ கமல்தான் இதிலும் *சகலகலா வல்லவன்* என்று தோன்றுகிறது. சமீபமாக *விஸ்வரூபம்* படத்தில் ஆங்கிலப் படங்களுக்கு நிகரான சண்டைகள் அவர் செய்திருந்தார். இப்போதைய வெகுவாக முன்னேறி விட்ட கிராஃபிக்ஸ் உலகில் சண்டைகளை யார் வேண்டுமானாலும் போடலாம் என்றாலும் சூர்யாவின் வேகம் நன்றாகவே இருக்கிறது. சூர்யாவோ விக்ரமோ, கார்த்தியோ விஷாலோ, அஜித்தோ விஜய்யோ, இப்பொழுது இவர் இதற்குத்தான் என்ற 'முத்திரைகள்' இல்லாதது மகிழ்ச்சியைத் தருகிறது.

அப்பாவின் சிநேகிதரான வாத்தியார் சண்டைப் படங்களின் முதல்க் காட்சியில் வந்து பெஞ்சு டிக்கெட்டில் அமர்ந்துவிடுவார். அநேகமான தியேட்டர்களில் அவரது சிஷ்யர்கள் இருப்பார்கள் அதனால் அவருக்கு ராஜ மரியாதை உண்டு. விட்டலாச்சார்யாவின் *வீரத்திலகம்* தொடங்கி ஜோதி லட்சுமிகளின் ரிவால்வர் ரீட்டா காலங்கள் வரை இப்படி அவரை நான் பார்த்திருக்கிறேன். அப்போது எல்லாம் கேட்பார், ஏய் தும்பி கந்தசாமி மகன்தானே நீ சண்டைன்னா ரொம்பப் புடிக்குமோ, சும்மா இருக்கற நேரத்தில கிரவுண்டுக்கு வாடே நாலு ஸ்டெப் சொல்லித்தாரேன், இவனுகள்ளாம் என்னடே சண்டை போடுதானுக, எம்.ஜி.ஆர் குண்டு மணியவே முதுகில தூக்கி துணி துவைக்கிற மாதிரி நச்சுன்னு, சக்கரவர்த்தி திருமகள் படத்தில் ஒரு ‘டோபி சார்ஜ்’ அடிப்பாரு பாக்கணும், சண்டைன்னா எம்.சி.ஆர் தாண்டே, என்பார். ஒரு குட்டி சந்தோஷம் பரவும்.

3

கலையே உன் விழி கூட கவி பாடுதே....

"தம்பீ தம்பீ," சத்தமிட்டும், கை தட்டியும் யாரோ கூப்பிட்டார்கள். சைக்கிளை விட்டு இறங்காமல் திரும்பிப் பார்த்தேன். உசிலை மூக்கையா அந்தப் பெரிய ஜவுளிக்கடையின் அருகில் நின்றபடி கூப்பிட்டுக் கொண்டிருந்தார். பக்கத்தில் ஒரு இனிப்பு வில்லைகள் தயாரிக்கும் கம்பெனியில் வேலை பார்க்கிறார். சொந்த ஊர் உசிலம் பட்டி. எம்.ஜி.ஆர் படம் ஓடும் தியேட்டரில் சாயந்தர வேளைகளில் ஒரு பெரிய சங்கப் பலகையே கூடும். அதில் ஒரு நாள் திடீரென்று முளைத்தார். வழக்கமான ரசிகர்கள் டவுண், ஜங்ஷன், மேலப்பாளையம், பேட்டை ரசிகர்கள் எல்லாம் கூடுவார்கள். முக்கியமான சிலரின் கையில் பல ஊர்களின் வசூல் கணக்கு விவரங்கள் இருக்கும். ஒவ்வொருவருக்கும் ஒவ்வொரு ஊரின் குறிப்பிட்ட ரசிகர் மன்றங்கள் பழக்கம். அவர்கள் அங்கே அடிக்கும் வசூல் நோட்டீஸை இங்கே அனுப்ப இங்கேயுள்ள கணக்குகளை நாங்கள் அனுப்ப என்று அன்றன்று வந்த கடிதங்களைப் பரிமாறிக் கொள்வோம். அப்படிப் பரிமாறிக் கொள்கையில் ஒரு நாள் மூக்கையா மதுரை சிந்தாமணி டாக்கீஸில் *அடிமைப்பெண்* வெள்ளி விழா ஓடிய சாதனைகள் பற்றிய நோட்டீஸ் ஒன்றுடன் எங்கள் பேச்சில் இணைந்து கொண்டார். *அடிமைப் பெண்* அங்கு மட்டும்தான் வெள்ளி விழா ஓடியது. சென்னை மற்றும் 15 தியேட்டர்களில் 100 நாட்கள் ஓடியும் வெள்ளி விழா ஓடவில்லை.

அந்த நோட்டீஸ் எங்கள் யாருக்கும் வரவில்லை. அதாவது எங்கள் தொடர்பிலிருக்கும் மதுரை மன்றங்களிடமிருந்து வர

வில்லை. அதைக் கைப்பற்றிக் கொள்ள அவரவர் மனக் கணக்கு போட்டுக் கொண்டிருக்கையில் மூக்கையா என்னிடம் தந்து 'தம்பி நீங்க ஃபைலில் போட்டு வச்சுக்குங்க' என்றார். நான் *ஃபைல் மெயிண்டெயின்* பண்ணும் உன்னத காரியத்தை அவரிடம் யார் சொன்னது தெரியவில்லை. ஏற்கெனவே வீட்டில் அவ்வப்போது அர்ச்சனை விழும், இந்த ஃபைலை ஒரு நாள் அடுப்பில போடறேனா இல்லையா பாரு என்று அப்பாவிடமிருந்து. ஆனால் என்னவோ எப்படியாவது பரிட்சைகளில் சராசரிக்கும் கூடவே மார்க் வாங்கி விடுகிறான் என்னன்னும் தொலையட்டும்' என்றும் விட்டு விடுவார். வருகிற எம்.ஜி.ஆர் மன்றக் கடிதங்களைப் பத்திரமாக தூணுக்கும் உத்திரத்திற்கும் இடையில் சொருகி வைத்துவிடுவார். காலேஜ் விட்டு வந்ததும் நான் பார்த்து அன்றைய சங்கப் பலகையில் வாசித்து விட்டு வந்து ஃபைல் பண்ணுவேன். யாராவது புதுப்படத்திற்கு மலர் அடிக்கையில் என்னிடம் புள்ளி விவரங்கள் கேட்டு வாங்கிக் கொள்வார்கள்.

மூக்கையாவுக்கு உசிலம்பட்டி சொந்த ஊர். அங்கே பிஸ்கட், டாஃபி, ஆரஞ்சு வில்லைகள் போன்ற மிட்டாய் தயாரிப்புகள் அதிகம். அங்கே வேலை பார்த்தவரை இங்கே புதுக் கம்பெனி ஆரம்பிக்கிற ஒருவர் கூட்டி வந்திருக்கிறார். அப்படி தயங்கித் தயங்கி எங்களுடன் ஒட்டிக் கொண்டவர், பின்னால் எங்களைவிடப் பெரிய ஆளாகி விட்டார். எல்லாத் தியேட்டர் மேனேஜர்களுக்கும் நெருங்கிய நண்பராகிவிட்டார். பார்வதி போன்ற சில கறாரான தியேட்டர் மேனேஜர்களிடம் கூட முதல் நாள் முதல்க் காட்சிக்கு தரை டிக்கெட் வாங்கிவிடுவார். ஆயிரம் ரூபாய் கொடுத்தாலும் ஹை கிளாஸ் டிக்கெட்டில் உட்காரமாட்டார். உலகம் சுற்றும் வாலிபன் படத்திற்கு யாரிடமும் நெருங்க முடியாத அளவுக்கு 'வெட்டுக் குத்தான' கூட்டம். எப்படியோ ஒரு பாக்ஸ் ஏ.சி.டிக்கெட் 4.20 ரூவாவுக்கு வாங்கிவிட்டார். முதல்க் காரியமாக அதை தரை டிக்கெட் காரர் ஒருவரிடம் மாற்றி அவரை ஏ.சி.டிக்கெட்டில் உட்கார வைக்கும் பொறுப்பை என்னிடம் ஒப்படைத்தார். அந்த ஆளுக்கு சந்தேகம், அடிபிடி பட்டு தரை டிக்கெட் கவுண்டருக்குள் புகுந்து புறப்பட்டு கசங்கிய சட்டையும், ஆறாய் வியர்வை வழியும் உடலுமாக நிற்பவனைப் பார்த்து ஏ.சி டிக்கெட்டில் உட்கார விடாமல் ஆக்கிவிட்டால் என்ன செய்வது என்று. இவ்வளவுக்கும் கொஞ்ச நாட்கள் ஆனதும் படத்தின் பிடித்த மான காட்சிகளை மாலைக் காட்சி அல்லது செகண்ட் ஷோ என்கிற ரெண்டாம் ப்ளே ஆட்டத்தில் தியேட்டர் வெராந்தாவில் நின்று பார்த்துவிட்டு வரும் அளவு செல்வாக்கு பெற்றுவிட்டார்.

அந்தக் காலமெல்லாம் மலையேறி நான் அவ்வளவாகத் தியேட்டர் பக்கம் போகாத காலம். மூக்கையா, தம்பி தம்பி என்று கூப்பிட்டார். அவர் வேலை பார்க்கும் கம்பெனிக்குள் அழைத்துச் சென்றார். ஒரே பெப்பர்மிண்ட் வாசனை. சீனிப்பாகு உருகும் வாசனை. உருளும் அச்சுக்களிலிருந்து உதிரும் ஆரஞ்சு வில்லைகளைப் பார்த்த படி நின்று கொண்டிருந்தேன். ஓரமாக இருந்த அவரது பெட்டியைத் திறந்து பழைய *எங்க வீட்டுப் பிள்ளை* ஸ்டில் ஒன்றை எடுத்துக் கொடுத்தார். அதைப் பற்றி அவருடன் பலதடவை பேசி இருக்கிறேன். எ.வீ.பி. படத்தின் செட்டிங்ஸ் பிரம்மாண்டமான ஒன்று. குறிப்பிட்ட ஸ்டில்லில் அந்த செட்டின் முழுப் பரிமாணமும் நன்றாகத் தெரியும். அதன் ஆர்ட் டைரக்டர் கிருஷ்ணா ராவ். விஜயா ப்ரொடக்ஷன்ஸ் படங்கள் பலவற்றிற்கும் அவர்தான் கலை என்று சொல்லிவிடலாம். *மிஸ்ஸியம்மா*, *மனிதன் மாறவில்லை* என்று, எல்லாப் படங்களிலும். எ.வீ.பி யின் படிக்கட்டு மிகப் பிரபலமான ஒன்று. அது ராசியான மாதிரியாகவும் ஆகிவிட்டது. அதிலும் ஆகப் பிரபலமான நான் ஆணையிட்டால் பாட்டும் அந்த அரங்கத்தில் எம்.ஜி.ஆருடன் சுழன்று சுழன்று வரும் வின்செண்ட் சுந்தரத்தின் படப்பிடிப்பும் காலத்திற்கும் மறக்க முடியாதவை. வழக்கமாக தேவர் பிலிம்ஸ் ஆரம்ப காலப் படங்களுக்கு கலை: சி.ராகவன். அப்புறமாக ஏ.கே. பொன்னுசாமி. முதன் முதலாக தேவர் தமிழில் வர்ணப் படமான *நல்ல நேரம்* எடுத்த போது கிருஷ்ணா ராவ் கலை இயக்கு நராகப் பணிபுரிந்தார். அதே போன்ற மாடிப்படிக்கட்டை ஸ்டில்லில் பார்த்ததுமே மூக்கையா சொல்லிவிட்டார் தம்பி எ.வீ.பி மச்சுப் படி மாதிரி இருக்குவே அதே ஆளுதான் செட்டிங்ஸ், படம் நூறு நாள்தான். *பட்டணத்தில் பூதம்* படத்தில் அற்புதமான சில செட்டிங்ஸ் போட்டிருப்பார், கிருஷ்ணாராவ்.

விஜயா புரொடக்ஷன்ஸ் படங்களுக்கு கிருஷ்ணா ராவ் என்றால் ஏ. வி.எம் படங்களுக்கு ஏ.கே.சேகர். ஏ.வி.எம்.மின் *வேதாள உலகம்* படத்திற்கு ஏ. பாலு கலை இயக்குநர். அது வித்தியாசமான *ஃபேண்டசி* படம். அதன் காட்சி நிர்மாணங்கள் அந்தக் காலத்தில் (1948) பிரமதமாகப் பேசப்பட்டது என்று சொல்லுவார்கள். ஏ. பாலு மிகச் சிறந்த ஆர்ட் டைரக்டர். (அவர் "கலை" என்று சினிமாவுக்கும் கலைக்குமான ஒரு பத்திரிகை நடத்தி வந்த நினைவு. இருவரும் ஒருவர்தானா என்று உறுதிப்படுத்த முடியவில்லை, இப்போ யாரிடம் போய் கேட்பது) ஏ.பாலு *சிவகங்கைச் சீமைக்கும்* கலை இயக்குநர். அரங்க அமைப்பும் சரி ஆடை அணிகலன்களும் சரி இயல்பான பதினேழு பதினெட்டாம் நூற்றாண்டைக் கண் முன் கொண்டுவரும். எனக்குத் தெரிந்து தமிழில் இயல்பான பல விஷயங்

களுடன் வந்த வரலாற்றுப் படம் அதுதான். அதே படத்திற்கு முந்தின நாள் வந்த வீரபாண்டிய கட்ட பொம்மன் படம் பிரம்மாண்டமாக எடுக்கப்பட்டது. பந்துலுவை தமிழகத்தின் *செசில் பி டெமிலி* (*டென் கமாண்ட்மெண்ட்ஸ், சாம்சன் டிலைலா* படங்கள் எடுத்தவர்) என்பார்கள். பந்துலு படம் ஆரம்பிக்கும் போது ஒரு பெரிய அரங்கத்தின் திரையைத் திறந்து கொண்டு வந்து கட்ட பொம்மன் படம் பற்றி விளக்குவார். செசில் பி டெமிலி எப்படி டென் கமான் மெண்ட்ஸ் ஆரம்பிக்கும் போது திரைக்குப் பின்னால் இருந்து வந்து விளக்குவாரோ அதே போல. கட்டபொம்மன் படத்திற்கு கலை, கங்கா. தமிழ் படங்களின் பிரம்மாண்டத்திற்கு மறுபெயர் கங்கா என்று கூடச் சொல்லலாம். ஸ்ரீதர் படங்களுக்கும் அவர் தான் ஆர்ட் டைரக்டர். ஏ.பி நாகராஜன் படங்களுக்கும் அவர்தான். திருவருட் செல்வர் படப்பிடிப்பு நடை பெறும்போது சாரதா ஸ்டுடியோவில், *மன்னவன் வந்தானடி* பாடலுக்காக பிரம்மாண்ட மான நடராஜர் சிலையை நிறுவி இருந்தார். பல தயாரிப்பாளர்களும் நடிகர்களும் அதை வந்து பார்த்துப் போனதாகச் சொல்லுவார்கள். எம்.ஜி.ஆர் கூட வந்து பார்த்துப் போனார் என்று ஒரு கிசு கிசு.

கங்கா, ராஜ ராஜ சோழனுக்காக வாசு ஸ்டுடியோவின் தளங்களில் அல்லாமல் வெளிப்புறத்திலேயே தஞ்சைப் பெரிய கோயில் நந்தி செட் போட்டிருந்தார். கந்தன் கருணைக்காக கோவளம் கடற்கரையில் போட்ட பிரம்மாண்டமான செட் மழை புயலில் நாசமானதால் இதனை இன்ஷ்யூர் செய்திருந்ததாகவும் பேச்சு அடி பட்டது. கங்கா, விஸ்வனாதனுடன் இணைந்து ஸ்ரீதர் இயக்கத்தில் *கலைக்கோவில்* என்று ஒரு படம் எடுத்தார். படம் வெற்றி பெற வில்லை. கங்காவின் உதவியாளராக செல்வராஜ் என்பவர் பணி யாற்றியிருக்கிறார். ராமண்ணாவின் எல்லாப் படங்களுக்கும் செல்வ ராஜ் என்பவர் பணியாற்றி இருக்கிறார். இருவரும் ஒருவர்தானா என்று தெரியவில்லை. செல்வராஜ், ஜேம்ஸ்பாண்ட் பாணி செட்டிங்ஸ் போடுவதில் பெயர் வாங்கியவர். Kiss kiss kill kill என்று ஒரு ஆங்கிலப் படம். அதன் சில காட்சிகளை அப்படியே *நான்* படத்தில் ராமண்ணா வைத்திருப்பார். பல காட்சி ஜோடனைகளை செல்வராஜ் அப்படியே வைத்திருப்பார். 'நான்' படம் வந்த பிறகு ரகசிய போலீஸ் 115 படத்திற்கு செல்வராஜ் ஒப்பந்தம் செய்யப்பட்டார் என்பார்கள். ஆயிரத்தில் ஒருவன் படத்திற்கு ஏ.கே.சேகர், கலை இயக்குநர்.

ஏ.கே. சேகர், பிரம்மாண்டத்திற்குப் பெயர் வாங்கிய இன்னொருவர். *அன்பே வா* அவரது கை வண்ணம். அதில் எம்.ஜி.ஆர். தங்கும் அறை அற்புதமாக வடிவமைக்கப் பட்டிருக்கும். நாகேஷ் சொல்லுவார், "இந்த அறையிலதான் நான் என் தேன்

நிலவையே கொண்டாடத் திட்டம் போட்டிருக்கேன்," என்று. அவ்வளவு அழகான செட்டிங்ஸ். ஏ.கே.சேகர், கலை இயக்கம் தவிர அமுதவல்லி படத்தை இயக்கவும் செய்திருக்கிறார். கப்பலோட்டிய தமிழனுக்கு அவரது காட்சி அமைப்புகள் கச்சிதமாக இருக்கும். ஒரு குழுவே திருநெல்வேலி தூத்துக்குடி எல்லாம் சென்று, நீதி மன்றங்கள், துறைமுகப்பகுதி எல்லாம் ஆய்வு மேற்கொண்டதாக அப்போது செய்திகள் அடிபட்டன.

ஜெனோவா படம் தயாரித்து இயக்கிய எஃப்.நாகூர், கலை இயக்குநரும் கூட. எம்.ஜி.ஆரின் ஆஸ்தான கலை இயக்குநர் பி. அங்கமுத்து. நாடோடிமன்னன், அடிமைப்பெண், உ.சு.வாலிபன், சத்யா மூவீஸ் படங்கள் எல்லாம் அவர்தான் ஆர்ட் டைரக்டர். சென்னை கடற்கரையில் இருக்கும் அவ்வையார் சிலை இவர் செய்தது தான். அது செய்யப்படும்போது நான் அவரது வீட்டிற்கும், தொழிற் கூடத்திற்கும் போயிருக்கிறேன். நாடோடி மன்னன் செட் பற்றி ஆனந்த விகடன் விமர்சனத்தில் வெகுவாகப் பாராட்டி இருந்தார்கள். அங்கமுத்து தமிழக மேலவை உறுப்பினராக இருந்தார், எம்.ஜி.ஆர் காலத்தில்.

பார்த்திபன் கனவு தொடர்கதைக்கு கல்கியில் ஓவியம் வரைந்த மணியம் அவர்களே பார்த்திபன் கனவு (பழைய படம்) படத்திற்கும் கலை இயக்குநராகப் பணியாற்றினார். பிரபல ஓவியர் கே.மாதவன். என்.எஸ்.கிருஷ்ணன் நாடகங்களுக்கு கலை இயக்குநராகப் பணி யாற்றியவர். அவர், தயாரித்து இயக்கிய *மணமகள்* படத்திற்கும் அந்தப் பிரபல ஓவிய மேதை கே. மாதவன்தான் கலை இயக்குநர். *கொஞ்சும் சலங்கை* படத்திற்கு அழகப்பன் ஆர்ட் டைரக்டர். மைசூர், ஜெய்ப்பூர் அரண்மனைகளைப் போலவே செட்டுகளும் அமைந்திருக்கும். சிங்கார வேலனே தேவா, என்று காருகுறிச்சியும் ஜானகியும் உருகி உருகிப் பாடி அருள் பாலிக்கிற கோவில் அவ்வளவு அற்புதமாய் இருக்கும். கடைசியில் வருகிற அரக்கு மாளிகை ஒரு பிரம்மாண்டம். அழகப்பனின் கலைத்திறத்தை *வீர அபிமன்யு*வில் பார்க்கலாம். அதில் பத்ம வியூகமும் கருட வியூகமும் எப்படி இருந்திருக்குமென இவரது கற்பனைத் திறன் மூலம் நிஜமாகக் கொண்டு வந்திருப்பார். நடிகையர் திலகம் சாவித்திரி தயாரித்து இயக்கிய *குழந்தை உள்ளம்* படத்திற்கு மோகனா என்கிற பெண் கலை இயக்குநர் அரங்க நிர்மாணம் செய்திருந்தார். சாதாரணப் படம், நன்றாகவே செய்திருந்தார். அவரே *சாந்திநிலையம்* படத்திற்கு பிரமாதமாக அரசாங்க நிர்மாணம் செய்திருந்தார். *மார்க்கஸ் பார்ட்லே*யின் வண்ண ஒளிப்பதிவிற்குப் போட்டி போடும் வகையில் இருக்கும் குமாரி மோகனாவின் கை வண்ணம். நான் பார்த்ததிலேயே மிகச் சிறந்த வண்ணப்படம் இதுதான். மோகனா

நடிகர் டி.எஸ் பாலையாவின் மருமகள் என்பது தோழர் ப. ஜீவசுந்தரி தரும் கூடுதல்த் தகவல்.

பாரதிராஜாவின் வருகைக்குப் பிறகு, அவர் காமிராமேன் நிவாஸ், கண்ணன் ஆகியோரின் கண்களை கிராமங்கள் நோக்கி எடுத்துப் போன போது உட்புறப் படப்பிடிப்பு வெகுவாகக் குறைந்தது. அது மீண்டும் ஸ்டுடியோவுக்குள் வர சகலகலாவல்லவன் கமல் உதவினார். புதிதாக தோட்டா தரணி, சாபு சிரில் என்று கலை இயக்குநர்களில் பல நாயகர்கள் பின்னால் உருவானார்கள். இப்போது கிராஃபிக்ஸ் தொழில் நுட்பமும் மிக முன்னேற்றமான சாதனங்களும் பிரம்மாண்டத்தை எங்கோ எடுத்துப் போகின்றன. இவையெல்லாம் இல்லாமல் அந்தக் காலத்தில் மார்க்கஸ் பார்ட்லே, W.R. சுப்பாராவ், K.S. பிரசாத் ரவிகாந்த் நகாய்ச் போன்ற பல ஒளிப்பதிவாளர்கள் அன்றைய பரம்பரிய கலை இயக்குநர்களுடன் இணைந்து பல மாயங்கள் செய்திருக்கிறார்கள். ஓவியர் மருது, நாசரின் ஃபேண்டசி கதையான தேவதை படத்திற்கு அற்புதமாகக் கலை நிர்மாணம் செய்திருந்தார்.

ஓவியர் மருதுவுடன் சமீபத்தில் மதுரையில் வைத்துப் பேசிக் கொண்டிருந்தபோது அவர், சொன்னார், ராஜ அலங்காரம், ராஜ உடைகள் எல்லாமுமே ரவி வர்மாவின் ஓவியப் பாதிப்பில் உருவானவை, அவை மிகை யதார்த்தக் கற்பனைகள்" என்று. நான் அவரிடம் ஒரு செய்தி சொன்னேன், வாரியார் சுவாமிகள் சொன்னதாக. வாரியார் சொல்லுவார், ரவி வர்மா தனது ஓவியங்களில் சிவ பெருமானுக்கு அழகான முறுக்கு மீசை தந்துவிட்டார், அதனால் தான் ஏ.பி.நாகராஜன் திருவிளையாடல் படத்திலும் தொடர்ந்த படங்களிலும் சிவனுக்கு மீசை வைத்துவிட்டார், உண்மையில் அவர்களெல்லாம் அமரர்கள். என்றும் பதினாறு வயதுடையவர்கள், அவர்களுக்கு மீசையே இருக்காது" என்று. தொடர்ந்த பேச்சில் அவர் நிறையச் சொன்னார். அப்போதுதான் முந்திய தலைமுறை கலை இயக்குநர்கள் பற்றி எழுதலாம் என்று தோன்றியது. மருது குறிப்பிட்ட கலை இயக்குநர்களில் ஒருவர் டி.வி.எஸ் ஷர்மா. அவர் பல தெலுங்குப் படங்களுக்கு கலை இயக்குநராகப் பணி புரிந்தவர். அவர் ஸ்டுடியோ டி.வி.எஸ் ஷர்மா என்ற பெயரில் விளம்பரச் சுவரொட்டிகளும் செய்திருக்கிறார். பல ஒளிப்பதிவாளர்களும் அடிப் படையில் ஓவியர்கள், கலை இயக்குநர்கள் என்று மருது குறிப் பிட்டார். வடக்கே பாபுபாய் மிஸ்திரி என்று தந்திரக் காட்சிகளுக்குப் பெயர் பெற்ற ஒளிப்பதிவாளர், முதலில் கலை இயக்குநராகப் பணி ஆற்றியவர். இங்கே ஒளிப்பதிவாளர் W.R.சுப்பாராவ் ஒரு நல்ல ஓவியர் என்று மருது குறிப்பிட்டார்.

இதயக்கனி முதல்க் காட்சி பார்த்துவிட்டு, படம் வெற்றி பெற்ற களிப்பில், வாயெல்லாம் பல்லாக வெளியே வந்து கொண்டிருந் தோம். உசிலை மூக்கையா பின்னாலிருந்து வந்து தம்பீ "அழகை ரசிப்போம் நிலவில் மயங்கி பாட்டு வர்ற செட் ஒண்ணுக்கே துட்டு செத்துச்சு தம்பி... அதுவும் திரை பக்கத்துல இருந்து பார்க்கறதுக்கு என்னம்மா இருந்துச்சு.... என்று படத்தின் பல நுணுக்கமான காட்சி அமைப்புகளையும், அம்பி ஐசரி என்று உசிலை மணி பேசும் காட்சியையும் பற்றிப் பேசிக் கொண்டே வந்தார்.... 'சரி இன்னக்கி வேலைக்குப் போகலியா' என்றேன். "அவன் கிடக்கான் பிச்சைக் காரப் பய... லீவு தரமாட்டேன்ரான்... போய்யா மசிருன்னு வந்துட்டேன். போவேன் சேத்துகிட்டா பார்ப்பேன் இல்லேன்னா எங்நூரு உசிலம்பட்டில இல்லாத முட்டாசிக் கடையா.... பொட்டியத் தூக்கிர வேண்டியதுதான்... அதற்கப்புறம் நான் மூக்கையாவைப் பார்க்கவேயில்லை..." உசிலைக்குப் போய் விட்டாரோ என்னவோ. படங்களில் உசிலை மணியைப் பார்க்கையில் எல்லாம் மூக்கையா நினைவும் வரும். உண்மையிலேயே உசிலை மணி ஓட்டலில்தான் மூக்கையா ஒரு காலத்தில் காஃபி பலகாரம் சாப்பிடுவாராம். ஓட்டலை யெல்லாம் காலி பண்ணி விட்டு சினிமாவில் நடிக்க வந்தவர் மணி. சினிமாவும் சர்க்கரை நோயும் அவரை விழுங்கிவிட்டது.

4

சொப்பன சுந்தரி

“நின்றால் கோயில் சிலையழகு
நிமிர்ந்தால் ஆயிரம் கலையழகு
நடந்தால் அன்னத்தின் நடையழகு
நாடகமாடும் இடை அழகு”

இது *பூவும் பொட்டும்* படத்திற்காக கவிஞர் கண்ணதாசனின் அழகு ரசம் ததும்பும் பாடல்களில் ஒன்று. இந்த சௌந்தர்ய பூஜைக் குரிய கதாபாத்திரம் யார் என்று தெரிந்தே பாடினாரா என்று தெரியவில்லை. கோயில் சிலைகளின் அழகமைப்பான *36–24–36* அளவுகளைத் தமிழ்த் திரையில் கொண்டவர் ஜோதி லட்சுமி. பெரிய ஆச்சரியம் என்னவென்றால் ஜோதி லட்சுமிக்கு திரையில் முதல் வாய்ப்புக் கிடைத்தது கவிஞரின் சொந்தப் படமான *வானம்பாடி* படத்தில்தான். *யாரடி வந்தார் என்னடி சொன்னார் ஏனடி இந்த உல்லாசம்* என்ற பாடல் ஒன்றிற்கு ஜோதி லட்சுமி ஆடுவார். முதல்ப் படத்திலேயே நடனத்தில் முத்திரை பதித்திருந்தார். அதனால் கவிஞர் தெரிந்தே பாடியிருக்கலாம். ஆனாலும் ஜோதி லட்சுமி டி.ஆர் ராஜ குமாரியின் சகோதரர் ராமண்ணா தயாரித்து இயக்கிய *பெரிய இடத்துப் பெண்* (இதுவே முதலில் வெளிவந்தது) படத்தில் நினைவு கொள்ளத்தக்க பாத்திரத்தில் நிறைவாக நடித்து பிரபலமானர்.

ஜோதி லட்சுமியின் நடனம் அற்புதமானது. அதில் ஒரு நளினம் இருக்கும். சில மூவ்மெண்டுகளுக்கு சிலர் திணறுவார்கள். ஆனால் இவர் அநாயசமாக ஆடுவார். அடிமைப்பெண் படத்தில், *காலத்தை வென்றவன் நீ...* பாடலுக்கு தங்கப்பன் மாஸ்டரின் இடுப்பையும்

முட்டுக்களையும் ஒடிக்கும் சிக்கலான மூவ் மெண்டுகளை ஊதித் தள்ளி இருப்பார். ஊர்த்துவ தாண்டவம் போல தலை வரை கால்களை உயர்த்தி ஆடுவார். உடன் ஆடும் சக நடிகைகள் சற்றே திணறு வார்கள். எம்.ஜி.ஆருக்கு இவர் மேல் நம்பிக்கை அதிகம். தவறாமல் சரியான வாய்ப்புகளை வழங்குவார். *தேடி வந்த மாப்பிள்ளை* படத்தில் கலகலப்பான பிக் பாக்கெட் பெண்ணின் பாத்திரம். இயல்பாகச் செய்திருப்பார். *தலைவன்,* எம்.ஜி.ஆர் ரசிகர்களே மறக்க நினைக்கிற படம், அதில் எம்.ஜி.ஆர் உடன் *ஓடையிலே ஒரு தாமரைப் பூ.....* பாடலில் அவ்வளவு நெருக்கமாக நடித்திருப்பார். அதை மட்டும் 'தலைவன்' ரசிகர்கள் மறக்கமாட்டார்கள்.

தன்னுடைய 24 இஞ்ச் உடுக்கை இடை துடிப்பாகத் தெரியும் படி, உடலை ஒட்டி இறுக்கமாகக் கட்டிய சேலையுடன் 36 இஞ்ச் வளைவுகளை வாளிப்பாக அசைத்து *"பம்பை உடுக்கை கொட்டி பரிவட்டம் மேலே கட்டி...* என்று ரிக்ஷாக்காரனின் சூப்பர் கிளை மாக்ஸில் போடும் குத்தாட்டம்... இன்றைக்கெல்லாமும் பார்த்துக் கொண்டிருக்கலாம். எம்.ஜி.ஆரையும் தனக்கு இணையாக ஆட்டி வைத்து விடுவார் அதில். இதிலெல்லாம் கதா நாயகர்களுடைய *டிலைட்* ஜோதி லட்சுமி. அவர் ரிவால்வர் ரீட்டாவில் கோல்ட் ஃபிஷ் ஜோதிலட்சுமியாகவும், கன்ஃபைட் காஞ்சனாவில் டயமண்ட் கிளியோபாட்ராகவும் தோன்றி 1970-72 சினிமா ரசிகர்களின் டிலைட்டாக மாறினார்.

ஒரு நடிகை, கிளியோபாட்ரா ஆங்கிலப் படம் வந்த சமயம் தான் தான் தமிழில் கிளியோபாட்ரா வேடத்திற்கு ஏற்றவர் என்று குமுதத்தில் பேட்டி கொடுத்திருந்தார். அதை மறுத்து அவரை விட சீனியர் நடிகை சொல்லியிருந்தார், "எலிசபெத் டெய்லர் வேடத்தைத் தமிழில் போட ஜோதிலட்சுமிக்கே உடல் வாகு இருக்கிறது" என்று. ஜோதி, 'பட்டணத்தில் பூதம்' பாடல்க் காட்சியான, *இதழை விரித்தது ரோஜா எடுத்து அனுபவி ராஜா...* பாடலில் எகிப்தியப் பின்னணியில் கிளியோபாட்ரா போல அற்புதமான நடனம் ஆடி, அதை உண்மை யாக்கி இருப்பார். கன் ஃபைட் காஞ்சனா போன்ற டப்பிங் படங்களை செந்தில் குமரன் பிக்சர்ஸார் தயாரித்து வெளியிடுவார்கள். உண்மை யிலேயே அவைகளுக்கு அடிமையான செந்தில் என்கிற ஒரு நண்பரின் திருமணத்திற்கு, குட்டிக் கலாட்டாவாக, நண்பர்கள் பிளேபாய் இதழொன்றைப் பரிசு கொடுக்க முடிவெடுத்தோம். அது அவர் காதுக்கு எட்டிய போது, பிளேபாய் என்றால் என்ன புத்தகம் என்று விசாரித்த பின்னர் அவர், "போங்கப்பா, ஜோதிலட்சுமி படம் நாலு கொடுங்கப்பா போதும்" என்றார், சிரிக்காமல். எங்களுக்கு சிரித்து மாளவில்லை. அவ்வளவு தூரம் அவர் ஜோதி லட்சுமியின்

ரசிகர். அதில் உண்மை என்னவென்றால் ஏகப்பட்ட பேரின் சொப்பன சுந்தரி ஜோதிலட்சுமி. அவருக்காக 'சுந்தரமூர்த்தி நாயனார்' படத்தைப் பொறுமையாகக் கடைசி வரை பார்த்த குரூப் இருக்கிறது. அதில் கூட *தலையே நீ வணங்காய்...* என்ற திருநாவுக்கரசரின் தேவாரத்திற்கு அப்பழுக்கற்ற பரத நாட்டியம் அழகாக ஆடி இருப்பார்.

ஜோதிலட்சுமி கவர்ச்சியால் மட்டுமே ரசிகர்களைக் கட்டிப் போடவில்லை. கலாட்டா கல்யாணம், தேடி வந்த மாப்பிள்ளை. பெரிய இடத்துப் பெண் போன்ற படங்களில் நல்ல குணச்சித்திர வேடங்களிலும் ஜொலித்தவர். பெரிய இடத்துப் பெண் படத்தில் எம்.ஜி.ஆரிடம் அவரது குழந்தையின் அழகை வர்ணித்து "ஒங்களுக் கெல்லாம் அவனைப் பார்க்க குடுத்து வைக்கலை அத்தான்..." என்று குழந்தையைப் பார்க்க உசுப்பி விடும் நடிப்பு, ஒரு அறிமுக நடிகையின் முதிர்ச்சியான நடிப்பு. தான் ஒரு பரம்பரை நடிகை, அது தன் உறவினர்களின் படம், என்றாலும் உழைப்பு, ஈடுபாடு என்பது வேறு என்பதை அதில் திறமையாக நிரூபித்திருப்பார். திறமையை ரசிகர்கள் எளிதில் இனம் கண்டு கொள்வார்கள் என்பதற்கு ஜோதி லட்சுமியின் அந்த நடிப்பு உதாரணம். அழகு, நடனம், நடிப்பு, காமெடியில் டைமிங், என எந்தப் பாத்திரமானாலும் ஜொலித்த ஒரு நல்ல நடிகையை, முழுக்க முழுக்கத் தமிழச்சியான நடிகை ஒருவரை இழந்து நிற்கிறது தமிழ்த்திரை உலகம்.

5
சினிமா மந்திரம்

காய்ச்சல் அல்லது காலரா ஊசி போட்ட விளைவு என்று நினைக்கிறேன், ஆறு அல்லது ஏழு வயது இருக்கும். பள்ளிக்கூடம் போகாமல் வீட்டில் இருந்தேன். அப்பாவின் சபை, வீட்டின் தார்சாலில் கூடி இருந்தது. அது வழக்கமாய்க் கூடும் வெளி வட்டம். அவரது உள்வட்டம் மதியச் சாப்பாட்டிற்கு மேல், மாடியில் கூடும். (உள் வட்டம் வெளி வட்டம் என்பதெல்லாம் இப்போதைய பாஷை) இங்கே பக்கத்து வீட்டில் உள்ளவர்கள் பின்னால் புறவாசலில்க் குடியிருப்பவர்கள் என்று கூடி இருப்பார்கள். நான் பட்டாசலிலேயே படுத்திருந்தவன் அம்மாவை நச்சரித்து தார்சாலில் ஒரு பாயை விரிக்கச் சொல்லி, வந்து படுத்துக் கொண்டு அவர்கள் பேசுவதைக் கேட்டுக் கொண்டிருந்தேன். அப்பா அப்போது மெட்ராஸ் போய்த் திரும்பி இருந்தார். அவ்வப்போது போய் வருவார். திருநெல்வேலி சினிமாக் கொட்டகை சார்ந்த அவரது சினேகிதர்கள் அப்போது படம் எடுத்துக் கொண்டிருந்தார்கள், குல தெய்வம் படமாக இருக் கலாம். ஷூட்டிங் எடுப்பது பற்றிப் பேசிக் கொண்டிருந்தார். அப்பா கைகளைப் பக்கவாட்டில் நீட்டிக் கை தட்டுவது போல் ஏதோ செய்து காண்பித்தார், இப்படிச் செஞ்சதும் ஷூட்டிங் ஆரம்பிக்கும். உக்கார்ந்து பார்க்கவே முடியாது, போரடிக்கும்... என்று சொல்லிக் கொண்டிருந்தது பசுமையாய் நினைவில் இருக்கு. அது ஏன் அப்படிச் செய்கிறார்கள் பண்ணையாரே என்று, எனக்குத் தோன்றிய கேள்வியை அவர்களே கேட்டதற்கு ஏதோ மழுப்பலாகவே பதில் சொன்னார். அதற்குள் போத்தி ஓட்டலிலிருந்து எல்லோருக்கும் ஆரஞ்சு கிரஷ் வந்து

விட்டது. நானும் கேட்டதற்கு ச்சீ, காயச்சல் கண்ணு முழிக்காமக் கிடந்தேன்னு சொன்னாங்க. கூல் டிரிங் கேக்கற ஆளைப்பாரு என்று கதை கேட்கக் கூடியிருந்தவர்களில் யாரோ சொன்னார்கள். அப்பா குளிச்சி போனதும் குடி என்று ஒரு அரைத் தம்ளர் கொடுத்தார். அதுதான் அப்பா.

அப்பா பக்க வாட்டில் கைகளை நீட்டித் தட்டிக் கண்பித்தது, கிளாப் அடிப்பதைத்தான் என்று பின்னாளில் புரிந்தது, அது எடிட்டிங்கில் எவ்வளவு தூரம் பயன்படும் என்பது ரொம்பப் பின்னால் ஸ்டுடியோவிற்குள் சுற்றித் திரியும் போது தெள்ளெனத் தெரிந்தது. கனவுத் தொழிற்சாலைக்குள் செல்லும் கனவு என்பது ஒவ்வொரு சினிமா ரசிகனின் ஆசை. பல நண்பர்கள், மெட்ராஸ் போக வாய்ப்புக் கிடைத்த நண்பர்கள், ஸ்டுடியோ வாசலில் தவம் கிடந்து வெறும் காத்திருப்போடு வந்திருக்கிறார்கள். அவர்களிடமும், சென்னையையே மிதித்திராதவர்களிடமும், உள்ளே நுழைய வாய்ப்புக் கிடைத்தவர்கள் சொல்லும் கதைகளுக்கு ஏக மரியாதை இருக்கும். ஆனால் அதெல்லாம் *சர்வர் சுந்தரம்* படம் வரும் வரை. அதில் ஷூட்டிங் பார்த்தவர்கள் சொல்லும் கதைகளான, சினிமா மழை, பேக் புரொஜக்ஷனில் பைக் அல்லது குதிரை ஓட்டுவது எல்லாவற்றையும் காட்டி விட்டார்கள்.

சர்வர் சுந்தரம் Errand boy ஆங்கிலப் படத்தின் தழுவல். *ஜெரி லூயிஸ்* நாகேஷின் மிகப்பெரிய ஆதர்ஸம். *எரண்ட் பாய்* படத்தைப் பார்த்த எங்களில் சிலருக்கு சர்வர் சுந்தரத்தின் காட்சிகள் வியப்பாக இல்லை. ஆனால் அதில் பாலச்சந்தரின் தமிழ் முத்திரை இருக்கும். எரண்ட் பாய் சனி ஞாயிறு காலைக் காட்சியில்தான் தியேட்டரில் காட்டினார்கள். சனிக்கிழமை ரிசல்ட் கேட்டு ஞாயிற்றுக் கிழமை காலைக் காட்சிக்கு கடுமையான கூட்டம். அப்போதெல்லாம் காலைக் காட்சிக்கு பாதிக் கட்டணம். அதாவது 31 பைசா பெஞ்சு டிக்கெட் 18 பைசா, 66 பைசா பேக் பெஞ்சு 31 பைசா... இப்படி. அதிக பட்ச டிக்கெட்டே 2.06 பைசாவாகத்தான் இருக்கும். அப்படியும் அந்த ஆங்கிலப் படத்தைப் பார்த்தவர்களைவிடக் கேள்விப்பட்டவர்களே அதிகம். அதனால் சர்வர் சுந்தரம் பயங்கர ஹிட் ஆகிவிட்டது. அப்புறம் ஜெரி லூயிஸ் திருநெல்வேலி வரை பிரபலமாகிவிட்டார். அவர் படமெல்லாம் ரெகுலர் காட்சிகளாகவே திரையிட்டார்கள், ஜெர்ரியின் *நட்டி ப்ரொஃபசர். சிண்டெர் ஃபெல்லா,* போன்றவை திருநெல்வேலியில் தினசரிக் காட்சிகளாக ஒரு வாரம் ஓடின. நட்டி புரொஃபசர் அற்புதமான படம். இன்றும், 53 வருடங்களாக அமெரிக்க தேசிய சினிமா காப்பகத்தில் அதன் பிரதியினைப் பத்திரமாகப் பாதுகாக்கிறார்கள். அதன் இறுதியில் காட்டப்படும் நடிக நடிகைகள், கலைஞர்களின் பட்டியலில், அவர்கள் நேரில் தோன்றுவார்கள்.

அதையே பொம்மை தமிழ்ப் படத்திலும் எஸ். பாலச்சந்தர் வைத்திருப் பார். (இதற்கெல்லாம் முன்பே *மணமகள்* படத்தில் கலைவாணரும் செய்திருப்பார்)

சர்வர் சுந்தரத்திலிருந்து சினிமாவுக்குள் சினிமாவைக் காண்பிக்கும் கதைகள், காட்சிகளுக்கு ரசிகர்களிடம் வரவேற்பு அதிகம் உண்டாகி விட்டது. அது ஒரு ராசியான விஷயமாகவும் பட்டது. எம்.ஜி.ஆர் குதிரையில் போகும் காட்சிகள் எல்லாம் இப்படித்தான் என்று ஒரு சாரார் சொல்ல, சிவாஜிக்கு பாவ மன்னிப்பு படத்தில், "மனிதன் மாறிவிட்டான்" பாடலில் சைக்கிள் கூட ஓட்டத் தெரியாதே, ஸ்டாண்ட் போட்டுல்ல மிதிப்பார் என்று எதிரணி சொல்லும். எனக்குத் தெரிந்து வானம்பாடி படத்தில்தான், சினிமாவுக்காக பாடல் ஒலிப்பதிவு செய்யும் காட்சி எடுக்கப்பட்டது. ஆனால் அதில் கே.வி.மகாதேவன் காட்சியில் தோன்ற மறுத்துவிட்டார். சர்வர் சுந்தரத்தில் விஸ்வனாதன் மட்டும் வருவார். டி.கே.ராமமூர்த்தி மறுத்துவிட்டார். அதற்கு அப்புறம் மைக் மோகன் படங்களில் நிறையப் பாடல்ப் பதிவு காட்சிகள் வந்தன.

சர்வர் சுந்தரம் வந்த சில நாட்களிலேயே *எங்க வீட்டுப் பிள்ளையில்* சினிமா ஷூட்டிங், ஸ்டுடியோக்கள் எல்லாம் வரும். ஒரு சண்டை ஷூட்டிங் காட்சியில் எம்.ஜி.ஆர் எல்லோரையும் நிஜமாகவே பின்னி எடுப்பது போல ஒரு காட்சி வரும். ஆனால் இவையெல்லாம், நிஜ சினிமாச் சண்டைகளையும் பாடல்களையும் ஃப்ரேம் ஃப்ரேமாக எடுத்துக் குவித்து, அது எடிட்டிங்கிற்குப் பிறகே நாம் திரையில் காண்கின்ற வடிவுக்கு வருகின்றன என்று காட்டப் பட்டதே கிடையாது. *ராமன் எத்தனை ராமனடி* சிவாஜி படங்களில் நன்றாக ஓடிய படம். இன்றைக்குப் பார்த்தால் அது சுத்த *ஃப்ளாப்* படமாக இருக்கும். சாப்பாட்டு ராமன், சென்னைக்கு வருவார். (அதற்கு எழும்பூர் ரயில் நிலையத்தை ஓவர் லேப்பாகக் காண்பித் தால்ப் போதும்) அப்புறம் அவர் சினிமாஸ்டுடியோவிற்குள் அதே அப்பாவியாக நுழைவார். கருணை மிக்க ஒரு இயக்குநர் அவரைப் படிக்காத மேதையாக்கி விடுவார். பாசமலராகி விடுவார், வீரபாண்டிய கட்ட பொம்மனாகி விஜயகுமாராக கிராமத்திற்கே திரும்பி வந்து வில்லன்களைப் பழி வாங்குவார்.

சர்வர் சுந்தரம் படத்தின் வெற்றித் தாக்கம் குறையாமல், பாலசந்தர் *பாமா விஜயம்* எடுத்தார். ஒரு நடிகை பக்கத்து வீட்டில் குடியேறுவதால் ஒரு நடுத்தர வர்க்கக் குடும்பத்தில் ஏற்படும் காமெடியான குழப்பங்களை நன்றாகவே எடுத்திருந்தார். இதில் ஸ்டுடியோ வரவில்லையென்றாலும் நடிகையின் சொகுசு வாழ்க்கை

நன்றாகக் காண்பிக்கப்பட்டது. இதில் ராஜஸ்ரீக்குப் பதிலாக நடிக்க அன்றைய பிரபல நடிகை அணுகப்பட்டார். ஆனால் அவருடைய கார்டியன் கதாநாயகர் அதைத் தவிர்க்கும்படி அறிவுறுத்தினார், அதனால் ராஜஸ்ரீக்கு அந்த வாய்ப்பு கிடைத்ததாக ஒரு கிசு கிசு உலவியது. அப்போது கிசு கிசுக்கள் பத்திரிகைகளில் வருவதில்லை ஆனால் செவி வழிச் செய்தியாக வந்துகொண்டே இருக்கும். இப்படி செவி வழியாக வந்தவற்றில் பல உண்மைகளாகவும் இருந்திருக்கின்றன. அப்புறம் இந்த "உண்மைகளை" நிறுவும் பொறுப்பை பிரபல வார இதழ் "கிசிகிசு" என்ற பெயரில் எழுத ஆரம்பித்துவிட்டது. அதற்கும் ஸ்டார் ட்ஸ்ட், இந்தி சினிமா இதழின் ஆசிரியர் ஷோபா டே தான் பாதை போட்டவர்.

ஆண்டன் செக்காவின் பிரபலமான கதையான *ஆக்ட்ரெஸ்* (நடிகை), என்பதை ஒட்டி எடுக்கப்பட்ட *மீண்டும் கோகிலா* படத்தில் தீபா நடிகையாகவும் அவருக்கு வக்கீலாக வரும் கமல் வடிக்கும் ஜொள்ளைப் பற்றியுமாக படத்தில் வரும் சினிமாக் காட்சிகள் சுவாரஸ்யமானவை. அதே போல சலங்கை ஒலியில் சினிமாவில் நாட்டிய ஆசிரியராக (உதவியாளர்) வரும் கமல் படும் பாடுகள் நன்றாக இருக்கும். "ஒரு நாயகன் உதயமாகிறான்" என்று அறை கூவல் விடுக்கும் பாடலுடன் சினிமா உலகில் பாக்கியராஜ் அடி எடுத்து வைக்கும் காட்சிகள் கொண்ட *தாவணிக் கனவுகள்* சினிமா சம்பந்தப்பட்ட பல விஷயங்களை, குறிப்பாக பாரதிராஜாவின் காரியார்த்தமான கோபம் உட்பட, நன்கு காண்பித்திருந்தது.

நான்கு திருடர்கள் ஒன்றாகச் சேர்ந்து ஒரு சினிமாப் படம் எடுக்கும் *நான்கு கில்லாடிகள்* தமிழில் நல்ல நகைச்சுவைப் படங்களில் ஒன்று. ஏ.எல். நாராயணன் கதை வசனம். (அதற்கு மூலம் எங்கிருக்கிறது என்று தெரியவில்லை). "பூக்கடைப் பக்கம் டீக்கடையோரம் ஏக்கத் தோட நான் காத்திருந்தேன் என்னாத்தே நீயும் வரலை..." என்ற பாடல் கூட அவர் எழுதியதுதான். ஜெய்சங்கர், மனோகர். சுருளிராஜன், தேங்காய் சீனிவாசன் ஆகிய நான்கு கில்லாடிகள் திருடிய பணத்தைக் கொண்டு, நாயகன் சி.எல்.ஆனந்தனை, முகத்தில் ஆசிட் ஊற்றி விடுவதாக மிரட்டியும் எடுக்கும் படம். பாதிப் படத்தில் கதநாயகன் பண்ணும் ரவுசை வேடிக்கையாக அடக்கி படத்தை முடித்து அதன் நூறாவது நாளுக்கு ஜெயிலில் இருந்து நாலு பேரும் வருவார்கள். அந்தக் காலத்தில் ரவுசு பண்ணிய பெரிய தலை நடிகர்களைச் சாடுகிற படமாக அமைந்திருந்தது. அது மாடர்ன் தியேட்டர்ஸ் படம் என்பதால் தலைகளால் ஒன்றும் எதிர்ப்புக் காட்ட முடியவில்லை.

சினிமா உலகின் ஆடம்பர, பொய் நெருக்கடிகளிலுமிருந்து தப்பிக்க எண்ணும் ஒரு நடிகையின் கதையாக *சுமதி என் சுந்தரி* வந்தது. (இதன் மூலக்கதையும் வங்காளமோ இந்தியோதான்) இதன் டைட்டிலில் கார்டில் மர்லின் மன்ரோ போன்ற ஆங்கில நடிகைகளின் அரை குறைப் படங்களைக் காட்டுவார்கள். சிவாஜி கணேசனின் சொந்தப் படமான இதில், அன்றையப் பல கதாநாயகியரின் உண்மை யான ஆதங்கமாகவே இந்தப் படத்தின் கதை இருந்தது என்று ஏதோ ஒரு பத்திரிகையில் எழுதின நினைவு. வி.கோபாலகிருஷ்ணன் சினிமா டைரக்டராக அழகாக நடித்து இருப்பார். அவர் ஒரு அற்புத மான கலைஞன். உண்மையிலேயே அவர் படங்களை இயக்கி இருக் கலாம். அவ்வளவு தூரம் சினிமா பற்றித் தெரிந்தவர். (ஒருமுறை, ஆங்கிலப் பட இயக்குநரான டேவிட் லீன், *ப்ரிட்ஜ் ஆன் தி ரிவர் க்வாய், லாரன்ஸ் ஆஃப் அரேபியா...* டாக்டர் ஷிவாகோ போன்ற பிரம்மாண்டங்களை இயக்கியவர் பற்றி பொம்மை சினிமா இதழில் ஒரு கட்டுரை எழுதி இருந்தார்.) ஒரு நடிகையின் கதையாக வந்து மிகச் சிறப்பாக அமைந்த இன்னொரு படம், மறுபக்கம், ரோஹிணியும் ரேவதியும் பாலு மகேந்திராவும் சேர்ந்து சிறப்பாகச் செய்த ஒரு படம் ரோஹிணியின் நடிப்பு அபாரமாக இருக்கும். நிஜமான ஒரு தமிழ் இயக்குநரின் வாழ்வில் நடந்தது என்று கிசுகிசுக்கப் பட்டாலும் அருமையான புனைவை உள்ளடக்கிய படம். இதே போல இயக்குநர் கதநாயகி மகன் என்று ஒரு முக்கோணக் கதையான இமயம் படத்தில் சிவாஜி நடித்திருந்தார்.

எம்.ஜி.ஆர் படங்களில், சினிமாப் பாத்திர எம்.ஜி. ஆர் போக, நிஜ எம்.ஜி.ஆர் பாத்திரத்திலேயேயும் வருகிற இரண்டு படங்களில் எங்கள் தங்கம் பரவாயில்லாமல் இருக்கும். தேர்த் திருவிழா படத்தில் நாடகத்திற்கு தலைமை தாங்க வருவார். நிஜ எம்.ஜி.ஆரை சினிமா எம்.ஜி.ஆரும், ஜெயலலிதாவும் ரசிகர்கள் போலத் தொட்டு மகிழும் காட்சிகள் எல்லாம் வரும். நாடகமும் சரியாக இருக்காது, காட்சிகளும் சரியாக இருக்காது. படத்திலும் கதையே இருக்காது. ஆனால் படத்தில் ஜெயலலிதா கிராமத்திலிருந்து சென்னைக்கு வந்து நடிகை யாகி விடுவார். அவர் சிபார்சில், எம்.ஜி.ஆருக்கே சினிமாவில் வேஷம் கிடைக்கும். வாள்ச் சண்டை வீரராக நடிப்பார். என்ன வெல்லமோ இருந்தும் படம் ஓடவில்லை.

அது எப்படி என்று புரியவில்லை, சினிமாக் கதாநாயகன் என்றால் மட்டும் சினிமா சான்ஸ் தானே தேடி வந்துவிடும். சபாஷ் மாப்பிள்ளே படத்திலும் பம்பாய் போய் எம்.ஜி.ஆர். சினிமா சான்ஸ் கிடைத்து நடித்து விட்டு, ஸாரி, அடித்து நொறுக்கிவிட்டு வந்து விடுவார். அதே போல் *மனம் ஒரு குரங்கு* படத்தில் சோ பாவப்

பட்ட விஜயாவை பெரிய சினிமா நடிகையாக்கி விடுவார். பெர்னார்ட் ஷாவின் *பிக் மேலியன், மை ஃபேர் லேடி* படமாக வந்து, அதை மனம் ஒரு குரங்காக கிளை தாவ வைத்திருப்பார் சோ. ஏணிப்படிகள் படத்திலும், கிராமத்திலிருந்து ஷோபாவை அழைத்து வந்து சினிமா நடிகையாக்கி விட்டு தான், தெருவில் நிற்பார் சிவகுமார். அன்றிலிருந்து இன்று வரை சினிமாவை உள்ளடக்கிய சினிமாக்கள் நிறைய உண்டு. *கறுப்புப் பணம், தாயின் கருணை, நட்சத்திரம், புதுப்புது அர்த்தங்கள், சிகரம், மூன்று முடிச்சு*, என்று ஏகத்திற்கு உண்டு. சினிமாவுக்குள் சினிமா என்பது ஒரு வகைமையான சினிமாக்கதை அதை அவ்வப்போது திரை யுலகம் தூசி தட்டி எடுத்து முயன்று பார்க்கும்.

சமீபமாக *டிஷ்யூம்* படத்தில் ஜீவா ஸ்டண்ட் மேனாக வருவார். சினிமாவை வைத்து எடுக்கப்பட்ட நல்ல சினிமா இது. பிரமாத மாக ஓடிய பிளாக் ஹியூமர் படமான *ஜிகர் தண்டா* சிறப்பாகவே வந்திருந்தது. ஆனால் படத்தை முடிப்பதில் கே.பாலசந்தர் போல சற்றுத் திணறி இருப்பார், சுப்புராஜ். பொதுவாக ஒரு படம் நன்றாக, எல்லா அம்சத்திலும் நன்றாக அமைவதென்பது உதாரணமாக எங்க வீட்டுப் பிள்ளை, காதலிக்க நேரமில்லை, தில்லானா மோகனாம்பாள், பாட்ஷா, சலங்கை ஒலி போல எப்போதாவது நடக்கக் கூடியது. நன்றாக வரவேண்டுமென்ற நம்பிக்கையில் ராசியான கைகளால் 'கிளாப்" அடித்து ஆரம்பித்து வைப்பார்கள். அப்படியே தொடங் கினாலும் எல்லாமும் நன்றாக அமைந்து விடுவதில்லை. ஏன்? அது சினிமாவுக்கே தெரியாத சினிமா மந்திரம்.

6
கனவுகளே ஆயிரம் கனவுகளே....

வகுப்பிலேயே மிகவும் பயந்த சுபாவி சீனிவாசன். வருகைப் பட்டியலில் எனக்கு அடுத்த எண் அவன்தான். எனக்கு முந்தியது என் பெயரைப் போலவே உள்ளவன். பெரும்பாலும் வருகைப் பதிவேடு எடுக்கையில் எனக்கு ப்ராக்சி கொடுப்பதும் என் பெயருடையவன் தான். அவன் என்னைவிட சுமாராக நன்றாகப் படிப்பான். எல்லா வற்றிலும் பாஸ் மார்க் வாங்கிவிடுவான். அதனால் அவனை சந்தேகமும் படமாட்டார்கள். கண்டு பிடித்தால் என்னைத்தான் கூப்பிடறீங்கன்னு நெனைச்சேன் என்று சொல்லிவிடுவான். அவன் எனக்கு ப்ராக்ஸி கொடுப்பதற்குக் கூட சீனிவாசன் அந்தப் பயம் பயப்படுவான். வெள்ளிக் கிழமை தோறும் கல்லூரியின் மத்தியான வகுப்பில் நான் இருப்பதே இல்லை. அப்பொழுதெல்லாம் மூன்றாம் வருட முடிவில்தான் மேஜர் பாடங்களுக்குத் தேர்வு. செமஸ்டர் முறை கிடையாது. அதனால் முதல் இரண்டு வருடங்களிலும் அவிழ்த்து விட்ட கழுதைகள் மாதிரித்தான் அலைவோம்.

மூன்றாவது வருடம் நான் கனவுலகில் சஞ்சாரிக்க ஆரம்பித்த காதலனாகிவிட்டதால் வகுப்புக்களை கட் அடிப்பதே இல்லை. நான் ஃபெயிலாகித் தொலைத்து, என் சக வயதுச் செல்லம், அவள் பாஸ் பண்ணிவிட்டால், என்ற பயம். ஒழுங்காகப் படிக்க ஆரம்பித்து விட்டேன். காலாண்டுத் தேர்வில் மதிப்பெண்கள் குவிந்துவிட்டது. எல்லா வாத்தியார்களும் ஏய், பிட் எதுவும் அடிக்கியாப்பா என்று கேட்கும் அளவிற்கு மதிப்பெண்கள். ஒரு வாத்தியார், ஆயத்தொலை வடிவ கணிதம் என்றால் உங்களுக்குத் தெரியுமா, (ஒன்னுமில்லை

ஐயா Analyitical Geometry) இந்தா இந்தக் கணக்கை இங்கே போர்டுல வந்து செய் பார்ப்போம் என்று சொன்னார். நானும் 'காதல் கொண்டேன்' தனுஷ் மாதிரி ஆளும் அப்படி சோனிதான் அப்போ விடு விடுவிடு என்று கணக்கைப் போட்டு விட்டு வந்து இடத்தில் அமர்ந்தேன். வகுப்பில் ஒரே கூச்சல், இப்போதைய சட்ட சபை போல பெஞ்சைத் தட்டி ஆரவாரம்.

சீனிவாசன் என் வீட்டுக்குப் பக்கத்தில் ஒரு அறை எடுத்துத் தங்கி இருந்தான். என் வீட்டில் வந்து என்னுடன் சேர்ந்து படிப்பான். அனேகமாகச் சந்தேகம்தான் கேட்பான். கணக்குகள் போடுவதை திறந்த வாய் மூடாமல் பார்ப்பான். எப்படிவே திடீர்னு படிச்சீரு என்பான். அது அப்படித்தாம்ல என்பேன். அவனுக்கு சொன்னாலும் புரியுமா, பெண் செய்யும் விந்தைகள் என்று நினைத்துக் கொள்வேன். அவ்வப்போது என் கவிதை நோட்டை எடுத்துப் பார்ப்பான். "அவள் நாடாளும் ராணியானாள் நான் அவளுக்காய் நடக்காத போர்க் களத்தில் வீரனானேன்..." என்பதைப் படித்து விட்டு, வே இப்படின்ன என்ன அர்த்தம் என்றான். "அதெல்லாம் புரியாது, ஆளை விடு என்றேன். திடீரென்று ஒரு நாள் ராத்திரி" வாரும் வே அப்படியே கல்லூர் பிள்ளை கடையில் இட்லி சாப்பிட்டு விட்டு ஏதாவது செகண்ட் ஷோ சினிமா போவோம்" என்றான். அந்தக் கடையில் அவனுக்கு கணக்கு உண்டு. இட்லிக்கும் காரா வடைக்கும் ஃபேமஸான கடை. போனோம். சாப்பிட்டோம். *தேடி வந்த மாப்பிள்ளை* சினிமா போனோம்.

ஜெயலலிதா தேடும் மாப்பிள்ளை கதாநாயகன்தான் என்று தெரிந்ததும் அவரது படத்தை மார்போடு அணைத்துக் கொண்டு கனவுக்குள் புகுந்து விடுவார். மாணிக்கத் தேரில் மரகதக் கலசம் மின்னுவதென்ன பாடலில் "ராணி உந்தன் மேனி என்ன ராஜ வீதி தோற்றம்தானோ..." என்ற வரிகள் வந்த போது "யோ நீரும் இந்த மாதிரித்தானே எழுதி வச்சிருக்கேரு, அப்ப நீரும் லவ் பண்ணு தேரு என்னவே... இப்ப எம்.ஜி.ஆர் இடத்தில நீரு இருக்கற மாதிரி யாவே," என்றான். "நான் மட்டுமில்லைப்பா இங்கே படம் பாக்கிற எல்லோரும் அவனவன் அந்த இடத்தில இருக்கிற மாதிரித்தான் நெனைச்சிகிட்டு பார்ப்பான்... பேசாம பாட்டு வரியைக் கவனி." மரகதக் கலசம்ன்னா என்னவே என்றான். பின்னாலிருந்து பலத்த சிரிப்பு வந்தது. யாரோ என்னப்பா பச்சைப் புள்ளைகளையெல்லாம் படத்துக்கு கூட்டீட்டு வந்திருக்கே என்றார்கள். கொஞ்ச நாள் கழித்து 'என் அண்ணன்' பார்க்கப் போயிருந்தோம். அதில் தெளிவாகவே அவனுக்குப் புரிந்துவிட்டது. தரை டிக்கெட்டில் உட்கார்ந்து சினிமாப் படம் பார்க்கும் எம்.ஜி.ஆரும் ஜெயலலிதாவும் சினிமா பாத்திரங்

களாகவே மாறி "நீல நிறம் வானுக்கும் கடலுக்கும் நீல நிறம் காரணம் ஏன் கண்ணே..." என்று பாடுவதைக் கேட்டு, "அப்ப இந்த சினிமால்லாம் ஓடறதுக்குக் காரணமே இந்த மாதிரி லவ் சீன்தானோ" என்றான்.

ப.நீலகண்டன் படங்களில் கனவு சீன் இல்லாமல் படமே இருக்காது. இது விழித்தபடியே காணும் கனவு. மற்ற படங்களில் தூங்கிக் கொண்டே கனவு. அப்போதெல்லாம் படம் வருவதற்கு சில நாட்களுக்கு முன்னாலேயே தியேட்டரில் படத்தின் ஸ்டில்களை வைப்பார்கள். அதைக் கேள்விப்பட்டுப் பார்க்கப் போவதற்கே ஒரு குரூப் கிளம்பும். காவல்காரன் ஸ்டில் பார்க்கப் போயிருந்தோம். 'நினைத்தேன் வந்தாய்' பாட்டுக்கான ஸ்டில்ஸ் பார்த்ததுமே இது கனவு சீன்லே என்று சொல்லிக் கொண்டோம். நீலகண்டன் படத்தில், கதைப் போக்கில் இது கனவுக்காட்சி என்று கண்டே பிடிக்க முடியாது. ஆனால் கனவு சீன் இருக்கும் என்று எல்லோருக்கும் தெரியும். பாட்டு முடியும் போது மக்கள் 'நே' என்று விழித்து இது கனவு சீன்லா என்பார்கள். காவல்காரன் நீண்ட நாட்களுக்குப் பின் ப.நீலகண்டன் இயக்கும் எம்.ஜி.ஆர் படம். அதில் இரண்டு டூயட்டுமே பழைய காலத்தை நினைத்துப் பார்க்கும் நனவு போன்ற காட்சிகள். அடுத்து வந்த *கண்ணன் என் காதலன்* படத்தில், "சிரித்தாள் தங்கப் பதுமை" பாடல், கனவுக்காட்சியென்ற எல்லா அம்சங்களுடனும் இருக்கும். *ஆசைக் கனவு* என்ற பெரிய புத்தகத்திற்குள்ளிருந்து ஜெயலலிதாவும், *இன்ப உலகமோ, இன்பக் கனவோ* ஒரு புத்தகத்திற் குள்ளிருந்து எம்.ஜி.ஆரும் எழுந்து வருவார்கள்.

ஆனால் இதில் யாரும் எதிர்பார்க்க முடியாத விதத்தில் "மின் மினியைக் கண் மணியாய்க் கொண்டவனைத் தந்தாள் உன் அன்னை..." என்கிற தாலாட்டுப் பாட்டு கனவாக முடியும் போது, ஏய் ஏமாத் திட்டார்டா டைரக்டர் என்று தியேட்டரே உணர்ந்து சிரிக்க, லேசான சிரிப்பலை தியேட்டரில் நெடுநேரம் நீடிக்கும். அவர் இயக்கிய எம்.ஜி.ஆரின் 18 படங்களிலும் கனவுக் காட்சி இருக்கும். *நீதிக்குத் தலை வணங்கு* படத்தில் "கனவுகளே ஆயிரம் கனவுகளே..." என்றே பாடல் ஆரம்பிக்கும். இதை விட வேடிக்கை. பந்துலுவின் பத்மினி பிக்சர்ஸாரின் முதல் தயாரிப்பான *முதல் தேதி* ஒரு வித்தியாசமான படம் . இயக்கியது ப.நீலகண்டன். படத்தின் இடைவேளைக்குப் பின்னான மொத்தப் படமுமே, சிவாஜி கணேசன் காண்கிற ஒரு "கெட்ட" கனவு என்பது போல எடுக்கப் பட்டிருக்கும். ஆனால் அது சஸ்பென்ஸ். தாதா மிராஸி என்ற வங்க தமிழ் டைரக்டரின் மூலக் கதை. அவர் கதைகள் எல்லாமே மூலக்கதை அநேகமாக வங்காளப் படத்திலிருந்து கையாளப் பட்டதாகவே இருக்கும். அதிலும்

கலாப்ரியா ✳ 41

ஆயுள் இன்ஸ்யூரன்ஸுக்காக ஏமாற்றுவது போன்ற கதைகள். வங்காளத்தில் இன்றளவும் சாகாத ஒரு சப்ஜெக்ட் இது என்று ஒரு வங்காள நண்பர் சொன்னார். ப.நீலகண்டன் உதவியாளராக, புட்டண்ணா, அவரது உதவியாளராக பாரதிராஜா ஆகியோர் பணி யாற்றியதால் இவர்கள் படங்களிலும் கனவுக் காட்சிகள் கட்டாயம் உண்டு. பாரதி ராஜாவின் வெள்ளுடைத் தேவதைகள் இந்தப் பாதிப்பின் நீட்சி என்றால் மிகையில்லை.

நான் கண்ட சொர்க்கம், "ஜமாலெயே ஜிபந்தோ மனுஷ்" என்ற வங்காளப் படத்தைத் தழுவி தமிழில் எடுக்கப்பட்டது. வசனம் கே.எஸ்.கோபால கிருஷ்ணன். இது தங்கவேலு எடுத்து நடித்த படம் என்று சொல்லுவார்கள். இதிலும் பாதிக்கு மேல் தங்கவேலு காணும் கனவுதான் கதையே. கனவுக் காட்சி என்றாலே வெண் மேகமும், பாதரஸ மணிக்குண்டுகளும் தொங்க, சோப்புக் குமிழிகள் ஊடாகப் பறக்க, நாயகனும் நாயகியும் அனேகமாக ராஜரீக உடையில் ஆடுவார்கள். பாடலும் 'கனவின் மாயா லோகத்திலே நாம் கலந்தே உல்லாசம் காண்போமே...' என்ற மாதிரியில்தான், இருக்கும். அன்னையின் ஆணை படத்தில் வருகிற இந்தப் கனவுப் பாடலில், சாவித்திரியின் அழகைப் பார்த்துக் கொண்டே இருக்கலாம். அதில் சிவாஜி கணேசன் நடக்கும் ஒரு அசாதாரண ஸ்டைல் நடை ரஜனிக் கெல்லாம் வரவே வராது. ஆனால் அதையே அவர் பல பாடல் களிலும் பின்னால் செய்வார்.

நாடோடி மன்னன் படத்தில் வான மேகங்களுக்குப் பதிலாக ஆழ் கடல். முத்துச் சிப்பிக்குள்ளிருந்து வெளிவந்து தலை கீழாக மிதந்து வரும் சரோஜா தேவி. கண்ணில் வந்து மின்னல் போல் காணுதே என்கிற சுரதாவின் அருமையான பாடல். அதில் வருகிற "சுடர் மின்னல் கண்டு தாழை மலர்வது போலே...... உனைக்கண்டு நானே மலர்ந்தேனே..." என்கிற காவிய வரிகள் பிரபலமானவை. இந்தப் பாடலின் 'ரஷ்' பார்த்து விட்டு, சரோஜாதேவி போலவே நானும் தலை கீழாகப் பறந்து வருவது போல ஒரு காட்சி எடுக்கணும் என்றாராம் எம்.ஜி.ஆர். "உனக்கு என்ன பைத்தியமா புடிச்சிருக்கு, அதுக்கு எவ்வளவு செலவாச்சு தெரியுமா, இன்னொரு தரம் நீ தலை கீழாப் பறந்தா நாம தலையில் கைய வச்சுகிட்டுப் போக வேண்டியதுதான்," என்று பெரியவர் சக்ரபாணி கத்திவிட்டாராம். எம்.ஜி.ஆர் அடங்கிப் போனாராம். இதெல்லாம் அந்தக் கால கிசு கிசுக்கள்.

சிவகங்கைச் சீமை படத்தின் 'கனவு கண்டேன் நான் கனவு கண்டேன்' பாடல் 1959களில் மிகப் பிரபலம். முகாரி ராகத்தில்

அமைந்த அந்தப் பாடல் வந்த பின்னரே தாலி கட்டி முடித்ததும் இசைக்கிற அந்த மங்கல நாதஸ்வர ஓசையினைக் கூர்ந்து கவனிக்க ஆரம்பித்தோம் என்றால் மிகையில்லை. அதிலிருந்து மணமேடையில் மங்கல இசை ஒலிக்கும் போதெல்லாம், இந்தப் பாடல் வரிகள் மனதில் ஓடுவதும் தவிர்க்க முடியாததாகிவிட்டது. நாதஸ்வர ஓசையினை வைத்தே எழுதப்பட்ட கண்ணதாசனின் இன்னொரு சிறப்பான கனவுப் பாடல், 'நாதஸ்வர ஓசையிலே தேவன் வந்து ஆடுகின்றான்... சேர்ந்து வரும் வேளையிலே தேவி நடமாடுகின்றாள்...' அற்புதமானது. கதையோடு இயைந்த, *சிச்சுவேஷன்* சார்ந்த, சில காதல் பாடல்களுக்கு வரி எழுதுவதில் ஒரு சுலபம் இருக்கிறது என்பார்கள், எனக்குத் தெரிந்த சினிமாப் பாடலாசிரியர்கள். ஒரு லவ் சாங் வேண்டுமென்று 'சும்மா' சொன்னால் எழுதுவது சிரமம். ஆனால் சும்மா எழுதினால் அதைக் கனவாகக் காண்பித்து விடலாம். 'சிரித்தாலும் போதுமே செவ்வானம் தோன்றுமே, பார்த்தாலும் போதுமே பழச் சாறு ஊறுமே...' என்று எழுதினால், கண்டிப்பாக அது கனவு சீனுக்கே லாயக்கு. கண்ணதாசன் சிச்சுவேஷன் சாங் தேவை இல்லையென்றால், கண்ணன் ராதை அனுராக பாவத்தில் எழுதித் தள்ளிவிடுவார். 'தடம் பார்த்து நடை போடும் யமுனா நதி தனில் ஓடி விழவேண்டும் ராதா நதி...' என்பது போல அல்லது 'கண்ணன் என்னும் மன்னன் பேரைச் சொல்லச் சொல்ல கல்லும் முள்ளும் பூவாய் மாறும் மெல்ல மெல்ல.' என்பது போல்.

படத்திற்கு *ரிச்னெஸ்* வேண்டுமென்றால். கனவுப் பாடலைப் போல கை கொடுப்பது ஒன்றுமில்லை. 'விழியே கதை எழுது...' என்ற உரிமைக் குரல் படத்தின் பாடல் சந்திர கௌன்ஸ் ராகத்தில் அமைந்த மெலிதான சோகப் பாடல். அவ்விதமாகவே முதலில் படம் பிடித்தும் இருந்தார் ஸ்ரீதர். எம்.ஜி.ஆர் அதைப் போட்டுப் பார்த்து விட்டு, படத்தில் ரிச்னெஸ்ஸே இல்லை. இதை ஒரு கனவுக் காட்சியாக எடுத்து விடுங்கள் என்றாராம். கூப்பிடுங்கள் 'பம்பாயிலிருந்து காமிராமேன் ரவிகாந்த் நகாய்ச் அவர்களை. ட்ரிக் ஷாட்டுகளை வைக்கச் சொல்லுங்கள்... ராஜ உடை தயாராகட்டும். புகை பறக்கட்டும்... ஸ்லோ மோஷனில் சூப்பர் கனவுக் காட்சி ரெடி. படம் பார்க்கும் போது அந்தக் காட்சியில் பறந்த விசில்களைக் கண்டதும் எங்களுக்குத் தோன்றியது. எம்.ஜி.ஆர் தனது ரசிகர்களைச் சரியாக எடை போட்டு வைத்திருக்கிறார் என்று. பிரபலமான பி.சுசிலாவின் பாடலான 'மாலைப் பொழுதின் மயக்கத்திலே நான் கனவு கண்டேன் தோழி.....' பாடலும் இதுவும் ஒரே ராகம்.

சாந்தாராம் இயக்கிய அழகான இந்திப் படம் 'பூந்த் ஜோ பன் கயே மோத்தி' (துளி நீரும் முத்தாகும்). அதில் ஒரு எளிமையான

கனவுக் காட்சி. பனி படர்ந்த பாதையில் ஒரு சிறிய தேரில் ஜிதேந்திராவும் மும்தாஜும் அமர்ந்து வர இரண்டு குழந்தைகள் புல்லாங்குழல் இசைத்தபடி சின்னச் சின்ன நடை நடந்து இழுத்து வரும். பாட்டு சுகமான மெலடியாக இருக்கும். ரொம்ப நாளாக இதை யாரும் தமிழில் காப்பியடிக்கவில்லையே என்று நினைத்துக் கொள்வேன். வந்தது ஒரு படத்தில். குட்டிக் குழந்தைகள் ஒரு பூந்தேரை இழுத்துவர, 'அழகிய தமிழ் மகள் இவள் இரு விழிகளில் எழுதிய மடல்...' என்று எம்.ஜி.ஆர் அதில் அமர்ந்து பாட ஆர்ப் பாட்டமான இசையுடன்... ஒரு கனவுக் காட்சி ரிக்ஷாக்காரன் படத்தில். இதே சாருகேசி ராகத்தில் சூப்பர் மெலடிப் பாடல்கள் தமிழில் நிறைய உண்டு. (தூங்காத கண்ணென்று ஒன்று துடிக் கின்ற சுகமென்று ஒன்று, காதலின் தீபம் ஒன்று ஏற்றினேன் என் நெஞ்சில் இன்று..." என்பவை போல)

புகை பரவாமல், ரசக் குண்டுகள் தொங்காமல், மேகம் இல்லாமல், எளிமையான பாலிதீன் ஷீட்டுகளை வைத்தே இருளும் ஒளியுமாக அழகான கனவுக் காட்சி ஒன்றை பி.என்.சுந்தரம், 'அனுபவம் புதுமை' படத்தில் ஒளிப்பதிவு செய்திருப்பார். அது ஒரு ப்ளாக் அண்ட் ஒயிட் கனவு. 'கனவில் நடந்ததோ கல்யாண ஊர்வலம்...' என்று கண்ணதாசன் பாடல் எழுத எம்.எஸ்.வி அழகாக இசை அமைத்திருப்பார். அது இளைஞர் கூட்டம் எடுத்த படம், அதனால் அனுபவமும் இளமையாக இருந்தது. இதே போல லைட்டிங் செட் அப் உடன் கே. பாலசந்தர் எதிர் நீச்சல் படத்தில், நாகேஷ் ஜெயந்தியின் 'தாமரைக் கன்னங்கள், தேன் மலர்க் கிண்ணங்கள்' பாடலை எடுத்திருப்பார். நூற்றுக்கு நூறு படத்திலும் இதே டெக்னிக்குடன் நல்ல பாடல் ஒன்று உண்டு. 'நித்தம் நித்தம் ஒரு புத்தம் புதிய சுகம் நான் தேடினேன்' என்ற பாடல். 'உத்தரவின்றி உள்ளே வா' என்று பாடிக்கொண்டு உத்தர வின்றி உள்ளே வா படத்தில் காஞ்சனாவை ரவிச் சந்திரன், நாகேஷ், வெண்ணிற ஆடை மூர்த்தி என எல்லோரும் துரத்தி துரத்திக் காதலிக்கும் கனவுக்காட்சி ஸ்ரீதரின் திறமைக்கு ஒரு எடுத்துக்காட்டு. (ஆனால் படத்தை இயக்கியது அவரது உதவியாளர் சக்கரவர்த்தி.) ஒவ்வொருவரும் பாடி முடித்ததும், கடைசியாகக் குண்டு மாலி பாட வேண்டிய முறை, என்ன பாடல் வரிகள் வருமோ என்று எதிர் பார்க்கையில் காஞ்சனாவின் ஒற்றை வார்த்தை "சித்தப்பா" என்று ஒலிக்கும். மாலியின் கனவு 'ஙே' என்று கலையும். பிரமாதமான நகைச்சுவை.

கனவுக் காட்சிக்கு செயற்கை அரங்குகள் இல்லையென்றால், இருக்கவே இருக்கிறது, மைசூர் பிருந்தாவனம். இன்னொன்று பேலூர்,

ஹளபீடு, சரித்திரப் படமோ சமூகப் படமோ இரண்டு இடங்களிலும் எடுத்துவிடலாம். அங்கே எடுக்கப்பட்டிருக்கும் தமிழ்ப் படங்களின் எண்ணிக்கையை முன்னிட்டாவது அந்த அணையிலிருந்து தண்ணீர் தரலாம். யார் சொல்ல யார் கேட்க. அதைவிட்டால் தாஜ்மகால், பாவை விளக்கு படத்தில் அற்புதமான 'காவியமா நெஞ்சின் ஓவியமா, அதன் ஜீவியமா தெய்வீகக் காதல் சின்னமா...' என்கிற மருதகாசியின் பாடலும் இசைக்கடவுள் கே.வி.மகாதேவனின் அற்புதமான இசையும், சிவாஜியின் நடிப்பும் முகலாய சாம்ராஜ்யத் திற்கே கொண்டு செல்லும். அதற்குச் சற்றும் குறையாத 'பவளக் கொடியிலே முத்துக்கள் பூத்தால் புன்னகை என்றே பேராகும்....' என்ற பணம் படைத்தவன் படப் பாடலும் அழகான கனவுக் காட்சி. ஆனால் இது வெறும் தந்திரக் காட்சி. கிட்டத்தட்ட புதுமைப் பித்தன் படத்தில், இதே ராமண்ணா கையாண்ட சனிக்கிரக வளையத்தில் எம்.ஜி.ஆர்,.பி.எஸ் சரோஜா பாடும், 'உள்ளம் ரெண்டும் ஒன்று நம் உருவம்தானே ரெண்டு...' பாடல்க் காட்சி போலவே இருக்கும். ராமண்ணா, இப்படி சனிக் கிரகத்தில், மாட்டு வண்டிக் கடியில் மழைக்கு ஒதுங்கிப் பாடுவது, காருக்குள் காதல், கிணற்றுக்குள் காதல், பெரிய பெட்டிக்குள் காதல், சர்க்கஸ் மரணக் கூண்டுக்குள் காதல் என்று காதல் காட்சிகள் எடுப்பதில் சமர்த்தர்.

கனவுக் காட்சிகள் என்பது ரசிகர்களுக்கு ஒரு மைதுனச் சுகம் தருபவை. சாகாவரம் பெற்றவை. கனவுக்கன்னிகளும் (வயதே ஆகாத கனவு நாயகன்களும்) திரும்பத் திரும்ப ஒரே படத்தைப் பார்க்கும் அந்தக் காலமோ எந்தக் காலமோ, ரிபீட்டட் ஆடியன்ஸுக்கு இவையே ஆறுதல்ச் சுகம் தருபவை. இவை தவிர்த்து கனவுகளைக் குறித்த ஆழமான புரிதல்களுடன் படங்கள் தமிழில் வரவேயில்லை. விஞ்ஞானப் புனைவுக்கும் தமிழ் சினிமாவுக்கும் வெகுதூரம். இவர்கள், இதைப் புரிந்துகொள்ளும் தமிழ் மூளை இல்லை என்பார்கள் தயாரிப் பாளர்களும் இயக்குநர்களும். மூனணா, 18 நயா பைசா தரை டிக் கெட்டில் "Cabinet of Dr, Galigari' என்று ஒரு படத்தைப் பார்த்துவிட்டு என்னருகே அமர்ந்திருந்த ஒரு கிழவர் அதை கால் மணி நேரம் விளக்கிக் கொண்டிருந்தார். இவ்வளவுக்கும் கடைசிப் பத்து நிமிடங் களைத் தவற விடாதீர்கள் என்று தட்டி போர்டில் எழுதியதைப் பார்த்து பொறுமையுடன் புரியாமல் பார்த்தவன் நான். அவர் தம்பி இது 1920களில் இருந்து வரும் கதை தம்பி என்றார். அநேகமாக அவர் பைத்தியமாக இருக்கும் என்று நான் நினைத்ததுண்டு. இருக் குங்க நிறைய சினிமா பற்றி. எட்டு வயசிலிருந்து "வர்ஜா வர்ஜிய மில்லாமல்" சினிமாப் பார்த்துக் கொண்டிருக்கிறேன். எழவு சில நினைவுகள் மறந்தும் போக மறக்கிறது. ஆட்ரி ஹெப்பர்னின் வெயிட்

அண்டில் டார்க்கும் பார்க்கிறேன். அதை கொச்சைப்படுத்தும் ஜெய்சங்கரின் 'இதயம் பேசுகிறது' முதல்க் காட்சிக்கும் போகிறேன். எல்லாம் தரை டிக்கெட் என்கிற 31 பைசா டிக்கெட்டில்தான். என்னவோ ஒரு சினிமாக் கிறுக்கு. அதை விடுங்கள். நாமென்ன ஹிப்பாக்ரட்ஸா.

ஒவ்வொரு முறையும் இப்போது தொலைக் காட்சியில் பழைய காதல்க் காட்சிகளை, குறிப்பாகக் கனவுக் காட்சிகளைப் பார்க்கும் போது சீனிவாசன் நினைவுக்கு வருவான். யாரும் பார்க்காமல் சிரித்துக் கொள்வேன். அவனை அந்த 1970களுக்கு அப்புறம் நீண்ட காலம் பார்க்கவில்லை. 1974 வாக்கில் மதுரை பல்கலையில் பணி புரியும் போது அலுவலகத்திற்கு சென்று கொண்டிருந்தேன். அன்று பட்டமளிப்பு விழா. நான் வழக்கமான மெயின் வாசல் வழியாக என் துறையை நோக்கிச் சென்றபோது ஒரு போலீஸ் இன்ஸ்பெக்டர் மறித்தார். கவர்னர் வருகிறார், பாதுகாப்பு இருக்கிறது, போகக் கூடாது என்று. "சார் நான் இங்கே பணி புரிபவன்," என்றேன். அதற்கு அடையாள அட்டை இருக்கிறதா என்றார். அதெல்லாம் அந்தக் காலத்தில் கிடையவே கிடையாது. ஏதோ, யாரோ தன் மேல் அதிகாரி யிடம் வாக்குவாதம் செய்கிறான் என்று தோன்றியதோ என்னவோ, அவரை நோக்கி இரண்டு கான்ஸ்டபிள்களும் வந்தார்கள். எனக்கு லேசான கோபமும் நடுக்கமும் வந்தது. அதற்குள் எனக்குப் பின்னால் பஸ்ஸிலிருந்து இறங்கிய மற்ற அலுவலர்களும், "என்ன என்ன விஷயம்" என்று கேட்டபடி நெருங்கி வந்தார்கள். சொன்னேன். "ஸார் நாங்கள்ளாம் ஸ்டாஃப் சார், எங்களை எப்படி மறிக்கலாம், நாங்க போகாம 'கான்வொகேஷ்னே நடக்காது, என்று அவர்கள் சண்டையைத் தொடங்கும் முன்பே, "வே என்னை அடையாளம் தெரியலையா, நான் சீனிவாசன்ல்லா நீ இங்கே, இங்கே இருக்கேருன்னு தெரியும். நல்ல வேளை உம்மைப் பார்த்துட்டேன். நான் இப்ப போலீஸ் இன்ஸ்பெக்டரா இருக்கேன்," என்றான், சாரி பிரதர்ஸ், இது என் கிளாஸ்மேட் என்றார். நான், கவர்னர் கே.கே, ஷா போனதும் டூட்டி முடிச்சுட்டு உம்மைப் பாக்கேன் நீரு எந்த செக்ஷன் என்றான். சொன்னேன். ஆனால் வரவில்லை.

இதெல்லாம் கழிந்து நாற்பது வருடங்கள் இருக்கும். என் கிராமத்திலிருந்து ஒரு காரியமாய் தென்காசி பஸ் ஸ்டாண்டில் இறங்கினேன். ஏகப்பட்ட அஞ்சலிப் போஸ்டர்கள். "கடமையின் பிறப்பிடம், கண்ணியத்தின் இருப்பிடம், நேர்மையின் மறு வடிவம், காவல்துறை கண்கணிப்பாளர் சீனிவாசன் அவர்களின் மறைவிற்கு எங்கள் கண்ணீர் அஞ்சலி" என்று நிறையப் போஸ்டர்கள் ஒட்டி யிருந்தார்கள். படம் அச்சசல் என்னுடன் படித்த காலத்து முகம்.

உடை மட்டும் சீருடை. என் வயதுடன் கணக்கிட்டுப் பார்த்தேன் இன்னும் மூன்று வருடம் அவனுக்கு சர்வீஸ் இருக்கும். வீட்டுக்கு வந்து பக்கத்து வீட்டில் உள்ளூர்ச் செய்திகள் நிறைந்திருக்கும் செய்தித் தாளை வாங்கிப் படித்தேன். அவனுடைய சாதனைகளையெல்லாம், பைசா லஞ்சம் வாங்காத அதிகாரி, அரசியல்வாதிகளுக்குப் பயப் படாத அதிகாரி என்றெல்லாம் போட்டிருந்தார்கள். எனக்கு மிகவும் பிரியமான பெரிய அதிகாரியிடம் கேட்டேன். "உங்கள் தோஸ்த்தா அவர், அவர் தொடர்ந்து துறையில் இருந்தால் நிறையச் சாதித் திருப்பார்" என்று அவரும் சொன்னார். எனக்குத் தோன்றியது என்னவெல்லாம் கனவுகள் வைத்திருந்தானோ.

7
'ஆடல் காணீரோ......'

திருநெல்வேலி மாவட்டத்தின் முதல் சினிமா தியேட்டர் MDT 1 என்று இலக்கமிடப்பட்ட பாப்புலர் தியேட்டர். அது முதலில், 'நெல்லை கணபதி விலாஸ் தியேட்டர்' என்ற பெயருடன் நாடகக் கொட்டகையாக இருந்தது. அங்கே நாடகங்களும் நாட்டிய நிகழ்ச்சிகளும் நடைபெற்றன. பரத நாட்டியம் தவிர்த்து வட இந்தியக் குழுவினரின் பலவகை செவ்வியல் நடனங்களுடன், எல்லாம் கலந்து கட்டிய 'ஓரியண்டல் நடனங்களும்' நடை பெற்றிருக்கின்றன. பல ஊர்களிலும் இப்படி நாடகக் கொட்டகைகள், சினிமா தியேட்டர் களாகப் பரிணாமம் அடைந்திருக்கின்றன. இவற்றுக்கு முன்னர் கோயில்களிலும், பெரிய செல்வந்தர்கள் வீட்டு நிகழ்ச்சிகளிலும் நாட்டிய நிகழ்ச்சிகள் நடைபெற்றன. கோயில் திருவிழாக்களை யொட்டி உற்சவர் திருவீதி வலம் வரும்போதோ, மடாதிபதிகள் பல்லக்கில் பட்டணப் பிரவேசம் வரும் போதோ நாதஸ்வரக் கச்சேரிகள் வீதியில் நடை பெற்றிருக்கின்றன. அதனுடன் இணைந்து சதிர்க் கச்சேரி என்கிற நாட்டியமும் நடை பெற்றதாகச் சொல்லுகிறார்கள். கும்மி, குடக்கூத்து என்கிற கரகம் சுமந்து ஆடும் ஆடல்கள், கோலாட்டம் போன்றவை அப்போதும் வீதியில் ஆடப்பட்டன.

கோயிலிலும், அரங்கங்களிலும் நடை பெற்ற நாட்டியங்கள், தேவதாசி முறை ஒழிக்கப்பட்ட போது, கூத்தின் பரிணாம மாறுதலாக உருவாகிய நாடகங்களில் இடம் பெற்றன. முப்பரிமாண நாடக மேடை, இரு பரிமாண வெண்திரையாகச் சிறுத்த போது நாடக, நாட்டியக் கலை மிக அதிக ரசிகர்களைச் சென்றடைந்தது. அந்தக்

கலைஞர்களுக்கு ஒரு கௌரவமும் வாழ்வாதாரத்திற்கான வாய்ப்புகளும் கிடைத்தன. அந்தப் பிறவிக் கலைஞர்களிலிருந்து நல்ல நடன ஆசிரியர்கள் திரையுலகிற்கு வந்தார்கள். கலைகளுக்குப் பேர் பெற்ற தஞ்சைப் பகுதியிலிருந்து வந்த வழுவூர் ராமையா பிள்ளை, முத்துசாமி, பிள்ளை, கே.என்.தண்டாயுதபாணி பிள்ளை, முத்துக்குமாருப் பிள்ளை மற்றும் காஞ்சிபுரம் எல்லப்ப பிள்ளை என்று பலர் 1960கள் வரையிலும் கூட நல்ல செவ்வியல் நடனங் களைத் திரைப்படத்தில் அமைத்திருக்கிறார்கள்.

இந்த இசைவேளாளர் குலத்தில் இருந்து சினிமாவுக்கு வந்த நடிகைகளில் ரசிகர்களின் கவனத்தை ஈர்த்து கனவுக்குள்ளும் புகுந்தவர் டி.ஆர். ராஜகுமாரி. அவருக்கு நாட்டியம் தெரியும். ஆனால் அவரது உடல் வாகுக்கு வேகமாகவோ சுழன்று சுழன்றோ ஆட முடியாது. ஹரிதாஸ் படத்தில் பிரபலமான மன்மத லீலையை வென்றார் உண்டோ பாடலுக்கு அவர் ஆடும் நடனம் ஒரு உதாரணம். அந்த 1940களில் பாகவதர், சின்னப்பா பாடல்கள் பிரமாதமாக அமைந்த அளவிற்கு நாட்டியங்கள் சிறப்பாக அமையவில்லை. 1947இல் வெளிவந்த நாம் இருவர் படத்தில் குமாரி கமலாவின் வருகை மிக முக்கியமானது. பத்துப் பன்னிரெண்டு வயதுப் பெண்ணாக இருந்தாலும் நளினம் கொஞ்சும் கச்சிதமான நடனமாடினார்.

1950களில் லலிதா பத்மினி ராகினி என்கிற திருவாங்கூர் சகோதரிகளும், வைஜயந்தி மாலாவும் வந்த போது கதாநாயகிகளின் விறுவிறுப்பான நடனக் காட்சிகளைப் பார்க்க முடிந்தது. 1959இல் வெளிவந்த தங்கப் பதுமை படத்தில் டி.ஆர்.ராஜகுமாரி ஆடற் கணிகையாக வந்து "முகத்தில் முகம் பார்க்கலாம்...." மற்றும் "வருகிறாள் உன்னைத்தேடி..." நடனங்களில் சில அபிநயங்கள் பிடிப் பார், ஆனால் அவரை அதிகம் காண்பிக்காமல் அருகில் வேகமும் துடிப்பும் பொங்க ஆடும் 'லக்ஷ்மி ராஜ்யம் சசி' என்று இரு நடன மங்கையர்களையே காமிரா மையப்படுத்தும். பானுமதி சகலகலா வல்லி ஆனாலும் நடனம் என்று வந்தால் அவர் முகத்தை குளோசப்பில் காட்டி விடுவார்கள். அம்பிகாபதியில், பானுமதி, 'கண்ணிலே இருப்பதென்ன கன்னி இளமானே...' என்று பாட, ராஜ சுலோசனா ஆடுவார். அப்படி நாயகியரின் படங்களில், தனியாக நடன மங்கையரைத் தேடி, நல்ல நடனங்களை சேர்க்க வேண்டி வந்தது. மலைக்கள்ளன் படத்தில் அறிமுகமான சாயி சுப்புலட்சுமி இணை அப்படிக் கண்டுபிடிக்கப்பட்ட அற்புதமான நாட்டிய சகோதரிகள். முத்துசாமி பிள்ளையின் மாணவிகளான இவர்களது நடனத்திற்காகவே படம் பார்க்க மீண்டும் மீண்டும் வருவார்கள். மலைக்கள்ளன் 100 நாட்கள் ஓடியது. பல ஊர்களிலும் நூறாவது

நாள் விழாவில் சாயி சுப்புலட்சுமியின் நடனம் நேரில் நடை பெற்றது. திருநெல்வேலி ரத்னா டாக்கீஸில் நடை பெற்ற விழாவுக்கு நான்கு வயதுப் பையனாக அம்மா அக்காவுடன் போயிருந்தேன். நாட்டியத்தைப் பார்க்க விடாமல் நான் எதையோ கேட்டு அடம் பிடித்தேன் என்று அம்மாவும் அக்காவும் சொல்லி சொல்லிச் சிரிப்பார்கள். அப்படி நான் கேட்டது சிகரெட்.

தாய்க்குப் பின் தாரம், அலிபாபா என சாயி சுப்புலட்சுமி நடனம் பல படங்களில் இடம் பெற்றிருக்கிறது. அலிபாபாவில் சாயி சுப்புலட்சுமி ஆடும் "நாங்க ஆடுவதும் பாடுவதும் காசுக்கு...." என்ற நாட்டியம் அவ்வளவு பிரபலம். அதில், இங்கிருந்து இந்திக்குச் சென்று பிரபலமாகி விட்ட வஹிதா ரஹ்மான் ஆடும் "சலாம் பாபு, சலாம் பாபு..." பாடலுக்கான நடனம் லேசான பாரசீக சாயல் உடையது. மெட்டும் இந்தி மெட்டுத்தான். சிவகங்கைச் சீமையில் நீத்தார் நினைவாக நடைபெறும் 'படைப்பு நடனம்', அந்தச் சீமையின் பாரம்பரிய நடனம். கே.என். தண்டாயுதபாணி பிள்ளை நடன இயக்கத்தில் எஸ் வரலட்சுமியும் ராதா ஜெயலட்சுமியும், "முத்துப் புகழ் படைத்து மூன்று நெறி வளர்த்து..." என்று அருமையாகப் பாட, சாயி சுப்புலட்சுமி ஆட, தமிழ் உணர்வாளர்கள் மிகவும் களித்த நடனம். படம் முழுக்கவும் இசைக்கும் பாடலுக்கும் நடனத்திற்கும் முக்கியத்துவம் தந்த, கண்ணதாசனின் கனவுப் படம். இதில் குமாரிகமலா கதாநாயகி. நடனத்திற்காகவே அவரைத் தேர்ந்தெடுத்திருப்பார் கண்ணதாசன். படத்தின் உச்சக் கட்டக் காட்சியில் பத்து நிமிடங்கள் வரும் குமாரி கமலாவின் ஊழித்தாண்டவம், பரத நாட்டியத்திற்கு தமிழ் சினிமாவின் கொடைகளில் ஒன்று.

குமாரி கமலா, பத்மினி, வைஜயந்தி மாலா என்று அப்போதைய 1950–60களில், நாட்டிய நடிகைகளே கொடி கட்டிப் பறந்தார்கள். கமலாவால் நீண்ட வசனங்களைப் பேச முடியாது போனதால் அவரே நடிப்பிலிருந்து விலகிக் கொண்டதாகப் பேட்டி அளித்துள்ளார். அவருக்காகவே நடனத்தை முன்னிறுத்தி எடுக்கப்பட்ட படம் 'கொஞ்சும் சலங்கை'. கொஞ்சும் சலங்கை, காருகுறிச்சி அருணாசலம் நாதஸ்வரமும், கமலாவின் நாட்டியமும் மையமாக அமைந்து, ஏராளப் பொருட்செலவில் தமிழின் முதல் டெக்னிக் கலர்ப்படமாக வந்தது. கமலாவுடன் போட்டியிட்டு, அற்புதமாக ஆடும் 'குசலகுமாரி' தஞ்சையின் பாரம்பரியக் கலைக் குடும்பத்திலிருந்து வந்தவர். டி.ஆர்.ராஜகுமாரிக்கு உறவு. கமலாவும் அவரும் போட்டியிட்டு ஆடும் இரண்டு நடனங்களையும் அந்த அரங்க அமைப்பையும் இன்றைக்கும் பார்த்துக் கொண்டிருக்கலாம். நாட்டிய பாடத்தை, அழகாக அடுக்கி எழுதியிருப்பார், கு.மா பாலசுப்ரமணியம்,

"பிரம்மன் தாளம் போட..." என்ற தொகையறாவுடன் ஆரம்பிக்கும் பாடலில். அது இன்றைக்கும் நாட்டிய ஆசிரியர்களுக்கு பயன்படுகிறது. போட்டியில் குசலகுமாரியும் கமலாவும் ஆடிக்கொண்டே கால்களால் மயில், சிங்கம் ஓவியங்களைத் தீட்டுவார்கள். ரசிகர்களிடையே நல்ல வரவேற்பு இருந்தது.

தமிழ் சினிமாவில் போட்டி நடனம் என்றாலே ஆடிக் கொண்டே கால்களால் ஓவியம் வரையவேண்டும். ஆம்ரபாலி இந்திப் படத்திலும் உண்டு. இது 1960இலிருந்து மன்னாதி மன்னன் படத்தில் ஆரம்பித்தது. பத்மினி தமிழ் சினிமாவுக்கு ஒரு அபூர்வ வரவு. நடிப்பும் நாட்டியப் பூரணமும் கொண்டவர். லலிதா பத்மினி ராகினி மூன்று சகோதரி களிலும் பத்மினியின் லலிதம் மற்றவர்களுக்கு கிட்டவில்லை. பத்மினி ஒரு படத்தில் இருக்கிறார் என்றால், அதில் அற்புதமான நாட்டியங்கள் இருக்கின்றன என்றே அர்த்தம். திருவருட்செல்வர் படத்தில் "மன்னவன் வந்தானடி..." பாடலுக்கு, அவரது நடனமும், அரங்க அமைப்பும், பாடலும், இசையும், ஒளிப்பதிவும், இயக்கமும் போல இனி என்றைக்குமே வராது. 1960இல் வெளிவந்த மீண்ட சொர்க்கம், மன்னாதி மன்னன் இரண்டிலுமே பத்மினிதான் ஆளுமை மிக்க பாத்திரம். ஸ்ரீதரின் மீண்ட சொர்க்கம் தமிழின் சிறந்த பத்துப் படங்களில் ஒன்று என்பேன். இந்தியில் சாந்தாராம் எடுத்த ஜனக் ஜனக் பாயல் பஜே, நவ்ரங் போன்ற நாட்டியத்தை மையமாகக் கொண்ட படக் கதைகள் போல தமிழில் ஒரு காதல்க் காவியம். இயற்கையிலேயே நாட்டியத் திறமை வாய்க்கப் பெற்ற ஒரு எஸ்டேட் கூலித் தொழிலாளிப் பெண்ணை நகருக்கு அழைத்து வந்து ஒரு குருவிடம் நடனம் கற்பிக்க வைக்கிறான் கதாநாயகன். அவர் இவள் கலைக்காகவே பிறந்தவள் இவளை சாதாரண வாழ்க்கைக்குள் அடைத்து விடக் கூடாது, மாட்டேன் என்று உறுதி மொழி வாங்கிய பின்னரே நாட்டியம் சொல்லித் தருகிறார். ஆனால் பாவப்பட்ட பெண் அவனைத் தீவிரமாகக் காதலிக்கிறாள். முதலில் மறுத்தாலும் அவனுக்கும் மனச்சாய்வு ஏற்பட்டு அவனும் காதலிக்கிறான். அவளது கலைப் பயணம் என்னவாகிறது என்பதே மீதிக்கதை. நாட்டியத்திற்காகவேயான வெற்றிப்படம்.

இதையடுத்து தீபாவளிக்கு வந்தது மன்னாதி மன்னன். ஆட்டனத்தி ஆதி மந்தி வரலாற்றுக் கதை. இதில் பிரபல நாட்டியக் காரி சித்ரா சேர இளவரசனிடம் நாட்டியப் போட்டியில் தோற்று அவனிடம் இன்னும் புதிய நடனங்களைக் கற்கிறாள், கூடவே காதலையும். பத்மினியின் "நான் கலையோடு பிறந்தது உண்மை..." பாடலுக்கான நடனமும், "ஆடாத மனமும் உண்டோ..." பாடலுக்கு ஆடும் நடனமும் கிளாஸ், மாஸ் இருவகை ரசிகனையும் மெய்

மறக்க வைப்பவை. அப்போதிருந்த நடிகர்களில் ஓரளவு நடனம் வரக்கூடியவர் எம்.ஜி.ஆர். அவர் ஸ்ரீ முருகன் படத்தில் பார்வதியுடன் சிவதாண்டவம் ஆடி இருக்கிறார். வெகுநாட்கள் கழித்து உழைக்கும் கரங்கள் படத்திலும் சிவ தாண்டவம் ஆடுவார். ஆனால் கன்னியா குமரி மலையாளப் படத்திலும் அதே சாயலில் குணா படத்திலும் இன்றைய கமல் ஆடும் சிவ பார்வதி நடனங்களைப் பார்த்த கண்களுக்கு அது சாதாரணமாக இருக்கும். எம்.ஜி.ஆர் கலங்கரை விளக்கம்' படத்தில் "பல்லவன் பல்லவி பாடட்டுமே..." என்ற நீலாம்பரி ராகப் பாடலில் வரும் "ராக பாவங்கள் பாடலில் விளங்க, தாள பேதங்கள் ஆடலில் விளங்க ..." என்ற வரிகளுக்கு ஆடும் இரண்டு நிமிட ஜதி அழகாக இருக்கும். அப்போதெல்லாம் இதுபோன்ற மூன்று நிமிட ஆடல் பாடல்களுக்காகவே மறுபடி மறுபடி திரை அரங்கிற்குச் சென்று பார்ப்பார்கள்.

திருவிளையாடல் படத்திலும் சக்தியை அழித்துவிட்டு சிவன் ஆடும் ருத்ர தாண்டவம் உண்டு. ஆனால் பிரமாதமான பார்வதி சிவ தாண்டவம் காத்தவராயன் படத்தில் கோபி கிருஷ்ணாவும் குமாரி கமலாவும் ஆடுவதுதான். நடன அமைப்பு வழுவூர் ராமையா பிள்ளை. அதே படத்தில் சந்திர பாபுவும் எம்.என் ராஜமும் பொம்ம லாட்ட பொம்மைகள் போல ஆடும் நடனம் ஒன்றும் சற்று வித்தியாச மானது. பொம்மலாட்ட நடனத்தை மீண்டும் வாழ்வேன் படத்தில் நாகேஷும் பாரதியும், காக்கும் கரங்கள் படத்தில், எல்.விஜயலட்சுமியும் நாகேஷும் ஆடுவார்கள். நாகேஷ் ஒரு அற்புதமான டான்சர். காரைக்கால் அம்மையார் படத்தில், சிவகுமார் ஸ்ரீ வித்யா சிவ பார்வதி நடனம் ஒரு ஹிட். ஸ்ரீ வித்யா இன்னொரு நாட்டியப் பேரொளி.

அநேகமான இயக்குநர்கள் அவரவர்கள் பங்குக்கு நடனத்தைச் சிறப்பிக்க ஒரு படம் எடுத்திருக்கிறார்கள். கே பாலசந்தர் 'புன்னகை மன்னன்', பாரதிராஜா 'காதல் ஓவியம் எடுத்தார்கள். அவர்கள் காலத்தில் எல்லா நாட்டியத்தையும் கரைத்துக் குடித்த கமல் வந்து விட்டார். அவர் பிறவிக் கலைஞன் என்பதற்கு அன்றைய 'சலங்கை ஒலி' இன்றைய 'விஸ்வரூபம்' படங்களே போதும். செவ்வியல் நடனத்தை சிறப்பித்த, வெகு ஜன ரசிகர்களிடம் கொண்டு சேர்த்த முதன்மையான படம் தில்லானா மோகனாம்பாள். இவை இன்றைக்கும் புதுப்புது தலை முறையினரும் பார்த்து அனுபவிக்கக் கூடிய படங் களாக அமைந்திருப்பதே அவற்றின் சிறப்பு. பத்மினி மதுரை வீரன் படத்தில், "ஆடல் காணீரோ...." என்கிற உடுமலை நாராயண கவியின் சிறந்த பாடலுக்கு, சிவனின் திருவிளையாடல்களை ஆடலில், அபி நயங்களில், பத்மினி கொண்டு வந்துவிடுவார். மதுரை வீரன்

படத்திற்காகப் படம் பிடித்த தசாவதாரத்தைச் சித்தரிக்கும் ஆடல் ஒன்றினை, ராஜா தேசிங்கு படத்துடன் இலவச இணைப்பாகக் காண்பித்தார்கள். அது இப்போதும் யூ டியூபில் தனியே பார்க்கக் கிடைக்கிறது. 'பாற்கடல் அலைமேலே பாம்பணையின் மேலே பள்ளி கொண்டாய் ஸ்ரீ ரங்கனாதா,' என்று ஆரம்பிக்கும்.

பத்மினி, 'விக்ரமாதித்தன்' படத்தில் ராகினியுடன் ஆடும் போட்டி நடனத்திலும், எம்,ஜிஆரின், "தீர்மானம் சரியாக ஆடாவிட்டால் சன்மானம் போய்விடும் தப்பாது..." என்கிற பாடலுக்கு ஆடும் நடனத்திலும் ரசிகர்களின் கை தட்டலில் சன்மானம் பெற்றுவிடுவார். அந்தப் படத்தின் 'டைட்டில் கார்ட்' மிக வித்தியாசமானது. ஒவ்வொரு தொழிற்நுட்பக் கலைஞர்கள் பெயர் காட்டப்படும் போதும் திரையின் ஓரத்தில் நடனமிடும் பத்மினி அதை அபிநயத்தில் காண்பிப்பார். வஞ்சிக் கோட்டை வாலிபன் படத்தில் வரும் வைஜயந்தி மாலா பத்மினி போட்டி நடனம், இந்தியா பாக் 20–20 கிரிக்கெட். வைஜயந்தியின் நாட்டியம் வைஜயந்தியைப் போலவே அழகு. நளினமும் வேகமும், மென்மையான சிரிப்புமாக அவர் நடனம் அற்புதம் என்றே சொல்லவேண்டும். இரும்புத்திரை படத்தில் அவர் ஆடுகிற "ஆசை கொண்ட நெஞ்சு ரெண்டு பேசுகின்ற போது" பாடலுக்காகத் தவமிருந்தவர்கள் உண்டு. சித்தூர் ராணி பத்மினியில் அவர் கோயிலில் ஆடும் ராஜதாசி நடனம் பிரமாதமானது. அவரது குரு முத்துசாமி பிள்ளை அமைத்த நடனம். மர்மவீரன் என்ற தமிழ்ப் படம் 'பியா மிலன்' என்று இந்தியில் டப் செய்யப்பட்ட போது, தமிழில் வருகிற "சிங்கா சிங்கி..." நாட்டியத்தை, அற்புதமான சதிர் ஆட்டமாக மாற்றிப் புதிதாக எடுத்து இணைத்து இருக்கிறார்கள். இரண்டும் இரண்டு வகைமைக்கும் நல்ல உதாரணங்கள்.

வைஜயந்தி, பத்மினி போன்ற நாட்டிய நாயகிகள் காலத்தில் ராஜ சுலோசனா, அஞ்சலிதேவி, ஆகியோரும் நடனம் ஆடக் கூடியவர்கள். ஆனால் முன் சொன்னவர்களுக்கு இணையானவராக ஈ.வி.சரோஜா இருந்தார். அவர் செவ்வியல் நடனத்தோடு பல விதமான நடனங்களையும் ஆடுவதில் வல்லவர். குலேபகாவலி, புதுமைப் பித்தன், காத்தவராயன் போன்ற படங்களில் ஈ.வி சரோஜாவின் ஆட்டம் ரசிகர்களை விசிலடிக்க வைக்கும். ஈ.வி. சரோஜாவும் அஞ்சலிதேவியும் இணைந்து நடித்து, ஆடிய, 'ஆடவந்த தெய்வம்' படம் நாட்டியத்தைச் சிறப்பிக்கிற ஒரு படம். ப.நீலகண்டன் இயக்கி இருந்தார். "கோடிக் கோடி இன்பம் பெறவே தேடி வந்த செல்வம்..." பாடலில் அஞ்சலிதேவியை விட ஈ.வி.சரோஜவின் நடனம், அற்புத பாவமும் நுணுக்கமும் குழைவும் கொண்டது. படிக்காத மேதை படத்தில் அவர் ஆடும் 'விந்தையிலும் பெரிய விந்தையடி,' மற்றும்

“ஆடிப்பிழைத்தாலும் பாடிப்பிழைத்தாலும் அன்பும் பண்பும் எல்லையடி” பாடல்களுக்கான ஆடல்கள் மற்ற உதாரணம். அவரது குரு வழுவூர் ராமையா பிள்ளை.

இந்த நட்டுவனார்களையெல்லாம் தமிழ் சினிமா நன்றாகப் பயன் படுத்திக் கொண்டது. எப்படி அப்போதைய இசை அமைப்பாளர்கள் கர்நாடக இசையை, திரைக்காக மெல்லிசையாக மாற்றினார்களோ அப்படித் திரைப்படத்திற்காக இவர்கள் நடனங்களை அதன் ஆதிச் சாயல் மாறாமல் எளிய ஆடலாக மாற்றினார்கள். பின்னால் வந்த பி.எஸ்.கோபால கிருஷ்ணன், ஏ.கே.சோப்ரா, பசுமர்த்தி கிருஷ்ண மூர்த்தி, தங்கராஜ், தங்கப்பன் போன்றோர் புது வித நடனங்களை வெற்றிகரமாக சினிமாவில் அமைத்தார்கள். ஆனால் எப்படி மெல்லிசைக்கு ராகங்கள் இன்னும் அடிப்படையாக இருக்கிறதோ அதேபோல் இன்றைய நடனத்திலும் செவ்வியல் நடனங்களின் அடிப்படை இல்லாமல் அமையாது. சமீப காலங்களில் பிரபு தேவா, ராஜு சுந்தரம் போன்றவர்கள் நன்கு அடையாளம் காணப்பட்ட மாஸ்டர்கள் மற்றும் நடிகர்கள். காதலன் படம் பிரபு தேவா இல்லாமல் எடுக்கப்பட்டிருக்க முடியாது. மாஸ்டர் ஜான் பாபு ‘நாட்டுப்புற பாட்டு’ படத்தில் சிறப்பான கரகாட்டங்களை அமைத்து தானும் ஆடியிருப்பார். குஷ்பூவின் நடன ஸ்டைலுக்காகவே படம் பார்த்த வர்கள் நிறைய உண்டு. சமீப காலங்களில் ரேவதி, (வைதேகி காத்திருந் தாள், புன்னகை மன்னன்) ரோகிணி (மறுபடியும்) ஆகியோரின் நடனங்கள் ரசிகர்களைக் கவர்ந்தவை. ஏ.கே.சோப்ரா மாஸ்டர் ‘பட்டணம்தான் போகலாமடி’ பாட்டுக்கு ஈ.வி.சரோஜவுடனும், தங்கப்பன் மாஸ்டர் மாதவி படத்தில் ஜெமினி சந்திராவுடனும் ஆடியிருப்பார்கள். இரண்டும் ஃபோக் டான்ஸ்.

சரோஜா தேவி, தேவிகா, சாவித்ரி, விஜயா, காஞ்சனா, ராஜ்ஸ்ரீ போன்ற அப்போதைய கதாநாயகிகளுக்கு நடனம் அவ்வளவு வராது. ஜெயலலிதாவின் நடனம், ஆதி பராசக்தி, கண்ணன் என் காதலன் படங்களில் ரசிக்கத் தக்கவை. அவர் ‘காவிரி தந்த கலைச் செல்வி’ என்ற நாட்டிய நாடகத்தினைத் தன் குழுவினரோடு பல நகரங்களிலும் நடத்தினார். சிவாஜி, ஜெயலலிதாவை இணைத்து பி.மாதவன் இயக்கிய ‘பாட்டும் பரதமும்’ படத்தில் “மழைக்காலம் வருகின்றது...” பாடலுக்கு ஜெயலலிதா நடனம் நன்றாக இருக்கும். இதிலும் காலால் ஓவியம் வரையும் போட்டி உண்டு, கதாநாயகியே வழக்கம் போல் தோற்பார். இதில் கோபி கிருஷ்ணா, கதக் நடன இயக்குநராகவும், ஒரு காட்சியில் தானே ஆடவும் செய்திருப்பார். வெண்ணிற ஆடை நிர்மலாவின் நாட்டியங்கள் பிரபலமானவை. அவரும் நாட்டியக்குழு நடத்தி வந்தவர்.

எல்.விஜயலட்சுமி ஒரு சிறந்த டான்சர். மிக இளவயதிலேயே, நீதிபதி, குறவஞ்சி போன்ற படங்களில் ஆடியிருக்கிறார். எங்க வீட்டுப் பிள்ளையில் இவர் ஆடும், 'கண்களும் காவடிச் சிந்தாகட்டும்,' நடனத்துடன்தான் படம் ஆரம்பிக்கும். அது முடிந்துவிட்டது என்றால் ரிப்பீட் ரசிகர்கள் படத்திற்குப் போக மாட்டார்கள். இதிலிருந்து பல படங்களில் செண்டிமெண்ட்டாக அவரை ஒரு நாட்டியக் காட்சியில் ஆட வைத்தார்கள். பஞ்சவர்ணக்கிளி படத்தில் "அழகன் முருகனிடம் ஆசை வைத்தேன்..." உதாரணம். அவர் ஆட்டங்களில், மான் போலத் துள்ளுவார். பக்த பிரகலாதா படத்தில் அப்படி ஒரு நடனம் ஆடுவார். 'ஆம்ரபாலி' வைஜயந்தி போல, அது ஒரு கிளாஸிக் டான்ஸ். அவரது படு ஹிட்டான டான்ஸ், குடியிருந்த கோயில் படத்தில் வரும், "ஆடலுடன் பாடலைக் கேட்டு ரசிப்பதிலே தான் சுகம் சுகம்..." என்ற பங்ரா டான்ஸ். ஒரு மாசமாக தனியாக பங்ரா டான்ஸ் பயிற்சி செய்த பின்பே அவருடன் இணைந்து எம்.ஜி.ஆர். ஆடினாராம். நாட்டியப்பள்ளி நடத்துகிற அளவுக்கு அர்ப்பணிப்பும் திறமையும் உள்ள நடிகை ஷோபனா. இவரின் 'மணிசித்ர தழு' நடனம் தமிழிலும் பிரபலமானது. சந்திர முகியில் ஜோதிகா அதற்கு நெருங்கி வந்திருப்பார். கலவையான ஆட்டங்களைப் பார்த்துப் புளித்துப் போன கண்களுக்கு சந்திரமுகி ஜோதிகா நடனம் பெரிய விருந்து. அதில் வினீத்தின் ஆட்டமும் பலரையும் கவர்ந்தது.

நல்ல ஆடல் என்பது பாமரனுக்குக் கூட தானாகவே தெரிந்து விடும். பக்கத்தில் அமர்ந்து படம் பார்க்கும் யாராவது ஒருவர் கேட்பார், நல்லா ஆடறானே யார் இது என்று. அருணகிரி நாதர் படத்தில் பாலமுருகனாக வரும் மாஸ்டர் ரகுநாதன், "தண்டையணி வெண்டையங் கிண்கிணி..." என்ற பாடலுக்கு, ஆடற் கலை நன்கு கை வந்த டான்சர் போல் ஆடி கவனத்தை ஈர்ப்பார். லட்சுமி ராஜம், (சி.ஐ.டி) சகுந்தலா, ஜெமினி சந்திரா, பீம்சிங்கின் மனைவி சுகுமாரி என்று நிறைய நடன 'நாரீமணிகள்' தமிழ் சினிமாவில் உண்டு. அப்போதிருந்தே ஆடி வருபவர்கள். சந்திராவும், சுகுமாரியும், நடிகர் வினீத்தும், ஷோபனாவும் பத்மினியின் உறவினர்கள்.

சில பாட்டுக் காட்சியில் எப்படி எழுந்து வெளியே பீடி, சிகரெட், டீ குடிக்கப் போகிறார்களோ அதற்கு எதிராக சில நடனக் காட்சிகள் வெளியே இருக்கும் மக்களை உள்ளே இழுக்கும். உள்ளே இருப்பவர்களை நிமிர்ந்து உட்கார வைக்கும். அடிமைப்பெண் படத்தில் 'காலத்தை வென்றவன் நீ' ஆடல் ஒரு உதாரணம். சில நாட்டுப்புற வடிவில் அமைந்த நடனங்களும் அவைகளில் ஒன்று. வண்ணக் கிளி படத்தில் வரும் "சித்தாடை கட்டிக்கிட்டு..." ஆடல்க் காட்சியும்

'குமுதம் படத்தில் வரும் "மாமா மாமா...." பாடலும் ஆடலும் அப்படிப் பட்டவை. மக்களை மறுபடி மறுபடி திரை அரங்கை நோக்கி இழுத்தவை. இரண்டிலும் ஆடும் கள்ள பார்ட் நடராஜன் ஒரு நல்ல டான்சர். குலேபகாவலியில் "வித்தாரக் கள்ளியெல்லாம் விறகு வெட்டப் போகையிலே..." என்று எம்.ஜி.ஆர் ஆடும் நாட்டுப்புற அடவுகள் நிரம்பிய ஆட்டம் படு பிரபலம். அது அப்போதைய குத்துப் பாட்டு.

பாகப்பிரிவினை படத்தில் "தேரோடும் எங்க சீரான மதுரையிலே ஊரார்கள் கொண்டாடும் ஒயிலாட்டம்..." என்று பிசிறில்லாமல் ஆடுகிற ஒயிலாட்டம் பல படங்களில் அங்கங்கே பயன்படுத்தப் பட்டது. பட்டிக்காடா பட்டணமாவின் அடி என்னடி ராக்கம்மா பாடலில் வரும். ரிக்ஷாக்காரன் படத்தில் ஜோதி லட்சுமியுடன் எம்.ஜி.ஆர் ஆடும் பம்பை உடுக்கை கொட்டி பரிவட்டம் மேலே கட்டி... பாடல் நாட்டுப் புற அமைப்பில் உருவானது. ஜோதி லட்சுமி மிக அற்புதமான நாட்டிய மங்கை. பதினாறு வயதினிலே படத்தில் "செவ்வந்திப் பூ முடிச்ச சின்னக்கா..." பாடலில் மதுரை மாவட்டத்தின் மண் வாசனை தூள் கிளப்பும்.

தில்லானா மோகனம்பாள் ஆப்பிள் என்றால் ஏழைகளின் ஆப்பிளாக வந்த 'கரகாட்டக்காரன்' நாட்டார் கலையான கர காட்டத்தை தூக்கிப் பிடித்தது. சங்கமம், என் ஆசை ராசாவே, நாட்டுப்புற பாட்டு போன்ற படங்களில் சிறப்பான நாட்டுப் புற நடனங்கள் இருந்தன. சங்கமம் படத்தில் ரகுமானின் ஆடல்கள் நன்றாக இருந்தன. ரகுமான் நன்றாக ஆடத் தெரிந்தவர். இன்னொருவர் வினீத். ரகுமானின் "கண்ணே கனியமுதே" நாட்டியம் சார்ந்த கதை. அமலாவின், நின்னையே ரதியென்று நினைக்கிறேனடி பாடலுக்கான நடனம் சிறப்பான வரவேற்பைப் பெற்றது. அமலா கலாக்ஷேத்திரா மாணவி.

அந்தக்கால சபா நாடகங்கள், கலைஞர்கள், அவர்கள் வாழ்வு பற்றிய படங்கள் ராஜபார்ட் ரங்கதுரை, காவியத்தலைவன். இரண்டுமே இந்தத் தலைமுறை அறியாத ஸ்பெஷல் நாடகங்கள் பற்றிய தகவல்களை சுவாரஸ்யமாக முன் வைத்தன. அதேபோல அவள் பெயர் தமிழரசி தோல்பாவைக் கூத்துக் கலைஞர்கள் பற்றிப் பேசியது. கமல் தசாவதாரம் படத்தில் தோல் பாவைக்கூத்து ஒன்றை ஒரு பாடலில் காண்பித்திருந்தார். தமிழ் நாட்டார் வழக்கியலின் பொய்க்கால் குதிரை ஆட்டங்கள் சினிமாவில் வந்திருக்கின்றன. அம்பிகாபதி படத்தில் தங்க வேலுவும், தாயைக்காத்த தனயன் படத்தில் ஜி.சகுந்தலாவும் எம்.ஆர்.ஆர்.வாசுவும் பொய்க்கால் குதிரை

ஆட்டம் ஆடுவார்கள். தாயின் மடியில் படத்தில், "ராஜாத்தி காத்திருந்தா ரோஜா போலே பூத்திருந்தா..." என்ற பாடலுக்கு எம்.ஜிஆரும் சரோஜாதேவியும் பொய்க்கால் குதிரை நாட்டியம் ஆடுவார்கள். எம்.ஜி.ஆர் சிறப்பாகச் செய்திருப்பார். நவராத்திரி படத்தில், சத்தியவான் சாவித்ரி தெருக்கூத்தின் ஓர் அங்கத்தை சிவாஜியும் சாவித்ரியும் பிரமாதமாகச் செய்திருப்பார்கள். மனோரமா கள்ளப்பார்ட் நடனம் அழகாக ஆடுவார் தில்லானா மோகனாம் பாளில்.

பல நாட்டுப்புற நாட்டியங்களையும் ஒரேபாடலில் சிறப்பாகவும் முழுமையாகவும் காட்டியிருப்பார் டான்ஸ் மாஸ்டரான தங்கப்பன், தான் தயாரித்து இயக்கிய 'அன்னை வேளாங்கண்ணி' படத்தில். "பேராவூரணி சின்னக் கருப்பி பெரிய மனுசி ஆனா..." என்ற பாடலில். 'டான்ஸ் மிஸ்ட்ரெஸ்' புலியூர் சரோஜாவும் அவரது கணவர் நடிகர், டான்ஸர் சீனிவாசனும் ஒயிலாட்டம், மயிலாட்டம், ஆலி ஆட்டம், பொய்க்கால் குதிரை ஆட்டம், பரதம் என்று சிறிய கலைஞர்களுடன் இணைந்து எல்லா ஆட்டங்களையும் முழுத் திறமை யுடனும் ஈடுபாட்டுடனும் செய்திருப்பார்கள். (அவசியம் இதைப் பாருங்கள்: <https://www.youtube.com/watch?v=-br70r5A-XQ>).

இயல் இசை கூத்து என்ற நீள் மரபின் தொடர்ச்சியாகத் தமிழ் சினிமா தன் நூற்றாண்டுப் பயணத்தில், கூத்தின் ஒரு பகுதியான நடனத்தின் பல அம்சங்களையும் இணைத்துக் கொண்டே வளர்ந்து வந்திருக்கிறது. வளர்த்தும் வந்திருக்கிறது. அவற்றை மக்களும் ரசிக்கத் தவறியதில்லை. இதில் கூறப்படாத பலர் இன்னும் இருக்கிறார்கள். பாரதிராஜா தொடங்கி பலரும் 1976 வாக்கில் ஸ்டுடியோக்களில் இருந்து விடுபட்டு கிராமங்களுக்குச் சென்றது தமிழ் சினிமா வரலாற்றில் ஒரு தவளைப்பாய்ச்சல். அடுத்த தாவலாக வந்த தற்போதைய கானாப் பாடல்கள், குத்துப்பாட்டு, அரசியல் குத்து வெட்டு, கறுப்பு நகைச் சுவைக் காலச் சூழலில் பாரம்பரிய நடனங்களை ரசிகர்களுக்கு வழங்க தயாரிப்பாளர்கள் மனதில் இடம் இருக்கிறதா தெரியவில்லை. என்றாலும், அவை பழம்பெரும் பொக்கிஷங்களாக காலத்தை வென்று நிற்கும் பல படங்களில் இன்றும் மறைந்தும் நிறைந்தும் இருக்கின்றன என்பதை மறுக்க முடியாது. அவை இச்சூழலுக்கேற்ப புது அவதாரம் எடுக்கும் என்பதிலும் நம்பிக்கை இருக்கிறது, ஏனெனில் கலையின் ஆதி வடிவங்கள் எப்போதும் அழிவதே இல்லை.

II

1

முதல் வெள்ளம்

என் முதல்த் தொகுதியான *வெள்ளம்* நூலுக்கு வந்த விமர்சனக் கடிதங்களில் ஒன்று, "எனக்குத் திருப்தியாய் இல்லை. Page set-up கம்பாஸிட்டர் வேலையில்லை. நம் வேலை. ஒரு Artist மூளை இவ்வளவு அசிங்கமாயிருக்கக் கூடாது. எல்லாக் கவிதைகளும் வரவேண்டுமென்ற ஆத்திரம் உனக்கு. சசிகலாவுக்கு சிம்மாசனம், வெங்காயம் என்றெல்லாம் போட்டிருக்கிறாய். Dirty fellow."

இவ்வளவு தூரம் உரிமையோடு அர்ச்சனை செய்தது, பால குமாரன். அவன் எனது நெருங்கிய இலக்கிய சகா. 'கசடதபற' இதழ் சார்ந்தவர்கள், கசடதபற இதழில் வந்த கவிதைகளைத் தேர்ந்தெடுத்து குட்டியான சைசில் – ஞானக்கூத்தன் வார்த்தைகளில் சொன்னால், ஒரு ரூபாய் நோட்டை இரண்டாக மடித்தது போன்ற 'சைஸில்' "புள்ளி" என்ற தலைப்பில் ஒரு கவிதைத் தொகுப்பு கொண்டு வந்தார்கள். முப்பது காசுகள் விலை. கசடதபற இதழின் விலையே 30 காசுகள் தான். வருடச் சந்தா மூன்று ரூபாய். 'புள்ளி' தொகுப்பைப் பார்த்ததும் வண்ணதாசன், இதேபோல உன்னுடைய கவிதைகளைக் கொண்டு வந்தால் என்ன என்று கேட்டார். என் முதல்க் கவிதை 1970 டிசம்பர் கசடதபற இதழில் வந்ததிலிருந்து நிறைய எழுதி வைத்திருந்தேன். வண்ண நிலவன், *ஆராய்ச்சி* இதழ்கள் அச்சடிக்கும், பேராசிரியர் நா. வானமாமலை அவர்களின் அச்சகத்திற்கும் அவர் நடத்தும் கூட்டங்களுக்கும் செல்வார். அவர் கையெழுத்துப் பிரதியை பாளையங் கோட்டைக்கு எடுத்துப் போய் அங்கே அச்சடிக்க முயற்சிகள் எடுத்தார். அங்கே உள்ள நண்பர்கள் மிக ஆர்வமாக அதைக் கம்போஸ்

செய்து நீளமான வால்போல "வாலம் ப்ரூஃப்" எல்லாம் கொடுத் தார்கள். கவிதைகளை மிகவும் ரசித்ததாக அங்குள்ள ஃபோர்மேன் சொன்னார். ஆனால் "இது என்ன கண்ணறாவிக் கவிதைகள், நம்ம கொள்கைக்கு ஒத்து வருமா" என்று தோழர் வெ.கிருஷ்ணமூர்த்தி தடுத்துவிட்டார். வண்ணநிலவன் மிகவும் வருத்தப்பட்டார். போனால்ப் போகுது இங்கே டவுணில் இல்லாத அச்சகமா, இங்கேயே அச்சடிக் கலாம் என்று முடிவெடுத்தோம்.

நானே திருநெல்வேலி டவுணில் உள்ள விநாயகா பிரஸ் அச்சகத்தில் விசாரித்து அங்கேயே அச்சிட ஆரம்பித்தோம். முதலில் சாதாரண ஏ 4 சைஸ் அளவுத் தாளில், வரிசையாக வராத (கலைத்துப் போட்டது போல) எட்டு எட்டுப் பக்கங்களாக அச்சிட்டிருந்ததின், அச்சும் அமைப்பும் நன்றாகவே இருந்தது. அதை பக்க வாரியான புத்தக மாக்க, எட்டாக மடித்து வெட்டியபோது "புள்ளி" கவிதைத் தொகுப்பின் நேர்த்திக்கு அருகில்க் கூட போக முடியவில்லை *வெள்ளம்*. அதைப் பார்த்த பா. செயப்பிரகாசம், ஐம்பது ரூபாய்தானே அச்சுக் கூலி, போனால் போகிறது, அப்போது வண்ணதாசனின் சம்பளமே 280 ரூபாய்க்குள்தான் இருக்கும், வேறு ஒன்றை நன்றாக அச்சிடலாம்.' என்றார். என்னுடைய ஆர்வம் அதை அனுமதிக்கவில்லை. தவிரவும் அதில் பாதிப் பக்கங்களை நானே கம்போஸ் செய்திருந்தேன். குறிப்பாக

> என் கற்பனையில் நீ
> கருத்தரித்துப் பெற்ற
> பால் தந்து பழக்கியிராத
> பிள்ளைகள் அழுகின்றன:
> "தங்களுக்குஉன்
> ரத்தம் வேண்டுமென"

– "சசிகலாவுக்கு" என்கிற சமர்ப்பணப் பக்கம்.

அதனாலும் அதைக் கலைக்கச் சம்மதமில்லை. அப்படியே வெளி வந்துவிட்டது. பா.செயப்பிரகாசம், என் நோட்டுப் புத்தகத்திலுள்ள கவிதைகளைப் படித்துவிட்டு " கலாப்ரியாவின் தொட்டிலில்லாத குழந்தைக்கு ஒரு தாலாட்டு" என்று எழுதியிருந்த கட்டுரையிலிருந்தே பகுதிகளை எடுத்து, முன்னுரை ஒன்றைச் செய்திருந்தேன். இதற்காக என் அம்மாவிடம் கேட்டு அவள் தனக்குத் தெரிந்த தாலாட்டுப் பாடல்களையெல்லாம் எழுதித் தந்தாள். அதில் சில வரிகளை நான் தேர்ந்தெடுத்து, செயப்பிரகாசத்தின் முன்னுரைக்குத் தலைப்புப் போல அந்தப் பாடலை வைத்தேன்.

> "மாலையாய் தந்தாக்க
> வாடிவிடும் என்று சொல்லி

மார் பதக்கம் தான் கழற்றி
இந்த மழலை வைரம் தந்ததாரோ
ஆராரோ ஆரிரோ"

ஆக அம்மாவுடைய எழுத்தே முதலில் இருந்தது என் முதல்த் தொகுப்பில்.

அந்த மோசமான அச்சமைப்புக்காகத்தான் பாலகுமாரன், அப்படி ஒரு கடிதம் எழுதியிருந்தான். அவன் சொன்னது எனக்கு அப்போது சிறிது சுருக்கென்று தைத்தாலும் அதன் நிதர்சனம் போகப் போகப் புரிந்தது. நானும் தொகுப்பின் விலை 30 காசுகள் என்றே வைத்திருந்தேன். ஒரு ரூபாய் மணி ஆர்டர் செய்தால் மூன்று புத்தகங்கள் தபாலில் அனுப்பிவைக்கப்படும் என்று கசடதபற வில் விளம்பரம் வந்தது. கூடவே ஞானக்கூத்தனின் விமர்சனமும் வந்தது. ஞானரதம், வானம்பாடி, சோதனை என பல இலக்கிய இதழ்களில் விமர்சனம் வந்தது. ஞானரதத்தில் நகுலன் எழுதியிருந்தார். கணை யாழியின் கடைசிப் பக்கத்தில் சுஜாதா குறிப்பிட்டிருந்தார். தீபம் இதழில் நா. பார்த்தசாராதி (மணிவண்ணன்) கேள்வி – பதில் பகுதியில் குறிப்பிட்டிருந்தார். நான் அதையெல்லாம் சற்றும் எதிர்பாத்திருக்க வில்லை. மேகத்தில் மிதந்தேன். அங்கிருந்தும் இவள், எந்த வீதியிலாவது தென் படுகிறாளா என்று தேடிக் கொண்டுமிருந்தேன். என்னை விட புத்தகம் வந்ததில் அதிக மகிழ்ச்சி அடைந்தது, வண்ணதாசனும் வண்ணநிலவனும்தான். வண்ணதாசன் விரும்பியிருந்தால் அவரது தொகுப்பைக் கொண்டு வந்திருக்கலாம். அல்லது அவரது தொகுப் பையும் கொண்டு வந்திருக்கலாம். ஆனால் அந்த நல்லாசிரியன் தன் மாணவனை முன்னிறுத்துவதில் அதிக மகிழ்ச்சி கொண்டிருந்தார்.

கொஞ்ச நாட்களுக்கு தினமும் ஒரு ரூபாய் மணி ஆர்டர் ஒன்றாவது வந்துவிடும். அதைப் பெற்றுக் கொள்ள அப்பா பெயருக்கு *ஆதரை சேஷன் லெட்டர்* போஸ்ட் ஆஃபீஸில் கொடுத்திருந்தேன். மணி ஆர்டர் கூப்பனில் முகவரி இருக்கிறதா என்று தவறாமல் பார்த்து வாங்கி பத்திரமாக வைத்திருப்பார்.இப்போது நினைக்கையில் இது தான் நான் அவருக்குத் தந்த பெருமகிழ்ச்சியாக இருந்திருக்கும். இந்த இரண்டு குட்டிப் புத்தகங்கள் தந்த பாதிப்பில் பல குட்டிப் புத்தகங்கள் வந்தன. விக்ரமாதித்யன், அம்பை பாலன், சு.அரங்கனாதன், லயனல் எல்லாம் சேர்ந்து அம்பையிலிருந்து 'உதயம்' என்று ஒன்று கொண்டு வந்தார்கள். ராஜபாளையத்திலிருந்து, கொ.ச.பலராமன், 'ரசிகன்' என்று ஒன்று கொண்டு வந்தார்.பாலா, தமிழ்நாடன் போன்ற வானம்பாடி நண்பர்கள் "நீ" என்ற தலைப்பில் ராசி புரத்திலிருந்து ஒரு புத்தகமும், பாதசாரி (நிம்ல விஸ்வனாதன்) ஒரு தொகுப்பும் கொண்டு வந்தார்.

சேலம் தமிழ்நாடன் “Babu Booksmith” என்று வித்தியாசமான பெயரில் ஒரு பதிப்பகம் தொடங்கி தன்னுடைய மூன்று கவிதைத் தொகுதிகளைத் துயாரித்துக் கொண்டு வந்தார். அழகான 1/8 கிரௌன் சைஸில் வந்தது. அவர் ஒரு சகலகலா வல்லவர். அருமையான லினோ கட் எல்லாம் செய்து மூன்றையும் *மண்ணின் மாண்பு, வேள்வித் தீ, காமரூபம்* கொண்டு வந்தார். ஒவ்வொன்றும் ஒரு ரூபாய் விலை. காமரூபம் சமூகப் பகடியுடன் கொஞ்சம் ‘எராட்டிக்’கான விஷயமும் கொண்டிருந்தது, அதனால் அதற்காக அவர் கடுமையான விமர்சனத்தை எதிர் கொண்டார். அதனாலேயே அதற்கப்புறம் தமிழில் அந்த மாதிரிப் புத்தகங்கள் வரவில்லை. அந்த மூன்று புத்தகங் களின் வடிவம் போல எனது இரண்டாவது தொகுப்பான *தீர்த்த யாத்திரையை* நல்ல அச்சுடன் அழகாகக் கொண்டு வந்திருந்தார் வண்ணதாசன்.

முதல்த் தொகுப்பு அளவிற்கு இது வரவேற்பைப் பெற வில்லை. இதிலிருந்துதான் தொடங்கியது எனலாம். முதல்த் தொகுப்பை தி.ஜானகிராமனுக்கு அனுப்பி வைத்திருந்தேன். அவர் புதுக்கவிதைக்கு எதிர்காலம் இல்லையென்று சொன்னதாகப் பாலகுமாரன் சொல்லிக் கொண்டிருப்பான். அதை நினைவில்க் கொண்டு ஒரு கவிதை,

புதுக்கவிதை

(தி.ஜானகிராமனுக்கு சமர்ப்பணம்)

கூட்டிலிருந்து
தவறி விழுந்த
குஞ்சுப்பறவை
தாயைப் போலவே
தானும் பறப்பதாய்
நினைத்தது
தரையில் மோதிச் சாகும் வரை

என்று எழுதியிருந்தேன். அதனால் புத்தகத்தை அவருக்கும் அனுப்பி இருந்தேன். “இல்லையே நான் புதுக்கவிதைக்கு எதிரி இல்லையே, பாலகுமாரன் ‘பால்யத்தினால்’ சொல்லியிருப்பார். பழசும் புதுசும் இல்லாத பல இரண்டுங் கெட்டான்கள், இவர்களைப் பார்த்து நான் அருவருப்படைவது உண்டு. அவை கிவிதைகள். ஆனால் சத்தம் போடுபவர்கள் இவர்கள்தான். பெண் பிள்ளைகள் தனியாக இருந்தால் காதலிக்கவும் தொடங்குவார்கள். இவர்களுக்கும் புதுக் கிவிகளுக்கும் வேற்றுமை கிடையாது. அது கிடக்கிறது சனி. வெள்ளம் மீண்டும்

மீண்டும் படிக்கத் தோன்றுகிறது. நல்ல ஆண்பிள்ளை, அல்லது பெண்பிள்ளைக் கவிதைகள்." என்று தி.ஜா கடிதம் எழுதியிருந்தார். தேவதச்சன் கடுமையாக விமர்சித்து எழுதியிருந்தார். நா.காமராசன், "கலாப்ரியாவின் சிறு சிறு கண்ணீர்த் துளிகள் வெள்ளமாகப் பிரவாகம் கொண்டிருக்கின்றன. காதல் தோல்வியின் ஏக்க அலைகள் ஒரு நளினமான கவி நெஞ்சின் சோகப் பாடல்கள் ஆகியிருக்கின்றன. என்னை அழ வைத்த தொகுப்பு அது. கலாப்ரியா எங்கள் தலை முறையின் 'கண்மணிக் கவிஞன்', என்று உசுப்பேற்றியிருந்தார். (பின்னாளில் சிலர் "கண்மணிக் கழுதைகள்" என்று திட்டியும் இருக்கிறார்கள்.) எல்லாக் கடிதங்களும் எங்கோ பத்திரமாக இருக்கின்றன.

எல்லாவற்றையும் விட, முதல்த் தொகுப்பைப் படித்து விட்டு, வண்ணதாசனின் அண்ணனும் எங்களின் குருநாதருமாகிய கணபதி அண்ணன் எழுதியிருந்த,

"….. Poor girl! You have influenced Tamil Literature (T.L) without being aware of the same: unaware and unconsciously of your influence on T.L you are leading the life of an ordinary woman!. அடீ பெண்ணே உனக்குச் சூட்டப் படும் கிரீடங்களை உன்னால் உணர முடியவில்லையே……."

என்ற கடித வரிகளே, "எழுதியதெல்லாம் உன் புகழ் பாடும் எனக்கது போதும் வேறென்ன வேண்டும்" என்று இன்னும் என்னை நெக்குருக வைத்துக் கொண்டிருக்கிறது, மன்னித்து விடு பாலகுமாரா….

2

"காலத்தை வெல்லும் இன்பக் காதல் வாழ்க....."

எனக்கு மிகப் பிடித்தமான திரைப்பாடல்கள் அல்லது கிட்டத் தட்ட எனது பத்து, பன்னிரெண்டு வயதுகளிலிருந்து என்னைத் தொடர்ந்து வரும் பாடல்கள் என்று சில உண்டு. (பத்து வயதிலேயே காதல் பாடல்கள் தெரியுமா உனக்கு, வெளங்கின மாதிரித்தான் என்று உங்கள் மைண்ட் வாய்ஸ் சொல்லுவது கேட்கிறது.) அநேக மாக என் வயதொத்த நண்பர்கள் ஆறாவது வகுப்பு படிக்கும் போதிலிருந்தே திரைப் பாடல்களைக் குறித்துப் பேசிக் கொண்டிருப் போம் அல்லது பெரிய செட் என்கிற எங்களுக்கு முந்திய பதினாறுகள் பேசுவதைக் கேட்டுக் கொண்டிருப்போம். அப்படி ஒரு பொன்னாளில்,

"வண்ண முகக் கண்ணிரண்டும் நட்சத்திரமோ அது
வாவென்று அழைப்பதென்ன விசித்திரமோ
மின்னுகின்ற பல் வரிசை முத்துச் சரமோ யாரும்
மெச்சுகின்ற குணங்களேதான் சொத்து சுகமோ"

இந்தப் பாடலை எங்கள் தெருவின் பதினாறுகள் மெச்சிக் கொண்டிருந்த போது இந்தச் சரணத்தின் (stanza என்றுதான் அப்போது சொல்லுவோம்) கடைசி வரிக்காக அவர்கள் நினைவைக் குழப்பிக் கொண்டிருந்தார்கள். நான் சரியாகப் பாடிக் காண்பித்தேன். "ஏல, அப்படின்னா அர்த்தம் தெரியுமாலெ,' என்று கேட்ட போது, வழக்கமான அதிகப் பிரசங்கித் தனத்துடன் சொன்னேன். அடுத்த ஸ்டேன்சா படிலெ என்றதும்,

வண்டுகளே கண்டிடாத வசந்த முல்லை அவள்
வந்ததுமே பறந்தோடும் காதல் தொல்லை
எண்ணம் போல வாய்த்து விட்டால் ஈடு இல்லை இனி
இன்பத்திற்கு என்றைக்குமே ஏழை இல்லை

என்று பாடுகிற மாதிரி ஒப்பித்தேன். அப்போது வயது ஒன்பது. இது யானைப்பாகன் படத்தில் வருகிற பாடல். எழுதியவர் குமார தேவன் என்கிற கவிஞர். ஏல நீ பெரிய பளுவனா வருவேலே... என்று பதினாறுகள் பண்ணிய ஆசிர்வாதமோ என்னவோ நானும் கவிதை எழுத வந்துவிட்டேன். நான் பேசிப் பழகும் பல நவீன கவிகளும் இந்த மாதிரித்தான் பிஞ்சு நினைவுகளுடன் இருப்பதை, பழுத்தவர்களாக இருப்பதைப் பல நேர்ப் பேச்சில் நான் உணர்ந் திருக்கிறேன்.

சினிமா என்றால் இரண்டு காதல் டூயட்டோ, காதலியைப் புகழும் சோலோ பாடலோ கண்டிப்பாக இருக்கும். இதுவரை வந்துள்ள படங்களின் எண்ணிக்கையைக் கொண்டு கணக்கெடுத்தால் குறைந்தது பத்தாயிரம், பதினைந்தாயிரம் காதல்ப் பாடல்களாவது இருக்கும். பாபனாசம் சிவன் போன்றோர் துவக்கி வைத்த,

"வதனமே சந்த்ர பிம்பமோ
மலர்ந்த சரோஜமோ
மாறன் அம்போ நீள் விழியோ
மதுர கானமோ"

என்று வர்ணிக்க ஆரம்பித்து.

கண்மூடும் வேளையிலும் கலையென்ன கலையே
கண்ணே உன் பேரழகின் விலை இந்த உலகே
கண்மூடும் வேளையிலும் கலை கண்டு மகிழும்
கண்ணாளன் கற்பனையின் விலை இந்த உலகே

என்று கற்பனைக்கு உலகையே விலை பேசி,

"நீரலைகள் இடம் மாறி நீந்துகின்ற குழலோ"

என்று ஆரம்பித்து ஆத்தாளான அபிராமியை, பட்டர் வர்ணிக்கும் *மாதுளம் பூ நிறத்தாளைக்* கடன் வாங்கி 'மாதுளையின் பூப்போலே மலருகின்ற இதழோ' என்று நகர்ந்து வந்த வர்ணனைகளும்,

"நான் அவள் பேரைத் தினம் பாடும் குயிலல்லவா
என் பாடல் அவள் தந்த மொழியல்லவா,"

என்றும்

"நான் பாடிய முதல்ப் பாட்டு
அவள் பேசிய தமிழ் கேட்டு

நான் கவிஞன் என்றானதெல்லாம்
அந்த அழகியின் முகம் பார்த்து,"

"ஆவிக்குள் ஆவி ஆனந்த ஏடு
அவளில்லையென்றால் நான் வெறும் கூடு"

"காலத்தை வெல்லும் இன்பக் காதல் வாழ்க
கங்கையில் பாயும் கண்ணனின் கீதம்
கண்ணனின் கீதம், காதல் வேதம்"

என்றெல்லாமும் உருகுவதும் ஒப்புக்கொடுப்பதும், காதல் என்றாலே கண்ணன் என்னும் மன்னனை மையப்படுத்துவதுமான திரைப் பாடல்களில் செவ்வியல்க் கவிதைகளின் ஆதிக் கட்டமைப்பான காமம் அடக்கி வாசிக்கப்பட்டதாகவே தோன்றுகிறது. சங்கக் கவிதைகளின் பெரும்பாலான பாடல்களில் காதல் நிறைவடைந்து தலைவி தலைவன் தோள் சேர்ந்து இருவரும் காமக்கடல் நீந்து வதாகவே புனையப்பட்டுள்ளது. காதலை விட அதற்குப் பின்னான கூடலே கொண்டாடப்பட்டுள்ளது.

காமக்கணிச்சி உடைக்கும் நிறையென்னும்
நாணுத்தாழ் வீழ்த்த கதவு

நாணமென்னும் தாழிட்ட நிறை எனும் கதவை காமக் கோடரி உடைக்கும்.

காமக்கணிச்சி என்று ஒரு புதுப் பதத்தையே உருவாக்குகிறார் வள்ளுவர். அவரே காமக் கடும்புனல் என்றும் சொல்லுகிறார். என்றாலும் கீழ்க் கணக்கோ மேல்க் கணக்கோ, வர்ணனைகளுக்கும் இடம் இல்லாமல் இல்லை.

நாலடியாரில் ஒரு பாடல்

(பெரும்பாலாருக்கு அதை ஒரு நீதி நூலாகவே தெரியும்)

கண்கயல் என்னும் கருத்தினால் காதலி
சென்றதும் அம்ம சிறுசிரல் பின் சென்றும்
ஊக்கி எழுந்ததும் எறிகல்லா ஒண் புருவம்
கோட்டிய வில்வாக்கு அறிந்து

தலைவியின் அழகிய கண்களைக் கண்டு அவை கயல் மீன்களென்று மயங்கி அவற்றைப் பிடிக்கப் பறந்து உடன் சென்றது மீன் கொத்தி. முகத்தை நெருங்கிய அது அவளது வளைந்த புருவத்தைப் பார்த்து வில் வளைப்பதாய்க் கருதி பயந்து விலகிப் பறந்தது. இதில் பின் பகுதிதான் புனைவின் உச்சம். இவை போன்ற புனைவுகள் மட்டும் நீடிக்க, காமம் என்கிற பதம் மட்டுப்பட்டு, பிற்காலத்தில் பாரதி

பாடல்களிலெல்லாம் கூட நாசூக்காகவே சொல்லப்பட்டது. பக்தி இலக்கியப் பாதிப்புடன் உள்ள பாரதி பாடல்களில்க் கூட ஆண்டாள் அளவுக்குக் கூட சிருங்கார ரசம் இல்லை. கொஞ்சம் அடக்கி வாசிக்க வேண்டிய கட்டாயம் ஏதும் அப்போது இருந்ததா, இல்லை அப்போது ஏதாவது பண்பாட்டுக் காவலர்கள் பாதுகாப்புப் பணியிலிருந்தார்களா தெரியவில்லை.

நவீன கவிதையில் புது விதமான வெளிப்பாட்டுடன் காதல், பதிவு செய்யப்பட்டது. புது ஏற்பாட்டின்படியும் பெரும்பாலான கவிதைகளில், பெண்களை வழக்கம் போல ஆண்கள் வர்ணித்துக் கொண்டிருக்க புதிய பெண் கவிஞர்கள் வெவ்வேறு அர்த்த தளத்தில் காதலைப் பதிவு செய்வதும் நடந்துள்ளது. இத்தொகுப்பில் என்ன நிகழ்கிறது எனப் பார்க்கலாம். ஆரம்பப் பக்கங்களில் இடம் பெறுகிற கவிதையான,

கனிமொழியின் ஒரு கவிதையுடன் ஆரம்பிக்கலாம்.

“என்ன சொல்லி என்ன
என்ன எழுதி என்ன
நான் சொல்ல வருவதைத் தவிர
எல்லாம் புரிகிறது உனக்கு”

இந்தக் கவிதையை பல தளத்தில் புரிந்து கொள்ளலாம். வெளிப் படையாகத் தெரிகிற பெண்ணிய X ஆணாதிக்க கோணம் ஒன்று. “மக்கு மக்கு நான் சொல்றது புரியலையா, இன்னும் என்ன தயக்கம்” என்கிற காதல்க் கோணம் ஒன்று. இன்னொரு பார்வை பெண்ணின் ஆர்காஸ்ம். இதில் கவிஞருக்கு சம்மதம் இருக்கிறதா தெரியாது, பிரதியைப் பொறுத்து அது வாசகன் கவலையுமில்லை.

மனுஷ்ய புத்திரனின் யதார்த்தமும் ஒரு வகை அகருணைத் தொனியும் ஊடாடும் அழகான கவிதை ஒன்று

சாத்தியமாகும் அன்பு

நான் உன்னை நேசிக்கிறேன்
ஏற்றுக் கொள்கிறேன்
நான் உன்னைப் புரிந்து கொள்கிறேன்
நான் உன்னை சுதந்திரம் உள்ளவளாக்குகிறேன்
நீ இங்கே
இல்லாதபோது மட்டும்

இதுவும் ஒரு பல பரிமாணக் கவிதை. அவள் இல்லாத போது நேசமும் காதலும் பொங்க அவள் இருக்கும் போது ஏதோ ஒரு ஊடல். இந்தக் கவிதையில் ‘தொனி’தான் அற்புதமானது.

"அகப்பட்டுக் கொள்ளத்தான்
இந்த மீன்
துடிக்கிறது
தொடமாட்டோம் என்று
தூண்டில்கள்
சொல்லி விட்ட பின்னும்"

என்கிற மேத்தாவின் கவிதை, எல்லோரையும் கவர்கிற தபூ சங்கர் கவிதைகள் போன்ற சிலவற்றில் ஒன்று.

ஆணைத் தவிக்க விடுகிற கவிதைகள் பல எழுதப்பட்டுள்ளன. செல்வராஜ் ஜெகதீசனின் இந்தக் கவிதை ஒரு கச்சிதமான கையறு நிலைக் கவிதை

பிரிவின் சாசனம்
ஏதாவது சொல் என்றேன்
என்ன சொல்ல என்றாய்
எதையாவது சொல்லி
இருக்கலாம் நீ

பிரிவின் சாசனமாய்
ஒரு பதிலாவது
எஞ்சியிருக்கும்
நமக்குள்

காதல் தனிப்பட்ட இருவருக்குள் நிகழ்கிற ரஸவாதம். அந்த ரஸவாதத் தால் பொதுவான வார்த்தைகளை அன்பெனும் பொருள் ததும்ப எல்லோருக்குமான கவிதையாக்குவது ஒரு உன்னதமான கவிஞனுக்கு அழகு என்பேன். கவிஞன் காதலை வாழ வைக்கிறான், காதல் கவிதையை வாழ வைக்கிறது என்பதற்கு உதாரணமான பிரான்சிஸ் கிருபாவின் கவிதை ஒன்று.

போதும்
ஒரு துண்டு பூமி
இரண்டு துண்டு வானம்
சிறு கீற்று நிலவு
சில துளிகள் சூரியன்
ஒரு பிடி நட்சத்திரம்
கால்ப்படி கடல்
ஒரு கிண்ணம் பகல்
ஒரு கிண்ணிப்பெட்டி இருள்
மரக்கூந்தல் காற்று
நூலளவு பசும் ஓடை
குடையளவு மேகம்

ஒரு கொத்து மழை
குட்டியாய் ஒரு சாத்தான்
குழந்தை மாதிரி கடவுள்
உடல் நிறைய உயிர்
மனம் புதிய காதல்
குருதி நனைய உள்ளொளி
இறவாத முத்தம்
என் உலகளவு எனக்கன்பு

யதார்த்தமும் பகடியும் நிறைந்த லட்சுமி மணிவண்ணனின் கவிதை, மனதில் வதிந்தவளைத் தேடினால் கண்கள் எதையெதைக் காண் கின்றன, காதல் என்னவாகிறது அப்போது என்று நேரடியாகக் கேட்காமல் கேட்கிறது.

எனது பெண்ணைக்
கண்டு பிடிக்க முடியவில்லை
அவள் எல்லா பேருந்து நிலையங்களிலும்
என் கண்ணில் படாமல் ஒளிந்து கொள்கிறாள்
அவளைத் தேடிச் சலித்த கண்களில்
முலைகளும் பிருஷ்டங்களுமே
படுகின்றன.

பூக்காத செடிகள் என்னும் உமா மகேஸ்வரியின் கவிதை, ஆண்கள், காதல் என்றால் என்னவென்றே உணராமல் ஒரு விதமாக சதைச் சோறு மேய்வதைக் குறித்த ஆதங்கம் பொங்கும் கவிதை. இவை யெல்லாம் காதல் என்றால், பெண் வர்ணிப்பும் உருகுதலும் ஒப்புக் கொடுத்தலும் மட்டுமே இல்லை என்று உணர்த்துகின்றன. இப்படி ஒரு பார்வையை வளர்த்தெடுக்கும் போது சற்றே வழக்கமான நவீன கவிதைகள் மறுபடி நம் ரசனையை மாற்றுகின்றது. இந்த நூலில் கவிதைகளின் தொகுப்பு முறை எந்த வழக்கமான வரிசை அமைப்பு மின்றி இருப்பதால் இந்த ரஸானுபவம் சாத்தியமாகிறது.

முள் வாங்கும் உன் நினைவு என்கிற அழகிய பெரியவனின் கவிதை நம் வாசிப்பு அனுபவத் தடத்தை, திசை மாற்றுகின்ற அப்படி யொரு அற்புதமான கவிதை.அதைத் தொடர்ந்து வருகிற என்.டி ராஜ்குமாரின் அதிர்ச்சியான வார்த்தைகளில் மனைவியைக் காதலிக்கும் கவிதை. சமீபத்தில் வெகுவாக பேசப்பட்ட கவிதை இது.

அவள் எனக்குப் பசி தீர்த்தவள்
நீ காமம் தீர்த்தவள்
எருமை போல வளர்ந்த நான்
அவளுக்குக் குழந்தை
எனக்கு என்னைப் போல் அல்லாத

ஒரு பிள்ளை வேண்டும்
பற்றி எரிகிற தீயை
புணர்ந்து அணைக்கிற அன்பு மனைவியே
ஓங்கிய கையை நிறுத்தி விடு
மூச்சுத் திணறுகிறது
சூசகமாய் ஒரு வார்த்தை சொல்
சோற்றில் விஷம் வைத்து
என் அம்மாவைக் கொன்று விடுகிறேன்."

யூமா வாசுகி கடந்த கால் நூற்றாண்டு கண்டெடுத்த மிக அற்புத மான படைப்பாளி. அவனது நீர் விளையாட்டு கவிதை உங்களை ஒரு தாமரைத் தடாகத்தில் ஆழ்த்தி குளிர்விக்காமல் இருந்தால், நீரில் முக்குளித்து தன் இணை தன்னைத் தவிக்க விடுவதை ஒவ்வொரு வரும் உணராமல் இருந்தால் ஆச்சரியம்.

வ.ஐ.ச ஜெயபாலனின்,

"தோழா உனக்கு எத்தனை வயசு?

தோழி எனக்கு
சாகிற வரைக்கும் வாழ்கிற வயசு."

என்கிற முத்தாய்ப்பான வரிகளைக் கொண்ட நீலம் கவிதை ஒரு நீல வைரம்.

ரமேஷ் பிரேதனின் 'கல் நெஞ்சகி' கவிதையாகட்டும், ஷங்கர் ராம சுப்ரமணியனின் 'வள்ளுவர் கோட்டத்துக்கும் மகாத்மா காந்தி சாலைக்கும் இடையே' கவிதையாகட்டும், 'பார்வையால் பருகுவதே காதல்' என்று உணர வைக்கிற பழநி பாரதியின் கவிதையாகட்டும் எல்லாமும் சேர்ந்து கிட்டத்தட்ட அரை நூற்றாண்டு தமிழ்க் கவிதை உலகின் அனைத்துக் கவிஞர்களின் காதல்க் கவிதைகள், காதல் சார்ந்த கவிதைகளின் தொகுப்பாக இது வெளி வந்திருக்கிறது. கவிதைகள் தேர்வைப் பொறுத்து கச்சிதமாக அமைந்திருக்கிறது.

பொதுவாக நவீன கவிதையின் காதல்க் கவிதைகளில், காதல் நீராட அழைத்துச் செல்லும் காமநதி பற்றி அதிகமும் சொல்லப் படவில்லை. சங்கக் கவிதைகளில் சொல்லப்பட்ட அளவுக்குக் கூட இல்லை என்பதே உண்மை. இது பற்றி சுகுமாரன் ஒரு கட்டுரையில் விரிவாக விவரித்திருக்கிறார். கவிஞர் மகுடேசுவரன் காமக் கடும் புனல் என்று ஒரு தொகுப்பு எழுதியுள்ளார். அவரை இவ்விதம் ஆற்றுப் படுத்தியவர்களில் நானும் ஒருவன். சமீபமாக நானும் சில கவிதைகள் எழுதியுள்ளேன். உதாரணத்திற்கு ஒன்று,

இன்னும் காமம்
களைந்திராத
ஆடைகளை
நேர்ப்படுத்தியபடி
சிறு வீட்டின் கதவம்
திறப்பவளைச்
சோம்பலாய்த் தழுவுகிறது
உள்ளூர்க்
காலை வெயில்.

மாறாக வடமொழியில் காதல்க் கவிதைகள் என்ற பகுப்பின் கீழ் பல சிருங்கார ரசக் கவிதைகள் உள்ளன. அவை பெருவாரியாக ஆங்கிலத்தில் மொழி பெயர்க்கப்பட்டுள்ளன. பர்த்ருஹரியின் சிருங் காரக் கவிதைகள் ஆங்கிலத்தில் நிறைய மொழிபெயர்க்கப்பட்டுள்ளன. ப்ரிடிஷ் நந்தி 'Untamed heart' என்ற பெயரில் சிலகவிதைகளை மொழி பெயர்த்துள்ளார். அழகான ஓவியங்களுடன் கூடிய அந்நூல் ஒருமுறை ஏகப்பட்ட விலையில் விற்றுக் கொண்டிருந்தது, டெல்லி புத்தகக் கண்காட்சியில். பர்த்ருஹரி, காளிதாசன், பவபூதி என்று அந்தக் காலத்திலேயே வடமொழியில் வெளுத்து வாங்கியிருக்கிறார்கள்.

வனமெனக் கிடக்கும் அவளது கூந்தல்
அதில் உலவ அழைக்கிறதா உன்னை,
அழகிய மேடு போன்ற மார்புகள் கண்டு
மலையேற்றக்காரன் போல்
ஆவல் மீதூறுகிறதா உன் கரங்களுக்கு,
நில்! நேரம் கடந்து விடும் முன்
மறைந்திருந்து 'தாக்கத் துடிக்கும்
புதர்க் கொள்ளையனை'
முதலில்க் காதல் செய்!

பர்த்ருஹரி கவிதை ஒன்றின் (விலகிய) மொழி பெயர்ப்பு இது.

புதர் என்றதும் 'பொருநராற்றுப் படையில் வருகின்ற 'வண்டிருப்பன்ன பல்காழ் அல்குல்" நினைவுக்கு வருகிறது.

ராஜா பர்த்ருஹரி தான் அனுபவித்ததைப் பாடித் தீர்த் திருக்கிறான் என்பார்கள். ஆனால் திடீரென்று ஒரு நாள் அவன் சிருங்காரத்தை வெறுத்து, அதை விட்டு விட்டு பெரிய ஒழுக்க சித்தனாகி விட்டான். வடக்கே ஒரு பழமொழி உண்டாம், கி.ரா. சொல்லுவார். 'ராஜா பர்த்ருஹரி எந்தக் கோணத்துல பார்த்தானோ, தெரிஞ்சா நாமளும் பாத்துட்டு இதை விட்டுத் தொலையலாமேன்னு.' அங்கே காதல் என்றால் அப்படி. இங்கே அப்படிப்பட்ட காதல்க் கவிதைகள் யவனிகா ஸ்ரீராம் போன்ற ஒரு சிலர் தவிர்த்து யாரும்

எழுதவில்லை. இங்கே தமிழில் இருப்பவை வேறு விதமானவை. காதல் என்னும்போது eroticism காணப் படாதது புதுக் கவிதையின் வெளிப்படைத் தன்மைக்கு எதிராயிருப்பது ஒரு நகை முரண். ஆனால் இது பொதுவான கவிதை நிகழ்வுகள் குறித்த அவதானிப்பு. இந்தத் தொகுப்பைப் பொறுத்தவரை எனக்குத் தோன்றுவது,

நாகரிகம் துளிர் விடும் முன், சமூகம் கட்டமைக்கப்படும் முன், ஒரு பசி வேட்டையையும், இன்னொரு பசி காதலையும் சொல்லித் தந்தது. அந்த வகையில் மொழிக்கு மூத்தது காதல். ஆகவே மூத்த மொழியான தமிழின் அகப்பாடல் மரபில் காதல் கவிதைகள் வெள்ள மெனப் பொங்கியதில் ஆச்சரியமில்லை. அகப்பாடலின் தொடர்ச்சி யாக பக்தி இலக்கியத்தில் ஆண்டாளின் மதுரபக்தியும் அதன் நீட்சியாக கண்ணன் என் காதலன், கண்ணம்மா என் காதலி என்று பாரதி பாடியதும்,"ஆசையிலே பாத்தி கட்டி அன்பை விதைத்தும், அன்பு மயில் ஆடலுக்கு மேடை அமைத்தும்" திரைப்பாடல்கள் ஒரு புறம் இசைக்க, அரை நூற்றாண்டுக்கும் மேலாகத் தமிழ் நவீன கவிதையில் காதல் எப்படியெல்லாம், மேற்சொன்னவைகளிலிருந்து மாறுபட்டுப் பயணிக்கிறது, வெளியெங்கும் வியாபிக்கிறது என்பதை இந்தத் தொகுப்பு ஆத்மார்த்தமாக விளக்குகிறது.

(அந்தி மழை பதிப்பகம், தொலைபேசி: 9443224834, வெளியீடான "தரை தொடாத மழைத்துளிகள்" சிறந்த காதல் கவிதைகள் தொகுப்புக்கு எழுதிய (முன்னுரை)

3

விடிவெள்ளிக் கவிதைகள்

நண்பர் ராஜ சுந்தரராஜனின் கவிதைகள் நவீன கவிதை வாசகர் களுக்கு முப்பது முப்பத்தி ஐந்து வருடங்களுக்கு மேலாக அறிமுகம். அநேகமாக நான் கலந்து கொள்ளும் சிற்சில கவிதைப் பயிலரங்குகளில் நான் தவறாது அவரது சில கவிதைகளைக் குறிப்பிடுவேன். அதற்கான காரணங்கள் பல. ஒன்று அவற்றின் கச்சிதமான தன்மை. ஒரு பொறியே முழுக் கவிதையாகி நிற்கும்.இவற்றைச் சொல்வதன் மூலம், மாணவர்களின் ஆரம்பக் கவனத்தை ஈர்க்க முடியும் அல்லது கவனச் சிதறலைத் திசை திருப்ப முடியும், பெரும்பாலும் மாணவர்களுக்காகத் தான் இப்படிப் பயிலரங்கங்களில் கலந்து கொள்ள ஒப்புக் கொள்வது, ஆனால் அதை யாராவது பயன்படுத்திக் கொண்டிருப்பார்களா என்று தெரியவில்லை. இருப்பார்கள் 100 பேர் கலந்து கொள்ளும் ஒரு அரங்கில் ஒன்றிரண்டு பேராவது உள் வாங்கிக் கொண்டாலே போதும்தானே. அப்படிப்பட்ட ஒன்றிரண்டு, கேளாரும் வேட்ப மொழிவதற்கு, இதோ சுந்தரராஜனின் பாஷை அல்லது பாஷையின் பாதிப்பு வந்துவிட்டது இப்போதே, மிகவும் உபயோகரமாக இருப் பவை அந்தக் கவிதைகள். அவற்றில் ஒன்று,

> வான பரியந்தம் உயர்ந்த கோபுரத்தில் ஏறி,
> இல்லை என்று கை விரித்து நிற்கிறது
> சிலுவை.

என்பது ஒன்று. இதைச் சொல்லி விட்டு 'பரலோக ராஜ்ஜியம்' என்று இதன் தலைப்பைச் சொல்லும் போது பங்கேற்பாளர்களின்

முகத்தில் லேசான பிரகாசம் வரும். ஓஹோ கவிதை என்கிறார்களே அது இதுதான் போல என்பது மாதிரி.

அடுத்து அவர்களை நிமிர்ந்து உட்காரச் செய்யும் ஒரு கவிதை

கிறுக்குப் பிடித்த பெண்ணை
கர்ப்பவதியாக்க
எவன் மனம் துணிந்தது இப்படி!

அதற்கு முன் இவளை
புஷ்பவதியாக்க
இறை மனம் துணிந்ததே எப்படி?

இதை நாம் விளக்க வேண்டிய அவசியமில்லாமல் உச்சுக் கொட்டுவார்கள்.

இன்னொரு கவிதை, கொடுப்பினை என்ற தலைப்பில்

இரா முழுக்க
தவம் கிடந்தன
வான் நிறைய மீன்கள்
பரிதியை
நேர் நின்று கண்டதோ
விடிய வந்த வெள்ளி.

இதைக் கொஞ்சம் விளக்க வேண்டும், வெள்ளி என்றால் கிரகம், சுக்கிரன், இதைப்பார்க்க வேண்டுமென்றால் காலையில் எழுந் திருக்க வேண்டும், அல்லது மாலையில் பார்க்கவேண்டும். அதைச் சுற்றி எப்போதும் மேகப்படலம் இருக்கும், அதனாலேயே இதற்கு nevar glimpsed venus என்று பெயர், இதைக் காண்பவர்களில் பலர் அதிகாலையில் எழுபவர்கள், ஆனால் அவர்களுக்கு ஒரு நாளும் சுக்கிர திசை அடித்ததில்லை. என்றெல்லாம் ஒரு கவிதையின் வியா பகம் குறித்து விளக்க ஒரு வாய்ப்பைத் தருபவை இது. ஆனால் விளக்கி முடிவதற்குள் அவர்களை மறுபடி ஆயாசம் தொற்றி யிருக்கும்.

அப்படியே ஆர்வம் பொங்கக் கவனித்தாலும், ஒருவராவது இப்படியெல்லாம் சொல்கிறீர்களே இவரது மற்றக் கவிதைகள் எங்கே கிடைக்கும் என்பது போலக் கேட்பார்களா என்றால், அநேக மாக இருக்காது. சரி இது கிடக்கட்டும். போன நூற்றாண்டில் அரைச் சதமும், இந்த நூற்றாண்டில் ஒன்றரைத் தசமும் பார்த்தாயிற்று. மீதி ஆயுளிலாவது யாராவது கேட்கட்டும்

நான் போகின்ற பாதையெல்லாம் உன் பூ முகம் காணுகின்றேன் என்று கண்ணதாசன் வாடியது போல், டி.எம்.எஸ் பாடியது போல்,

நான் சொல்லுகின்ற ராஜ சுந்தரராஜனின் எளிமையான கவிதைகள் இவை. அவரது 'உயிர் மீட்சி' நீள் கவிதையில் அவர் கொண்டிருக்கிற பிரமிள் மீதான பிரமிப்பு வெளிப்படும். வண்ணதாசன் அழகாகக் குறிப்பிட்டிருப்பது போல ராஜ சுந்தராஜனுக்கு சங்கமும் விவிலியமும் கலந்த ஒரு அருமையான மொழி வளப்பம் இருக்கிறது. எனக்குத் தெரிந்து சிறுகதையில் ஜெயகாந்தனுக்கும், வண்ண நிலவனுக்கும் வாய்த்தது இந்த விவிலிய மொழிப் பேறு. கவிதையில் கொஞ்சம் கொஞ்சம் பிரான்சிஸ் கிருபாவிடம் காணக்கிடைக்கிறது. ராஜ சுந்தராஜனுக்கு சிலுவையும் பைபிளும், மீட்சியும், உயிர்த்தெழுதலும் சரியான இடங்களில் சரியானபடி கை கொடுக்கின்றன கவிதை நகர்த்த. இது மிக இயல்பாக நிகழ்கிறது.

இறுதி விருந்து

ஓய்வதற்கு முன், பூமியொடு புணர்வில்
ஒரு பாட்டம் வலுக்கிறது மழை.

பரங்கிமலை, தனக்கு மேல் பறக்கப் போகும்
விமானத்தை எட்டக் கண்டு
இலையிமை விளிம்புகளில் நீர் சேர்கிறது

ஐயுறு தோமையர் மெய்ந் நிகர்த்து அழுகிறார்
ஆவியானவர் சாரற்காற்றால் பெருமூச்செறிகிறார்

"எங்கே போயிருவேன்? திரும்ப
வரத்தானே போறேன்? என்கிற அவனை
இறுக்கி முயங்கி மீண்டும் மீண்டும் கலக்கிற
அவளது பெரு விதிப்பில்
பீறி விழப்போவது போல்
படபடகின்றன திரைச் சீலைகள்!

செட்டான வார்த்தைகளின் நடுவே ஒரு பாமரக் கேள்விக்கு பாமரமான பாஷையில் பதில் சொல்கிறார். (அந்த பரங்கி மலைப் பார்ட்டி யாரென்று ரகசியமாகச் சொல்லுங்கள் சுந்தர ராஜன்.)

நிறையக் கவிதைகளில் கிறித்துவத் தொன்மம் இடம் பெறுகிறது.

அவற்றில் இன்னொரு சிறப்பான ஒன்று,

தாய் மொழி

தமிழன்று பிறகும் புரிகிறது
உலகினர் யாவர்க்கும் உண்மைத்தாய் மொழி
பசித்த பொக்கை வாய் பாலுக்கு அழுகை

பச்சைத் தண்ணீரை ஒயினாக மாற்ற,
தானே முந்திரிக் கொடியாகி
கனிந்து, காலம் கனியாத கண்டிதத்தில்,
நொதிப்புண்டார் இயேசு.
நொதிப்பின்றிச் சுரக்கிறாள்
வடுக்களால் வளர்ந்த பனையம்மைக் கருப்பி.

முலை ஒரு பழம் நினைவு
உலர் திராட்சை அதன் முகம் இன்று
தாயில்லையென்றால் என்ன
அள்ளிப் பொருத்தி
அழுகை அமர்த்துகிறேன்.

சங்கக் கவிதையில் ஒரு அடுக்கு முறை உண்டு. எளிய உதாரணமாக இந்தப் புற நானூற்றுக் கவிதையைக் காணலாம்

"படைப்புப் பல படைத்துப் பலரோடு உண்ணும்
உடைப்பெருஞ் செல்வராயினும் இடைப்படக்
குறுகுறு நடந்து சிறு கை நீட்டி
இட்டும் தொட்டும் கவ்வியும் துழந்தும்
நெய்யுடை அடிசில் மெய்பட விதிர்த்தும்
மயக்குறு மக்களை இல்லோர்க்குப்
பயக்குறை இல்லைத் தாம்வாழும் நாளே!

இதில் நாம் ஒரு அழகான அடுக்கு முறையைக் காண முடியும்ஒரு காட்சி, கட்டம் கட்டமாக, ஃப்ரேம் ஃப்ரேமாக, பதிவு செய்யப் படுகிறது.

இதே போல என்றில்லை, ஆனால் இதே உணர்வு தொடர் ரத்தமாய், மன்னிக்கவும் தொடர் குருதியாய் ஓடுகிறது ராஜ சுந்தர ராஜனின் கவிதைகளில். ஒரு கவிதை தலைப்பு,

ஆசுவாசம்

கடல் மேவி வருகிறது காற்று
பாடு பட்ட மேனி குளிர
பனிக்கிறது வேர்வை

ஆறு தன் சின்னஞ்சிறு அலைகளை நீட்டி
அழுக்குத் துணிகளிடம் அடி வாங்கி நொந்த
வண்ணாந்துறைக் கற்களை
வருடிக் கொடுக்கிறது.

மேற்கு நில விளிம்பு
சூரியனை மூட
வெப்பம் தணிகிறது

இரவுக்கு வர்ணம் பூசி இழைகின்ற
தாலாட்டில்
அழுகுரல் அடங்கி ஓய
நுழைகிறது துயில்

இது கச்சிதமான அடுக்கு முறைப்பட்ட கவிதை. இதில் அழுகுரல் அடங்கி ஓய, நுழைகிறது துயில் என்று வந்து விழுகிற அநாயசமும் இயல்புமான வரிதான் இதை அற்புதமான கவிதையாக்குகிறது. பல அற்புதங்களில் இதுவும் ஒன்று.

உறக்கப் பகுப்பாய்வு என்று ஒரு கவிதை, இதன் நீழலைகவனிக்கவும் நீழலை அதாவது ப்ரொஜக்ஷன் என்று சொல்லலாமா? பல கவிதை களிலும் காணமுடியும். உண்மையில் மரணத்திற்குப் பின் என்ன என்ற கேள்வி போல இதில் தூக்கத்திற்குப் பின் என்ன என்று ராஜ சுந்தரராஜன் ஒரு உள்ளார்ந்த தேடலை நிகழ்த்தியிருக்கிறார். இது மட்டுமல்லாது தனக்குள், குருத்தோலை ஏந்தியபடி, பல பயணங் களைப் பல தேடல்களைத் தன் கவிதைகளில் நிகழ்த்தியிருக்கிறார்,

ஒரு கவிதையைப் படித்ததும் நமக்கும் ஒன்று எழுதத் தோன்றினால் அது நல்ல கவிதை என்பது என் எண்ணம்.

வாழையிலைகளைக்
காற்று கிழித்த பின்தான்
தென்னை ஓலைகளைப்
படைத்திருப்பானோ
கடவுள்

என்று எனக்கு ஒரு கவிதை எழுதத் தோன்றிய ராஜ சுந்தரராஜனின் கவிதை ஒன்றைக் குறிப்பிடலாம். இது ஒரு போலச் செய்த கவிதை தான். இதன் அசல்,

தாறு வெட்டப்பட்ட வாழைகளுக்கும்
காற்று கிழித்துப்போட்ட இலைகளில்
வந்தது வசீகரம்
அஸ்தமன விளிம்பில்
முறுவல் மாறாத சூரிய முகம்.

ராஜ சுந்தரராஜனின் கவிதையின் இந்த முத்தாய்ப்பு வரிகள் எனக்கு வாய்க்கவே இல்லை. இன்னொரு அற்புதமான, சிகரம் என்றொரு கவிதை,

பின் தங்கிப்போன என்னை
உன் இகழ்ச்சி நகும் பார்வையின்
கீழ் நிறுத்திக் காணவா

உச்சியை ஓடி எட்டினாய்
நடந்தது இதுதான்;
இடைவெளியில், சிறு தொலைவு
வண்ணத்துப் பூச்சிகளின் பின்னோடி
போட்டி போட மறந்துவிட்டேன்.

இதில் ஓடி உச்சியை எட்டினாய் என்று எழுதுவதற்கும், உச்சியை ஓடி எட்டினாய் என்பதற்கும் வேறுபாடு இருக்கிறது. இதில்த்தான் ராஜ சுந்தரராஜனின் விரிசிசம் என்கிற மாபெரும் சொத்து இருக்கிறது. அதுவும் இயல்பாகவே நவீன கட்டுக்குள் நிற்கும் ஒரு விரிசிசம்.

யாரின் ஒரு நாளும் / ஒரு நாள் என்பது அதன் வார்த்தைகளுடனும் கவிதையுடனும் முன்னரே தீர்மானிக்கப்பட்டது, என்று நகுலன் நேர்ப்பேச்சில் ஒருமுறை சொன்னார்.

"where I want to get down
There the train stops
A pre-arrangement of
Significant pauses.

என்று ஒரு ஆங்கிலக் கவிதையிலும் எழுதியிருப்பார்.

ராஜ சுந்தரராஜனின் கவிதை ஒன்று,முன்பே தீர்மானிக்கப் பட்ட நாளை தானாக வாழ எண்ணி ஆனால் அதன் போக்கிலேயே வாழ்ந்து விடுவதன் பதிவாக விரிகிறது, தலைப்பு,

ஒழுக்கம்

தலைக்கு மேல் வெள்ளத் துழாவல்
தரைதட்டா கால் துழாவல் இழப்புணர்வை
மிதக்கத் தண்ணியடித்து
வெல்லலாம் எனக் கிளம்பினேன்

வளைகையில், வழியில், மிதி வண்டியோடு
சரிகிறாள் ஒரு சிறுமி
"சீரான இடத்துலன வளையலாம்
குண்டும் குழியுமா இருக்குதுல? கூடுதலா
நாமளும் கோட்டம் பண்ணக் கூடாது!"

என்கிறேன்

அந்த இலக்கில் என் கால்கள்
மதுபானக் கடைவழி நடை முறிக்க
நேரே வீடு திரும்புகிறேன்.

இந்த நாள்தான், இந்த வார்த்தைகள்தான், இந்தக் கவிதைதான் ஏற்கெனவே தீர்மானிக்கப்பட்டது என்கிறேன்.

கிட்டத்தட்ட அரை நானூறுக் கவிதைகளில் அகமும் புறமும் இணைந்து புது நானூறு படைக்கப் புறப்பட்டிருக்கும் ராஜ சுந்தர ராஜனின் கவிதைகளில் மொத்தக் கவிதைகள் தவிர்த்தும், ஆங்காங்கே மிளிரும் வரிகளில் சில அற்புதமான படிமங்கள் காணக் கிடைக் கின்றன, அவர் மொழியில் சொல்வதானால், வைர ஒளிப் பூந்தார கைகளாய் மின்னுகின்றன. சில தாரகைகள்:

புல்லிதழ் நீர்த்திவலை நெஞ்சுகளில்
வெளிறித் தெரிகிறது
ஒரு பாடு அழுது ஓய்ந்த
வானவெளி முகம்.

வாரியல் வழக்கில் அணைப்பே புறக்கணிப்பா?

இனிய மணமாய் அதை ஏற்பாரில்லை என்ற போதும்
பிண வழி சிதறிய பூக்களும் நாறும்தாமே?

பூட்டிக் கொள்ளத் திணவெடுத்துத் தெரு நாய்கள் முயல்வதை
உயர் மதிப்பெண் வென்றெடுத்த மாணவிகள் பார்க்கிறார்கள்

ஒரு பள்ளி விளம்பரத் தட்டியிலிருந்து.

என்னைப்போலவே இவரது கவிதைகளிலும் அடிக்கடி வந்து போகிறது ஞமலி. இன்னொரு பிரகாசமான நட்சத்திரம்,

கருப்பு வானத்தில்
மின்னல்
அடிக்கடி எதையோ
அவசர அவசரமாய்
எழுதியெழுதிக் காட்டுகிறது:

தவளைகளுக்குப் புரிகிறது போலும்
உரக்க உரக்க ஒப்பிக்கின்றன

என்று நிறையச் சொல்லாம். இவையெல்லாமே நான் விரும்பி வாசித்த வரிகள்.

வாசிப்பிலும் நினைவு வாசிப்பு, புனைவு வாசிப்பு என்று பேதப் படுத்தலாம். கிட்டும் அனுபூதி என்னவோ உணர்வு பூர்வமானது தான் என்றாலும் ஒரு பிரதியைப் புனைவினூடாக வாசிப்பதும் நினைவினூடாக வாசிப்பதும் வெவ்வேறான அனுபவங்களை நல்கக் கூடும். நினைவினூடாக ஒரு கவிதையை வாசிப்பது என்பது அனுப வங்களைப் பகிர்ந்து கொள்ளத் தூண்டும். ராஜ சுந்தரராஜனைப்

பொறுத்து இப்போதைய என் கவிதை வாசிப்பை நாடோடித்தடம் கட்டுரைகளுக்குப் பின் / முன் என்ற தடத்தில் நகர வைத்தது காலம். அவருடைய பழைய கவிதைகளை இப்போது வாசிக்கையில் அதில் பலவற்றில் அவரது சோகானுபவம் முந்தி வந்தது என்பதை மறுப்பதற் கில்லை. அவரை நன்கு அறிந்து கொண்டவன் என்ற முறையில் அவரது கவிதைகளின் ஒரு உள்முகத்தன்மை என்னை வெகுவாகக் கட்டிப்போட்டது. அதையெல்லாம் மீறி யான்னியின் நைட்டிங்கேல், அல்லது கவி மிகை மற்றும் மோகனம் அல்லது பேய்க் கோட்டோலை போன்றவை மிகுந்த புனைவு வழிச்செலுத்தி வித்தியாசமான அனுபூதியை நல்கிற்று. நண்பர்களே,

"சூரிய முறுவலுக்கு எதிர்த் திசையில்
முகம் கறுத்த வானில் உயிர் கிளர்த்தும்
மழைவில் எனது வாழ்க்கை"

என்று கவிதைக்குத் தன்னையும் தன் வாழ்வையும் ஒப்புக் கொடுத்த கவிஞனுக்கு என் மனமார்ந்த வாழ்த்துகளைத் தெரிவித்து விடை பெறுகிறேன். நன்றி வணக்கம்.

(ஈரோட்டில் நடந்த ராஜ சுந்தரராஜனின் கவிதைத் தொகுப்பான "தாய் வீடு" வெளியீட்டு விழாவில் ஆற்றிய விமர்சன உரை)

4
சில செய்திகள், சில படிமங்கள்

Translation is the art of failure, என்று சமீபத்தில் காலமான Umberto Eco சொல்லுவார். மொழிபெயர்ப்புப் பணி அவ்வளவு கடினமானது. எமக்குத் தொழில் கவிதை என்பதைப் போல் மொழிபெயர்ப்பு என்பது ஒரு பணி. ஆத்மார்த்தமான ஈடுபாட்டைக் கோருகிற ஒரு பணி. என் மொழிக்கு இது தேவை என்று உணர்ந்து ஒரு மொழிபெயர்ப்பாளர் செய்கிற சேவை என்று கூடச் சொல்லலாம்.

தமிழில் தோல்வியுறாமல் மொழிபெயர்ப்புப் பணி செய்கிற சிலரில், இப்போதைய காலத்தில் எம்.எஸ்., ஜி.குப்புசாமி, ஆர்.சிவக்குமார், சுகுமாரன் போன்றவர்களுடன் (இந்தப் பட்டியல் முழுமையானதில்லை, பொதுவாக பட்டியல் என்றாலே முக்கியமான பெயர் விட்டுப் போவதுதான்) நண்பர் சா.தேவதாஸ் அவர்களும் முக்கியமானவர். என் நினைவுகள் சரியாக இருந்தால் அவரது மொழிபெயர்ப்புகள் தொகுப்பாக முதலில் வந்தது புன்னகை புரியும் இளவரசி என்ற நூலாகத்தான் இருக்கும் என்று நம்புகிறேன். அதில் வரும் ஒரு அஸ்ஸாமியச் சிறுகதை மிக நேர்த்தியாக மொழிபெயர்க்கப்பட்டிருக்கும். அஸ்ஸாமிய நிலவியலை மூலத்தில் படிப்பது போல அப்படியே காட்சிக்கு கொண்டு வரும்.

பொதுவாக ஒரு நல்ல மொழிபெயர்ப்பைப் படிக்கும் போது மூலநூல் பற்றிய ஒரு வகையான பௌதிகத் தகவல்கள் தெரியாமலே கூடப் படிக்க முடியவேண்டும். படித்த பிறகு அதையும் அதை எழுதிய வரையும் தேடிப் போக வைக்கவேண்டும். உதாரணமாக நம்மில் பலர்

முரகாமியைத் தேடிப்போனது அவரது சில நல்ல மொழிபெயர்ப்பு களைப் படித்த பின்னரே என்பது என் அபிப்ராயம். இது மோக முள் படித்துவிட்டு கும்பகோணத்துத் தெருக்களில் சுற்றித் திரிந்த வாசகர்களுக்கு ஒப்பானது எனலாம். எஸ். ராமகிருஷ்ணன், சொல்லு வார், என்னை மாஸ்கோவில் கொண்டு போய்விட்டால், ஒரு தயக்கமும் இல்லாமல் ஊரைச் சுற்றி வருவேன் என்று. அந்த அளவுக்கு செக்காவையும், தாஸ்தாவெஸ்கியையும் கற்றுத் துறை போகியவர் அவர்.

நான் வாசிக்க ஆரம்பித்த 1968–1970 களில் சோவியத் லிட்ட ரேச்சர் என்று ஒரு புத்தகம் வரும். சோவியத் குடியரசு உடையும் வரை அது வந்த நினைவிருக்கிறது. அதில் வெளிவந்த சில கவிதைகளை வண்ணதாசன், கல்யாண்ஜி என்கிற பெயரில் தாமரை இதழில் மொழிபெயர்த்து வெளியிட்டிருந்தார். அந்த உந்துதலால் நானும் தி.க.சி அவர்களிடம் கேட்டு ஒரு கவிதையை மொழிபெயர்த்தேன். அது என்ன கவிதை என்பதெல்லாம் நினைவில்லை. அதில் ஒரு வரியில் ஆகாய விமானங்கள் என்று மொழிபெயர்த்தாலே போதும், நான் ‘காதலிக்கத் தெரியாத அலுமினியப் பறவைகள்’ என்று பெயர்த் திருந்தேன். நல்லாத்தான் இருக்கு ஆனா மொழிபெயர்ப்பு என்பது உன் கவிதையை அவர் பெயரில் எழுதவதல்ல என்று அவருக்கே உரிய அன்பும் மரியாதையும் கலந்த வார்த்தைகளில் தி.க.சி சுட்டிக் காட்டினார். Poetry is what gets lost in translation என்று ராபர்ட் ஃப்ராஸ்ட் சொல்வது போல மொழிபெயர்ப்பில் மூலக் கவிதையைத் தொலைத்து விடக்கூடாது என்பது புரிந்தது.

இந்தக் குறைபாடுகள் எதுவும் இல்லாத ஒரு மொழிபெயர்ப் பாளர் தேவதாஸ். உண்மையில் அவர் எனக்கு அறிமுகமான அன்று அவர் என்னிடமிருந்து வெ.ஸ்ரீராம் மொழிபெயர்த்த காம்யூ வின் அந்நியன் நூலை எடுத்துப் போனார். தமிழுக்கு சிறந்த மொழி பெயர்ப்புகளைக் கொண்டுவந்த முக்கியமானவர்களில் வெ.ஸ்ரீராம் ஒருவர். (தேவதாஸ் ஒரு நல்ல வாசகரும் கூட அதனால் அவர் அதைத் திருப்பித் தரவில்லை). அப்போது நான் அறிந்திருக்கவில்லை அவர் சிறந்த மொழிபெயர்ப்பாளராகி பல நூல்களை மொழிபெயர்த்து தமிழுக்குத் தருவார் என்று. இன்றைக்கு சுமார் 25 நூல்கள் வரை எழுதி, அவர் இந்தச் செம்மொழிக்கு செம்மையானதொரு பங்களிப்பைச் செய்திருக்கிறார்.

மொழிபெயர்ப்பு என்பது மூலத்திற்கு விசுவாசமாக இருக்க வேண்டும். அல்லது போர்ஹே சொல்வது போல The original is unfaithful to the translation. அதாவது மூலம் என்பது மொழிபெயர்ப்பின்

அவிசுவாசி என்று ஆகிவிடும். இந்த புத்தகத்தில் எனக்கு மிகவும் பிடித்தது, 'போர்கெஸின் அந்தரங்கச் செயலாளர்' என்ற கதை. போர்ஹேயின் வட்டச்சிதைவுகள் கதை பிரமிள் மொழிபெயர்த்து கசடதபற இதழில் வந்தது. 1971 வாக்கில். புரிந்தும் புரியாமலும் படித்த நினைவு. பிற்பாடு போர்ஹே பற்றிய செய்திகள் தெரிய வந்த போது இன்னும் சற்றுக் கூடுதலாகப் புரிந்தது. இங்கே லூசியா பெட்டென் கோட் எழுதிய கதையின் மொழிபெயர்ப்பை தேவதாஸ் அழகாக வழங்கியுள்ளார். இதில் போர்ஹெஸின் வாழ்க்கை வழியே அவருக்கே தெரியாத அவரது 'கதை' நகர்கிறது. அவரது பார்வை பறிபோன நூல் நிலைய வாழ்க்கையினை உணர்ந்து, அந்த வாழ்க்கைச் செய்தியைப் புனைவாகத் தந்திருக்கிறார் லூசியா. எப்பொழுதுமே செய்திகள் புனைவின் மொழியினாலேயே நித்தியத்துவம் பெறுகின்றன. வெறும் எண்கள் கூட புனைவின் மொழியில் மாய எழுத்தாக மாறி விடும்.

இங்கே அந்தரங்கச் செயலாளருக்கும் போர்ஹெசுக்கும் இடையே ஒரு ஆட்டம் தொடங்குகிறது. உருவாக்கப்படும் பிரதி அவரது விருப்பத்தின் விளைவாக இல்லாமல் செயலரின் பிரதியாக, இரு மனங்களின் பிரதியாக மாறி விடுகிற ஒரு வகை சதுரங்க ஆட்டம். ஆட்டத்தில் பாதக ஆட்டமாக (offensive), அவளையே விலக்கி விட்டு புதிதாக ஒரு உதவியாளனைச் சேர்க்கிறார். ஆட்டத்தில் தோற்று மறுபடி அவளையே அழைக்கிறார். எழுதுவதையே நிறுத்தி விடும் அளவுக்கு இப்போது அவள் பாதுகாப்பாக ஆடுகிறாள். எழுது வதையே நிறுத்திவிடுகிறார். அப்போதுதான் அந்த அதிசயம் நிகழ்கிறது. இவரது புதிய புத்தகம் என்று ஒன்றை உதவியாளனாக வந்தவன் சிலாகித்துச் சொல்கிறான். இவருக்குத் தெரியும் இவர் அப்படி ஒரு புத்தகம் எழுதவே இல்லை. ஆனால் அவற்றை தனது பிரதிகளாகவே அங்கீகரிக்க வேண்டிய நிலைக்கு வந்துவிடுகிறார். நான் எனது தட்டையான வார்த்தைகளில் இந்தக் கதையைச் சொல்கிறேன். அற்புத மான ஒரு போர்த்துக்கீசியக் கதையை அதன் முழுப்பரிமாணங்கள் சிறிதும் குறையாது சுவையாகத் தந்திருக்கிறார். இப்படியெல்லாம் சிறுகதை எழுத முடியுமென்று காட்டுவதற்கு இது ஒன்றே போதும். பால் சக்காரியாவின் அன்னம்மா டீச்சர் கதை சிறுகதைக்கு இன்னொரு சிலாக்கியமான உதாரணம். பொதுவாக சிறுகதைகளைப் பற்றிய எழுத்து அல்லது பேச்சில், கதையில் ஆழ்ந்து பலருக்கும் கதைகளை முழுவதுமாகச் சொல்லும் ஆசை உண்டாகிவிடும். அதை நானும் பின்பற்ற விரும்பவில்லை. அவற்றை உங்கள் வாசிப்பனுபவத்திற்கே விட்டுவிடுகிறேன். ஏனெனில் ஒரு கதையை வாசிக்க ஆரம்பிக்கிறவன்

தன்னைப் பகடையிடம் ஒப்படைக்கும் காய்கள் ஆகிவிடுகிறான். அது அவனைச் சவம் ஆக்குகிறது அல்லது பரமபதத்தில் வைக்கிறது.

புனைவான விஷயங்களை அற்புதமான பதினான்கு கதைகளாகவும், பின்பகுதியில் பிரக்ஞை பூர்வமான நிகழ்வுகள் பற்றிய எட்டு பதிவுகளையும் உள்ளடக்கிய புத்தகம் இது. பெர்க்மென் படங்களின் நாயகியான, லிவ் உல்மனின் நேர்காணல், வெயின் பெர்கின் காகிதப் புலிகள், செக்கோஸ்லாவாக்கிய கவிஞரான மிராஸ்லாவ் ஹோலுப்பின் இந்தியப்பயணம் பற்றிய நினைவின் எதிரொளிகள், வங்காள சினிமா ஆளுமையான *ரித்விக் கடக்கின்* சினிமா பற்றிய பார்வை, என்று எட்டுக் கட்டுரைகள். (கட்டுரை என்பது மிகக் குறைந்த பரிமாணமுள்ள வார்த்தை.)

இவற்றில் காகிதப் புலிகள் என்ற ஒரு கட்டுரையில் 12 விதமான வெவ்வேறு காலத்திய புனைவுகளின் பக்கங்களில் இருந்து எடுக்கப் பட்ட பதிவுகள், புலிகள் என்கிற ஒரு அபூர்வமான பொதுச் சங்கிலியால் இணைக்கப் பட்டிருக்கிறது. ஃப்ரான்க் ஸ்டாக்டன் எழுதிய பிரபலமான புதிர்க்கதையான லேடி அண்ட் தி டைகர் கதை தொடங்கி திப்புவின் புலி அப்செஷன் பற்றிய பழங்கதைச் சொல்லாடல்கள் என்று நகர்கிறது. நமக்குப் பிரியமான புலிகள் பற்றி வராதா என்று ஏங்க வைக்கிறது. 'புலியின் வரிக் கோடுகள்' போல மிகவும் சுவாரஸ்ய மான அடுக்கல் முறை கொண்டது இந்த காகிதப்புலி. இந்த 8 கட்டுரைகளில் முக்கியமானது, 'போரின் கோர முகம் மற்றும் நாட்குறிப்பின் சிநேகம்' என்கிற பதினொரு வயதுக் குழந்தையின் நாட்குறிப்புகள். மலாலாவின் துயரங்களை சிறிது நினைவு படுத்தினாலும் போரின் முகங்கள் வேவ்வேறான கோரக் கரங்கள் கொண்டவை என்று வலியுடன் உணர வைக்கிறது.

ஒரு பதினோரு வயதுக் குழந்தை, 'ஸ்லடா ஃபிலிப்போவிக்', நாட்குறிப்பை புதிய சினேகிதி 'மிக்கி'யாக்கிக் கொண்டு போஸ்னியப் பெண்களும் குழந்தைகளும் அனுபவித்த கொடுமைகளை தன் குழந்தை மொழியில் சொல்வது குலை பதற வைக்கிறது. குண்டு வீச்சால் மகப்பேறு மருத்துவ மனை எரிந்து கொண்டிருக்கும் போதும் இரண்டு குழந்தைகள் பிரசவிக்கப்படுகின்றன. குழந்தைகள் பிழைத் துள்ளன என்று இரண்டு வார்த்தைகள் எழுதுகிறது இந்தக் குழந்தை. அந்த இரண்டு குழந்தைகளும் என்ன ஆகும் என்று ஆயிரம் கேள்விகளை எழுப்புகின்றன அந்த இரண்டு வார்த்தைகளும் நம்மில். முகாம்களில் சிறை வைக்கப்பட்ட பெண்களைக் கற்பழித்து அந்தக் கருவைக் கலைக்க முடியாமல் காவல் காத்து, பெண்களைச் சூலி களாக்கி அனுப்பும் போஸ்னியக் கொடுமை என்னுடைய காலத்தில்

தான் நடந்தது, இப்போது முள்ளி வாய்க்கால் கொடூரம் நிகழ்வது போல. அது நிகழ்ந்து கொண்டிருந்த நேரத்தில் நான் எழுதிய ஒரு கவிதையை இங்கே வாசித்து நிறைவு செய்யலாம் என்று நினைக்கிறேன். சில செய்திகள், இயல்பான புனைவின் காத்திரத்தால் எழுப்பும் படிமங்கள் அவற்றை என்றென்றைக்கும் நாகரிகத்தின் மீதான நிரந்தரமான வடுவாக்கி விடும் என்று சொல்லிக் கொள்வதில் இந்தக் கவிதை இந்த நேரத்தில் பொருத்தமாக இருக்கும் என்று நினைக்கிறேன்.

சில செய்திகள் சில படிமங்கள் சில துணிபுகள்

தலையொன்று இடறி
தண்டனை நிறைவேற்றி
(முண்டம் தாண்டி)
தறிக்குத் திரும்பிற்று
பட்டத்து யானை

கில்லட்டின்
கச்சிதத்தால்
ஃப்ரெஞ்சு பிரப்பம் கூடையில்
சிறிதும் சிதைவுறாத
தனித்தலைகள்.

உலகப்போரில்
சுகிக்கப்பட்ட
பிலிப்பைன்ஸ் சுகப்பெண்களிடம்(!)
அரை நூற்றாண்டிற்குப் பின்
மன்னிப்புக் கோரி
அடுத்த நூற்றாண்டுக்குள்
புனிதப் பிரவேசம்
புரியும் ஜப்பான் எனில்

கற்பழித்து கரு உமிழ்ந்து
அதைக் கலைத்து விடாத படி
முகாம்களில் அடைத்துப்
பிற்காத்துப் பெண்ணைத் தண்டித்துக்
கொக்கரிக்கும்
போஸ்னிய செர்பியக் கொடுமை
மறக்கப் போக வேணும்
பல யுகம்

....

இரண்டு மூன்று நாட்களாய்
சாதிக்கலவரம் ஏதும் இல்லை
இன்று பஸ்கள் ஓடலாமாம்

பணிக்கு ஏகும் முன்
வா
பஃறுளி ஆற்றில்
ஒரு முங்கு போட்டு
வரலாம்.

திரு சா. தேவதாஸ் மொழிபெயத்திருக்கும் "புனைவும் பிரக்ஞையும்" நூலை வெளியிட்டு வாசித்த உரை. (புனைவும் பிரக்ஞையும் பன்முகம் பதிப்பகம், வெளியீடு)

5

பழகு கவிஞனின் அழகுக் கவிதைகள்

"**க**டைசி வரியை எழுதிய பின்னரே முதல் வரி என்பது தீர்மான மாகிறது" என்று ஒரு ஆங்கில மேற்கோள் உண்டு. அதாவது முதல் வரியை ஆரம்பிக்காவிட்டால் எப்படிக் கடைசி வரியை எழுத முடியும், என்பதாக இதன் பொருளை நாம் உணர்ந்து கொள்ள வேண்டும். மேலும், "தன் ஆரம்ப முயற்சிகளைக் கைவிட்டு விடாமல் தொடர்ந்து மேற்கொண்ட பழகு கலைஞனே ஒரு தேர்ந்த கலைஞனாக முடியும்," (A professional writer is an amateur who didn't quit) என்று, 'ஸீ கல்' (Jonathan Livingston sea Gul) என்ற பிரபல நாவல் எழுதிய ரிச்சர்ட் பாஷ் சொல்லுவார். இவையெல்லாம் இங்கே நினைவுக்கு வந்ததன் காரணம், என்னுடைய அருகாமையிலிருந்து ஒரு புதிய கவிஞன் பிறப்பெடுத்திருக்கிறான், அவன் தன் முயற்சிகளைக் கை விடாது தொடர்ந்து மேற்கொண்டு ஒரு தேர்ந்த கவிஞனாக வேண்டும் என்ற ஆசை மீதூறுவதால்த்தான்.

ஆம், கவிஞர் ஆபத்துக்காத்தான் அவர்களைச் சில காலம் முன்பே நான் அறிவேன். என்னைச் சந்திக்க வந்து தன் வாசிப்பு அனுபவங் களைக் குறித்து கவிதைப் பொறிகள் தெறிக்கப் பேசிக் கொண்டிருந்தார். இப்போது அவர் ஒரு புதிய கவிஞராக உருவெடுத்திருக்கிறார். அவர், இவை என் ஆரம்பக் கவிதைகள் என்று ஒரு தயக்கத்துடனேயே என்னிடம் இவற்றைத் தந்தார். நடை வண்டி வைத்துக் கொண்டோ அல்லது அன்னை தந்தை கையைப் பிடித்துக் கொண்டோதானே எல்லோரும் வளர்கிறோம். நாற்பது, நாற்பத்தி ஐந்து வருடங்களுக்கு முன்பு நான் கூட இப்படித்தானே அணுகியிருப்பேன் என் முன்னோடி களை என்றபடியே அவற்றை வாங்கி வாசித்தேன். பொதுவாக

என்னுடைய சுபாவமும் அதுதான், புதியவர்களைப் புறந் தள்ளுவ தில்லை. அதே போல் அவர் எள்ளளவும் தயங்கியிருக்க வேண்டிய தில்லை என்பதை உறுதிப்படுத்தின அவரது *காகிதக் கல்வெட்டுக்கள்* என்கிற இந்தக் கவிதைத் தொகுப்பின் முதல்க் கவிதையின் சில வரிகளே.

உன் காலடிச் சத்தம் கேட்டு
வந்து நின்றே
இந்த வாசல்ப் படியில்
என் காலடித்தடங்களே
கல் வெட்டுக்களாயின...'

எனும் துடிப்பான கல்வெட்டுப் போன்ற வரிகள் என்னைக் கவர்ந்தன.

அடுத்த கவிதை வார்த்தைகளைப் பார்த்தால்,

ஈரம் காயாத
அவள்
கூந்தல் நுனியில்
நீர்த்துளிகள்
அருவியாய் மனதை
அடித்துச் செல்லும்.....

என்று சிலை வடிக்கின்றன அவனது சொற்கள்.

அத்தோடு விடவில்லை
அவள் மேனியில் வந்து வீழும் தேனீ
இவள் பூ இல்லையென்றவுடன்
போய் விடும் நாணி

என்று தொடர்கிறார்.

ஒரு பெண்ணின் அழகை ஒருவன் பாடுவது வழி வழியே வந்ததுதான். ஆனால் அதை ஒரொருவர் சொல்லும் அழகால் இன்னும் சிறப்பாகிறது. இவர் அவ்வளவுதானா என்றால், இல்லை இவர் வெறும் காதல்க் கவிதை எழுதுகிறவர் மட்டுமில்லை. தன்னைச் சுற்றிய சமூக நிகழ்வுகளில் ஆத்மார்த்தமாகப் பங்கெடுக்கிறவர் என்பதை உணர்த்தும் முகமாக, மிக அற்புதமாக, கிராமத்துக்கே பண்பாட்டுக் கொடையளிக்கும், 'கொடை விழா' பற்றிய ஒரு நீள் கவிதை ஒன்றிணைக் கச்சிதமான தெறிப்புகளுடைய ஒரு குறுங்காவிய மாக வடித்திருக்கிறார்.

கொட்டகைப் பந்தல் போடுவதற்கு நடுகிற கொட்டகைக்கால் என்கிற 'கொட்டாக்கால்' நடுவதில் இருந்து தொடங்குகிறது கவிதை.

‘கொட்டாக்கால் நட்டி எட்டாம் நாளான இன்றைக்கு கொடை’ என்று ஆரம்பிக்கிற கவிதையின் பத்திகள் ஒவ்வொன்றுமே துல்லிய மான கிராமத்து அத்தியாயங்கள்.இதில் கையாளப் பட்டிருக்கும் வட்டார மொழியும் நாட்டுப் புறத் தாலாட்டாய், மண் வாசனை யுடன் ஒலிக்கிறது.

“தையக்கூலி
கையக் கடிக்க
வீட்டுக் குண்டா அடமானம்
விவரம் தெரியாத
சின்னஞ் சிறுசுக
சீக்கிரமாத் தைக்கச் சொல்லி
ஆர்ப்பாட்டம்”

என்கிறார்

பெற்றவர்களின் பாடு குழந்தைகளுக்கு என்ன தெரியும். தையல்க் கடையின் முன் தினமும் ஒரு பாட்டம் நின்று கேட்டுப் போகும், ‘தச்சாச்சா அண்ணாச்சி’ என்று ஒரு அபூர்வமான சித்திரம்.

இன்னொரு சித்திரம்

“எண்ணிப் பாத்தா எதிரே தெரிஞ்சது ஏழெட்டு கிழவிதான், வில்லுப் பாட்டு அண்ணாவிக்கு விளங்கிப் போச்சு அன்பளிப்பு தர ஆளே இல்லைன்னு.” என்றும்,

“உள்ளே சாமிக்குப் போட்டார்கள் சாம்பிராணி வாசனை, வெளியே கும்பாட்டத்தில் வெடித்தது விரகதாப சம்பாஷணை. கரகாட்டக் கோஷ்டிக்கு கை தட்டு விழுந்தது பெருசுகளின் வாயோ காது வரை வந்து கை குலுக்கிச் சென்றது”

என்றும், கவிஞர் சொல்லில் வடிப்பவற்றினை, வரிகள் மடக்கிப் போடாமல் வாசித்தாலும் அழகான சொற்கட்டுடன், அற்புதக் கவி வடிவ அழகுடன் இருப்பதுதான், கவிஞர் ‘தேர்ச்சி’யை நோக்கி வெகுவாக முன்னேறிவிட்டார் என்று பெரு நம்பிக்கை கொள்ள வைக்கிறது.

“பள்ளிக்கூட நாட்கள்” என்று ஒரு கவிதை. அது இத்தொகுப்பின் உன்னதமான ஒன்று.

ஆசிரியையின்
ஆடை உடுத்தும் அழகும்
பாடம் நடத்தும்
பாங்கும் தோற்றும்
இதே வகுப்பில்
படிக்கவே தோன்றும்”

என்கிற வரிகள் சிறந்த பெண் கவிஞரும் ஆசிரியையுமான எரிக்கா யாங் (Erica Jong) எழுதிய ஆங்கிலக் கவிதை ஒன்றை நினைவுக்கு கொண்டு வருகிறது. அதில் மாணவர்கள் பாடம் நடத்தும் ஆசிரியையின் அழகைப் பார்த்துக் கொண்டிருப்பதைப் பற்றிச் சொல்லியிருப்பார். ஆபத்துக்காத்தானும் ஒளிவு மறைவின்றி இந்த உண்மையைச் சொல்லி யிருக்கிறார். தன்னை மறைத்துக்கொள்ள விரும்பாதவனே அசலான கலைஞன். ஆபத்துக்காத்தானும் ஒரு அசலான கலைஞனாக உரு வாகிறார். இதில், பள்ளியில் என்.சி.சி.யில் சேர்வது பூரிக்கிழங்கும் இட்லியும் சாப்பிடவே, என்று ஒரு 'நினைவுக் குறிப்பு' ஒன்று சொல்கிறார். எங்கள் கல்லூரிக் காலத்தை இது நினைவுபடுத்துகிறது. நாங்கள் பூரி கிழங்கு பஜ்ஜிக்குப் பதிலாக ஒருநாள், அப்போது புதிதாக அறிமுகமான கொக்கொ கோலா வாங்கச் சொல்லி அதில் அனாஸின், ஆஸ்ப்ரோ மாத்திரைகளைப் போட்டுக் கலக்கிக் குடித் தோம். யாரோ சொன்னார்கள் அப்படிக் குடித்தால் நல்ல போதை வருமென்று. போதையும் வரவில்லை ஒன்றுமில்லை. அடுத்த பயிற்சியில் இரண்டு ரவுண்டு கிரவுண்டைச் சுற்றி ஓடியதுதான் மிச்சம்.

இந்தக் கவிதையின் உச்சபட்ச 'தைப்பு' (punch) எதுவென்றால்,

'வீட்டுச் சாப்பாடை
விலக்கியதில்
அம்மா போடும் கூப்பாடு
சக மாணவர்களோடு
சத்துணவு
சாப்பிடும்போது கேட்காது'

என்பதுதான்.

இன்னும் அப்பாவின் நினைவுகளில் தொடங்கி (நிஜ) அம்மாவின் பாடுகள், சாதிக் கலவரம் முதிர் கன்னிகளின் துயர்கள் வழியே நகர்ந்து, காணொலி கட் அவுட் செம்பரம்பாக்கத்தம்மாவின் அரசியல் பற்றியும் எழுதியுள்ளவை மிகவும் ஈர்ப்பானவை. ஒவ்வொன்றாகச் சொல்லிக் கொண்டிருந்தால் இந்த அணிந்துரையே இன்னொரு கவிதைத் தொகுப்பாகி விடும். மேலும் என்னுடைய அவதானிப்புகள் உங்கள் வாசிப்பனுபவத்தைக் குறுக்கி விடக்கூடும். எழுதிப் புகழ் பெற்ற யாருமே அவனது ஆரம்ப காலத்தில் ஓர் பழகு கவிஞனே. ஏன் நல்ல கலைஞன் என்பவன் எப்போதுமே கற்றுக் கொள்ள விரும்புகிறவனாகவே இருக்க வேண்டும். காலம் பூராவும் நடை பழகிக் கொண்டேதானே இருக்கிறது தென்றல்.

ஒரு பழகு கவிஞனாக இன்று அறிமுகமாகும் தம்பி, கவிஞர் ஆபத்துக்காத்தானின் சில கவிதைகளில் பழைய படிமங்கள், அறிமுகமான சொற்கூட்டங்கள் அங்கங்கே தென்பட்டாலும்,

இலங்கை எப்போதும் கொடுங்கை – கவிதையின்,

பாரதத் தாயே
தில்லியில் இருக்கிறாய்
தேசம் தாண்டிப் பார்க்கிறாய்
உன் காலடியில் இருப்பதால்
காணக்கூட மறுக்கிறாய்

போன்ற இறுக்கமான கவிதாஅனுபவத்தைத் தரக்கூடிய பல புதிய கவிதை வரிகளை கவிஞர் ஆபத்துக்காத்தான் வழங்கியுள்ளார். இன்னும் சிறப்பான புத்தம் புதிய கவிதைகளை மென்மேலும் அவர் வழங்குவார் என்பதற்கு இது ஒரு அச்சாரம். அவருக்கு என் தோழமை நிறைந்த வாழ்த்துகள்.

6

என் பாடல் அவர் தந்த மொழியல்லவா......

சமீபமாய் ஒரு கவிதை எழுதியிருந்தேன்,

> "தன் நொடி
> சிறைப்படுவது தெரியாமல்
> ஆடிக் கொண்டிருக்கிறது
> மயில்"

என்று.

ஒரு அழகிய புகைப்படத்தைப் பார்த்ததும், இப்படித் தோன்றியது. இயற்கையின் பல நிகழ்வுகள் இப்படித்தான், ஒரு ஓவியனை, ஒரு கவிஞனை அல்லது புகைப்படக் கலைஞனை, இப்படித் தன் வசம் இழுக்கும். கண நேரம் போதும் ஓவியன் மனத்திரையில் சித்திர மாகப் பதியும், கவிஞன் மனதில் வரிகளாகப் படிமிக்கும், புகைப் படக் கலைஞனின் காமிராவுக்குள் அப்படியே பதிந்து கொள்ளும். மலை மீதோ, கடல் மீதோ தினமும் உதித்து பொன்னொளி பரப்பும் ஆதவனும் ஆயுளுக்கும் அலுக்காத அப்படியொரு தினசரிக் காட்சி தான். இயற்கையில் மட்டுமில்லை, நம் வரலாற்றிலும் வாழ்விலும் அவ்வப்போது 'ஒளிபடைத்த கண்களோடு, உறுதி கொண்ட நெஞ்சோடு' ஒளியிழந்த நாட்டில் நின்றேக, உதய ஞாயிறுகள் உதிப்ப துண்டு. உதித்த ஞாயிறு அந்தியில் ஓய்வெடுப்பதும் உண்டு.

ஆனால் தமிழுக்குத் தொண்டு செய்யப் பிறந்த ஒரு ஆதவனுக்கு அஸ்தமனமே கிடையாது, ஓயாது உழைப்பதால் இவருக்கு இரவும் பகலே, அதனால் அந்திகளையே சந்திப்பதில்லை அவர். அவர்தான்

கலைஞர். அந்த எழு ஞாயிற்றின் புகழினை ஒளி குன்றாது எழுதி இருக்கிறார் இளைய பாரதி. கலைஞரது ஒவ்வொரு தோற்றப் பொலிவையும், கடமை ஆற்றும் வலிவையும் கவி வரிகளால் அணி செய்து அடுக்கி வைத்திருப்பதுதான் 'அந்திகளற்ற ஆதவன்' என்ற இந்தக் கவிதைப் பெட்டகம். ஒரு வகையில் இது ஒரு முப்பட்டகம். ஆம் கறுப்பு வெள்ளைப் பட்டகமான இதன் முன் வைக்கப்படும் கலைஞரின் வாழ்க்கையை, தமிழ் ஞாயிற்றின் ஒளி வெள்ளத்தைப் பகுத்து அற்புதமான வான வில்லாகச் சமைக்கிறது, சகோதரர் இளைய பாரதியின் கவி வரிகள். "பூமியிலே மாரியெல்லாம் சூரியனாலே பயிர் பூப்பதுவும் காய்ப்பதுவும் மாரியினாலே..." என்று சூரியனைக் கொண்டாடி இருப்பார் மருதகாசி ஒரு திரைப்படப் பாடலில். இந்த அந்திகளற்ற ஆதவனைப் பலரும் பாடியிருக்கிறார்கள், கண்ணதாசன் ஒன்றிரண்டு பாடல்கள் பாடியிருக்கிறார். வாலி ஒன்றே போன்ற சில பாடல்களைப் பாடி இருக்கிறார், என்பதைவிட சொற் சிலம்ப மாடியிருக்கிறார் எனலாம். ஆனால் ஒவ்வொன்றையும் ஒவ்வொரு அழகுடன் வடித்திருப்பவர் இளையபாரதி ஒருவரே.

'அந்திகளற்ற ஆதவன்' என்ற இந்தக் கலைஞர் காவியத்தைப் படிக்கிற யாருக்கும் அவரது வாழ்வின் பன்முகப் பரிமாணத்தை அவருடேனேயே இருந்து வாழ்ந்து அனுபவித்தது போன்றதொரு உணர்வு ஏற்படுவது உறுதி. ஒரு சிறந்த ஆவணப்படத்திற்கான கவித்துவமான திரைக்கதையாக இதை நான் காணுகிறேன். பொது வாக ஆவணப் படங்கள் ஆமை போல நகரும். ஆனால் இளைய பாரதியின் இந்தக் கவிதைகளை, கலை நுணுக்கமும் வரலாற்றுச் செதுக்கல்களும் கொண்ட அபூர்வப் புகைப் படங்களினூடாகப் பார்க்கும் போது, படிக்கும் போது, கவிவரிகள் அலுப்பேயற்ற ஒரு உரையாடலை நிகழ்த்துகின்றன நம்முடன். எப்படி இவ்வளவு அபூர்வப் புகைப்படங்களைச் சேகரிக்க முடிந்தது. கலைஞரின் குடும்பத் தாரிடையே கூட இவ்வளவு சேகரங்கள் இருக்குமா தெரியவில்லை. தமிழிசை மும்மூர்த்திகளின் ஓவியங்களைக் கூடத் தீட்டாதவர்கள் அல்லது பாதுகாக்காதவர்கள் நாம். அப்படி ஒரு நகைத்தகு நாகரிகம் கொண்டவர்கள் மத்தியில் கலைஞரின் இவ்வளவு மலர் முகங்களைத் தன் கவி மாலையில் கோர்த்துத் தந்திருக்கும் இளையபாரதியை எவ்வளவு பாராட்டினாலும் தகும்.

முன்பொரு சமயம் கலைஞர் பற்றிய ஆவணப் படத்திற்கு திரைக்கதை அமைப்பதைக் குறித்து இளைய பாரதியுடன் பேச்சு வந்தது. அப்போது நான் சொன்னேன், அதற்குச் சிறப்பாகத் திரைக் கதை எழுதுவதற்கு ஒரே ஒருவரால்த்தான் முடியும், அது கலைஞர் அன்றி வேறில்லை என்று. கலைஞரின் திரைக்கதைச் சாதனைகள்

அப்படியானவை. இந்தத் தொகுப்பின் முன்னுரையில்க் கூட நான் அவரது அந்த வியக்தி பற்றி விரிவாகக் குறிப்பிட்டிருப்பேன். ஆனால் இந்தக் கவிதைகளை ஒரு சேரப் படிக்கையில், கலைஞர் பற்றிய ஆவணப் படத்தை, ஒரு வித்தியாசமான திரைக்கதையைக் கவித்துவ நடையில் இளைய பாரதியால் எழுத முடியுமென்று தோன்றுகிறது. *முதிய பாரதி பாஷையில் சொன்னால் கண்டிப்பாக முடியும் இந்த வரகவியான இளைய பாரதியால்.* ஏனென்றால் எத்தனையோ கவிஞர்களைக் கண்டது திராவிட இயக்கம், எத்தனையோ கவிஞர்களுடன் அளவளாவியவர் கலைஞர். ஆனால் இளையபாரதியைத் தான் திராவிட இயக்கக் கவிஞன் என்று பிரகடனப்படுத்தினார் கலைஞர். *1986 தொடங்கி இன்று 2016 வரை முப்பதாண்டுக்காலம் கலைஞரை விட்டு அணுவும் அகலாதவன் இந்த திராவிட இயக்கக் கவிஞன். அற்ற குளத்து அறுநீர்ப் பறவையல்ல அவன். எதற்கும் என்றும் கலைஞரைப் பிரியாத அன்றில்ப் பறவை அவன்.*

இந்தப் பிரம்மாண்டமான புத்தகத்தைக் கையேந்துகிற போது, கலைஞரின் கடந்த நல்லாட்சியின் சமயம் நடந்த புத்தகக் கண் காட்சியில் நண்பர்கள் ஏற்பாடு செய்திருந்த 'கலைஞர் படைப்பரங்கம்' ஒன்றினுள் நுழைவது போல் இருந்தது. மதுரையில் கலைஞர் படைப்பரங்கம் அமைப்பதை, அதற்காக அவர் கதை வசனம் எழுதிய திரைப் படங்களின் புகைப்படங்கள் கலைஞரின் கையெழுத்துப் பிரதிகள் என முதல் நாள் இரவு உடனிருந்து பார்த்ததும் ஏற்பட்ட வியப்பு, மறுநாள் பகல் பூராவும் அடங்காமல், அன்று மாலை அதன் திறப்பு விழாவில்ப் பேசியபோது நானே சற்றும் எதிர் பார்க்காமல் ஒரு சொற்கூட்டம் தானாகவே உதிக்க, "தனி மரம் தோப்பாகாது என் பார்கள், ஆனால் இங்கே ஒரு தனி மனிதனே ஒரு மாபெரும் இலக்கிய வனமாகி உலகுக்குப் பச்சையம் வழங்கி நிற்கிறான்" என்று கை தட்டலுக்கிடையே சொன்னேன். அப்படி ஒரு பாதிப்பை அவரது படைப்பரங்கம் ஏற்படுத்தியிருந்தது. அதற்குச் சற்றும் குறைவற்ற தாக்கத்தை ஏற்படுத்தக் கூடியது இளைய பாரதியின் இந்தப் படைப்பும்.

பிரம்மாண்டமான இந்தப் புத்தகத் தயாரிப்பைப் பார்க்கையில் மீண்டும் ஒரு பிரமிப்பு ஏற்படுகிறது. கிட்டத்தட்ட என்னுடைய எட்டு வயதிலிருந்து அந்தந்த வயதின் முதிர்ச்சியோடு நான் கலைஞரையும், கழகத்தையும் பார்த்து வருகிறேன். அந்த அரை நூற்றாண்டுக்கும் அதிகமான என் வாழ்க்கையின் பக்கங்கள் ஒவ்வொன்றையும் இந்த அற்புதமான புத்தகம், மேடையில் வீசுகின்ற மெல்லிய பூங்காற்றாய் நினைவில் மறுபடி திருப்பிற்று. நிச்சயமாக என் போல தங்கள் இளவயதில் தாங்கள் அண்ணாந்து பார்த்த அத்தனை தலைவர்

களுடனும் எவ்வளவு அன்பான உறவை கலைஞர் கொண்டொழுகி யிருக்கிறார் என்று இதனைப் பார்க்கும் படிக்கும் ஒவ்வொருவரையும் வியக்க வைக்கும். "Freedom at Midnight' புத்தகம் பார்ப்பது போன்ற வரலாற்று மகிழ்ச்சியையும், பேருழைப்பையும் கணிசமான நேரத்தையும் விழுங்கித் தயாரிக்கப்பட்ட ரிச்சர்ட் பாஷின் "Jonathan livingston seagull" வாசிப்பது போன்ற தன்னம்பிக்கை கலந்த மகிழ்ச்சியையும் தருகிறது ஈடுபாடுமிக்க இந்தப் புத்தகத் தயாரிப்பு.

இதில் அண்ணாவும் கலைஞரும் அருகருகாக அமர்ந்து உரை யாடும் ஒரு அரிய புகைப்படம் இரு பக்கப் புகைப்படமாக அச்சாகி யுள்ளது. எப்பொழுதும் இருவரையும் பேனா இல்லாமல்ப் பார்க்கவே முடியாது. இதிலும் அவர்கள் இருவர் பையிலும் செருகிய பேனாக் களுடன் காட்சி தருகிறார்கள். சற்றே பெரிய அந்தப் பேனாக்களின் கிளிப்புகளின் மீது பார்வை படியும் போது, சட்டென்று ஒருகணம் அவை அருகருகாகச் செல்லும் சிறு தண்டவாளங்கள் போலத் தோற்ற மளித்தது. அந்தத் தண்டவாளத்தில்தான் தமிழனின் மானமிகு புதுப் பயணம் தொடங்கிற்றோ, சமூக நீதி தடங்கலின்றி பயணித்து வந்ததோ, என்றெல்லாம் சொல்லாமல்ச் சொல்லிற்று அந்தப் புகைப் படம்.

அவரது சொந்தக் கட்சிப் பத்திரிகைகள், விளம்பரங்களில்க் கூட இவ்வளவு அழகான எம்.ஜி.ஆர் படத்தைக் காண முடியாது. இதில் கலைஞர் மகிழ்ச்சியுடன் எம்.ஜி.ஆரிடம் அன்பும் நட்பும் ஆத்மார்த்தமான பாராட்டும் தெரிவிக்கும் புகைப்படம் ஒன்று உள்ளது. அதை இந்த நூலில் பிரசுரித்ததன் மூலம், தன் தலைவன் கலைஞரைப் போலவே, தொண்டன் இளைய பாரதியும் 'மாற்றான் தோட்டத்து மல்லிகை'யினை நட்புடன் நோக்கும் அரசியல் நாகரிகம் தெரிந்தவர் என்பது புரிகிறது.

"Do not read histories read biographies because biography is life without theories" என்று பெஞ்சமின் டிஸ்ரேலி சொல்வது போல, (வருடங்களை மனப்பாடம் செய்து கொண்டு வெற்று) வரலாற்றைப் படிப்பதை விட எந்தவிதக் கோட்பாட்டு இறுக்கமும் இல்லாத, வாழ்க்கை வரலாற்று நூல்கள் பயனும் சுவாரஸ்யமும் மிக்கவை. அந்த வகையில் இது ஒரு சுவாரஸ்ய மிக்க கலைஞர் வரலாற்றுக் காவியம். ஒரு சரித்திர ஆசிரியன் வழக்கமான தட்டையான மொழியில் செய்கிற ஒரு தலைவனின் வரலாற்றுப் பதிவை, ரிக் வேத வரிகள், சேகுவெராவின் பொன்மொழிகள், ஆர்சன் வெல்ஸ், அகிர குரோசோவாவின் சினிமாக்கள், போன்றவற்றைப் பொருத்தமாக அடுக்குவதன் மூலமாக வாசிப்புச் சுகத்தைக் கூட்டுகிறார் இளைய பாரதி.

“அவருடைய வார்த்தைகள் வரலாற்றை மாற்றிக் கொண்டே இருக்கின்றன,” இது ஃபிடல் காஸ்ட்ரோ பற்றி மார்க்யுஸின் வார்த்தைகள். கலைஞரின் பல வார்த்தைகள் வரலாற்றை மாற்றி இருக்கின்றன. ‘மத்தியில் கூட்டாட்சி மாநிலத்தில் சுயாட்சி’ என்று கொள்கை முழக்கமிட்டு அதை நிரூபித்து வரலாற்றை மாற்றியும் காட்டியவர் அவர். இது போலப் பல விஷயங்களை நினைவுறுத்தும் வகையில் வந்துள்ள இப்புத்தகம் கலைஞரின் எந்தத் தொண்டனும் தன் தலைவனுக்குச் செய்திராத காவிய அன்பளிப்பு. எந்தக் காதலனும் கட்டியிராத வார்த்தைத் தாஜ் மகால். கம்பன், சடையப்ப வள்ளலைக் குறித்து எழுதி ஆயிரம் பாடல்களுக்கிடையே ஒன்றாக ஆயிரத்தில் ஒருவனாக ராம காவியத்தில் வைத்தார். கவி இளைய பாரதியோ கலைஞருக்கென்று ஆயிரம் வரிகளில் ஒரு காவியமே பாடியிருக்கிறான்.

“The best form of saying is being” என்று சே குவேரா சொல்லுவான். இளையபாரதி வெறும் கவிதை சொல்லி மட்டுமல்ல, பேச்சிலும் மூச்சிலும் கவிஞனாகவே வாழ்பவர் என்பது அவருடன் நெருங்கிப் பழகும் பலருக்கும் தெரியும்.

> “நான் அவள் பெயரைத் தினம் பாடும் குயிலல்லவா
> என் பாடல் அவள் தந்த மொழியல்லவா”

என்று கண்ணதாசன் பாடுவாரே, அப்படிக் கலைஞர் தந்த மொழி யிலிருந்து பாட ஆரம்பித்து நவீன கவிதைக்கு நகர்ந்து அதில் பல சாதனைகளைச் செய்தவர் இளையபாரதி. மரணத்தின் நட்சத்திரங் களென்றும் பட்டினப்பாலை என்றும் மனித வாழ்வின் அவலங் களையும் துயரங்களையும் குருதி கசியும் இசைத்தட்டுகளாக ஒலிக்க விட்டவர். கனவில் எரிந்த கலைஞனான இந்தித் திரைப்பட மகா கலைஞன் ‘குரு தத்’தினைப் பற்றி உருகி உருகி எழுதிய புத்தகமும் எந்த சினிமாக் கலைஞனும் தாண்டிவிட முடியாத மாமேதை அகிர குரோசோவா பற்றிய மொழிபெயர்ப்பு நூலும், தென் பாண்டிச் சிங்கம் தொலைக்காட்சித் தொடரும் இவரின் திரைப்பட ஈடு பாட்டையும் ஞானத்தையும் கூறும்.

தன் கவிதாவிசாலம், சினிமா ஞானம், அரசியல் அர்ப்பணிப்பு என்னும் முத்திரை பதித்த அளவீடுகள் மூலம், மேலும் மேலும் கலைஞரின் முத்தமிழை அளவின்றி அரும்புகளாய், பூக்களாய், பொன்னாய் அளந்து அளந்து கொட்டிக் கொண்டிருக்கிறார், இளைய பாரதி. ஒரு புத்தகம் தயாரிப்பது என்பது ஒரு கம்பாசிட்டர் வேலையோ, கணிணி வேலையோ அல்ல. அதுவும் ஒரு கலை. அதிலும் தேர்ந்தவர் இளைய பாரதி. நூலின் ஒவ்வொரு அங்குலத்தையும் நகை போல அலங்கரித்திருக்கிறார். ஆனால் இவ்வளவு உழைப்பு குறித்தோ,

கவித்துவம் குறித்தோ, ஏன் எது குறித்தும் எந்த எதிர் பார்ப்பும் கிடையாது. ஏனெனில் அவர் நமக்கிந்தப் பாற்கடலைக் கடைந்து அமிர்தம் படைக்கும் போது கூட நிலையிற்றிரியாது அடங்கி உரைப்ப தெல்லாம்

சிறு கை அளாவிய கூழை
அமிர்தமாகப் படைக்கிறேன்

என்பதே. உங்கள் இந்த அடக்கம் உங்களை அமரருள் உய்க்குமோ இல்லையோ, கலைஞரின் அண்மையை விட்டு,பள்ளி கொள்ளாத அந்தப் பாடகனை விட்டு, ஒரு போதும் அகல விடாது. நீங்களும் "இச்சுவை தவிர யான் போய் இந்திரலோகம் ஆளும் அச்சுவை பெரினும் வேண்டேன்." என்னும் தொண்டனாக அந்திகளற்ற இந்த ஆதவனைப் பாடிக் கொண்டே இருங்கள். மீண்டும் வாழ்த்துகள் இளைய பாரதி.

7

சுஜாதா விருதுகள் - 2016

அன்பான நண்பர்களே வணக்கம்,

வில்லியம் ஹண்டர் என்பவரின் வாக்கியம் ஒன்றுடன் ஆரம்பிக் கலாம் என்று நினைக்கிறேன்

If I had strength enough to hold a pen, I would write how easy and pleasant it is to die

பேனாவைப் பிடிக்கும் அளவுக்கு வலிமை, எங்க ஊர் பாஷையில் சொன்னால், பேனாவைப் பிடிக்கும் அளவுக்கு சீத்துவம் இருந்தால்ப் போதும், அப்போது கூட, இறந்து போவது எவ்வளவு எளிதும் மகிழ்ச்சியுமானது என்று நான் எழுதுவேன், என வில்லியம் ஹண்டர் சொன்ன இந்த மேற்கோளை சுஜாதா தனது அப்பாவைப் பற்றி, அப்பா இறந்து கொண்டிருக்கும் நொடிகளைப் பற்றி எழுதிய கட்டுரை ஒன்றில் குறிப்பிடுவார். அது ஒரு அபாரமான கட்டுரை. சுஜதாவின் பிறந்த நாளான இன்று அவரது அப்பா இறந்தநாள் பற்றிய செய்தி யோடு ஆரம்பிப்பது ஒரு முரணாகத் தோன்றினாலும், இதில் ஒரு மகத்தான உண்மை இருக்கிறது. சுஜாதா தன் கடைசி தினங்கள் வரை எழுதிக் கொண்டும் படித்துக் கொண்டும் இருந்தவர். தன் பன்முக ஆளுமையை நிறுவிக் கொண்டே இருந்தவர். இன்னும் இறவாப் புகழுடன் இருப்பவர். அவர் தன் இறுதி நாட்களின் போது கூட டைம்ஸ் வெளியீடாக வந்த மலருக்காக கவிதை கேட்டு மின் அஞ்சல் அனுப்பி இருந்தார். வேறு யாரையெல்லாம் எழுதச் சொல்லிக் கேட்கலாம் என்று குறிப்பிடும்படி வேண்டுகோள் ஒன்றையும் இணைத்திருந்தார்.

அவர் எங்கள் வீட்டிற்கு வந்திருந்த சமயம் குழந்தைகளும் மனைவியும் அவரிடம் ஆர்வமாகக் கேட்டுக் கொண்டிருந்தார்கள், ஸார் எங்க கிராமத்துக்கெல்லாம் நெட் வந்துருமா சார் என்று. கண்டிப்பாக வரும் என்று சொல்லிக் கொண்டிருந்தார். அதே போல இண்டெர்நெட் வந்து, மெதுவாகச் சுழன்று தட்டுத் தடுமாறி கிடைத்துக் கொண்டிருந்த காலமான 2004லிலோ என்னவோ திடீரென்று ஒரு மெயில் அனுப்பி இருந்தார், ரசிகமணி டி.கே.சியின் பிறந்தநாள் அவசரமாக வேண்டுமென்று கேட்டு. அவர் தென் காசியில் வாழ்ந்தவர் என்பதால் அதைப் பற்றி என்னால் தெரிவிக்க முடியும் என்று அவருக்குத் தோன்றியிருக்கிறது. 18.8.1888 என்று விசாரித்து அனுப்பினேன். கம்பர் தரும் ராமயணம் என்கிற டி.கே.சி. எழுதிய புத்தகம் வெளியீட்டு விழாவினை ஒட்டி, அம்பலம் இதழில் கட்டுரை ஒன்று எழுதுவதற்காக இந்தத் தகவல் தேவை என்று எழுதிவிட்டு, உங்களுடைய புதிய கவிதைத் தொகுதி எதுவும் வந்திருக் கிறதா என்றும் கேட்டிருந்தார். நமக்கென்றால் இரண்டுமே அவ்வளவு முக்கியமான தகவல் இல்லை. ஆனால் அவருக்கு ஒரு *பெர்ஃபெக்ஷன்* முக்கியம் அத்தோடு சக படைப்பாளி பற்றிய கரிசனம் அதுவும் முக்கியம்.

சுஜாதாவைப் பொறுத்து எனக்கு எப்பொழுதுமே வியப் பளிக்கிற ஒரு விஷயம் அவர், பத்திரிகை ஆசிரியராக இருந்த போது அதிகப் பக்கங்களை ஆக்கிரமித்துக் கொண்டதில்லை, பொதுவாக வெகுஜன ஊடகங்களில் எழுதுபவர்கள் ஒருவரே பல பெயர்களில் எழுதுவார்கள். அதிலும் குமுதத்தின் முதுகெலும்புகளில் ஒருவரான ரா.கி.ரங்கராஜன், பல பெயர்களில் எழுதினார். கிருஷ்ண குமார் என்ற பெயரில் மறுபடியும் தேவகி,கோஸ்ட் கதைகள் எழுதினார், டி. துரைசாமி என்ற பெயரில் ‘ஒளிவதற்கு இடமில்லை’ போல த்ரில்லர் எழுதினார், மோகினி என்ற பெயரில் அடிமையின் காதல் சரித்திரக் கதைகள் எழுதினார். அப்புறம், வினோத் என்ற பெயரில் ‘லைட்ஸ் ஆன்’ சினிமா, டி.வி செய்திகளை எழுதினார்.

முள்றி என்ற பெயரில் டயரிக் குறிப்புகள் எழுதினார். முப்பத்தி எட்டாம் பக்கத்து மூலை என்கிற தலைப்பில் ஒரு மூலையில் வீட்டு உபயோகக் குறிப்புகள் கூட எழுதினார். அவர் ஒன்றிரண்டு எழுதினால்ப் போதுமே. வாசகர்கள் மூலையை என்ன பக்கம் முழுவதையும் தொடர்ந்து நிரப்பிவிட மாட்டார்களா. அவிட்டம் என்ற பெயரில். சில ஃப்ரீ வெர்ஸ் துணுக்குக் கவிதைகள் கூட எழுதினார். பெரும்பாலும் அரசியல் நையாண்டிகள் மிகுந்த வரிகள், ஒரு குமுதம் இதழின் நடு சென்டரின் இரண்டு பக்கங்களிலும் ஏழு எட்டு கவிதைகள் வந்தன. அதைத் தொடர்ந்து சாவியின் தினமணி

கதிர் இதழில் லெமன் என்பவர் ஒரு கவிதை எழுதியிருந்தார். சரியாக நினைவில்லை, படபடவென்று மழை விழ ஆரம்பித்ததும் பெருசுகள் எல்லாம் ஓடி ஒளிய ஒரு குழந்தை ஜோராக வாசலுக்கு ஓடி வந்து நனைந்து மழையை வரவேற்கிற மாதிரி ஒரு கவிதை, கொஞ்சம் கணையாழித்தனமான வரிகளில் வந்திருந்தது.

ஒரு கேள்வி எழலாம் அப்போ ஒரு வகையில் புதுக்கவிதை சரித்திரத்தில் குமுதத்திற்கு லவலேசம், துக்ணியூண்டு பங்கு உண்டா என்று. இல்லை அதையும் 1968 வாக்கில் முயற்சி பண்ணிப் பார்த் தார்கள், அவ்வளவுதான். உண்மையில் அதைப் படித்துவிட்டு 1967–68களில் நான் கவிதைகள் எழுதும் போது கும்பம் என்ற பெயரில் எழுதினேன். நானும் அதே அவிட்டம் நட்சத்திரம். அதனால் அதை உள்ளடக்கிய ராசியின் பெயரை வைத்துக் கொண்டேன். ஆனால் அவை குடத்துள் இட்ட, ஸாரி, கும்பத்துக்குள் இட்ட விளக்காகப் போய்விட்டன. சரி அது கிடக்கட்டும்., ரா.கி.ர வுக்கு வரலாம். இது போக அரசு கேள்வி பதில்கள் எழுதுபவர்களில் அவரும் ஒருவர் என்பார்கள். ஆனால் எனக்குத் தெரிந்து எஸ். ஏ.பி தான் முழுப் பங்கும் என்றும் தஞ்சை பிரகாஷ் போன்றவர்கள் சொல்லுவார்கள்.

சுஜாதா அதன் ஆசிரியராக இருந்த போது அதன் பக்கங்களைப் பூராவும் அவர் ஒருவரே எழுதியிருக்க முடியும். ஆனால் செய்ய வில்லை. குமுதம் ஏர் இந்தியா போட்டி நடத்தி, சிறந்த கவிதைகள், கதைகள் எல்லாம் வாங்கிப் போட்டார். தாமரையின் கவிதை வெளி வந்தது. சு.வேணுகோபால் நாவல் பரிசு பெற்றது பதிப்புப் பெறவில்லை. சுஜாதா ஆசிரியராக இருக்கும் போது, அரசு பதில்கள் கூட அவை அரசு கேள்வி பதில்கள் என்ற பெயரிலேயே வந்த நினைவு. ஆனால் பதில்கள் அரசு கேள்வி பதில்களின் சுவாரஸ்யத் திற்கு சற்றும் குறையாதவை. மாறாக அவற்றைவிட நிறையத் தகவல் களைத் தருபவையாக இருக்கும். மின் அம்பலம் இணைய இதழில் வந்த அவரது பதில்கள் மிக சுதந்திரமானவை சுவாரஸ்யமானவை. ஏனெனில் இதன் வாசகர்களின் கேள்விகளும் சுதந்திரமானவை.

உதாரணமாகச் சில கொசுறுகள்.

ஹைக்கூ முதல் 'யாப்பு' வரை தெரிந்த நீங்கள் ஏன் கவிதை எழுதுவதில்லை?

ரசிப்பது, படைப்பது இரண்டும் வெவ்வேறு விஷயங்கள். நல்ல சமையலை எல்லோரும் ரசிக்கலாம்!

ஆங்கில நூல்கள் படிக்கலாம் என்று நினைக்கிறேன் முதலில் என்ன புத்தகம் வங்கலாம்

முதலில் ஒரு டிக்ஷனரி வாங்குங்கள்.

கொஞ்ச நாட்கள் கழித்து அதே வாசகர் வாசகி என்று நினைவு,

சார் நீங்கள் சொன்னது போல டிக்ஷனரி வாங்கி விட்டேன். அடுத்து எங்கிருந்து துவங்குவது?

அதை எடுத்து அதில் serendipity என்பதற்கு அர்த்தம் பாருங்கள்.

அவர் பார்த்திருந்தால் அவருக்கு இன்ப அதிர்ச்சி ஏற்பட்டிருக்கும். இப்போதும் நாம் கூகிள் கூரையைப் பிரித்து இந்த வார்த்தையைப் பார்த்தால், அந்த வார்த்தை உருவான கதை, பல்வேறு விளக்க அர்த்தங்கள், சம்பந்தப்பட்ட நிகழ்வுகள், நாடோடிக் கதைகள், சினிமாக்கள் என 2 கோடியே 16 லட்சம் விஷயங்கள் கொட்டோ கொட்டு என்று கொட்டி மூச்சைப் பிடிக்கிற அதிர்ச்சி வந்து விடுகிறது.

பிறமொழிகளில் மொழிபெயர்க்க முடியாத வார்த்தைகளில் serendipity என்ற வார்த்தையும் ஒன்று என்ற குறிப்புக் கூட கூகிளில் இருக்கிறது. இதே போல நான் சுஜாதாவிடம் கேட்டேன் poignant என்ற வார்த்தைக்கு தமிழில் என்ன சொல்லலாம் என்று. பாய்க்னண்டான கேள்வி சார், சில ஆங்கில வார்த்தைகள் ‘நொட் டோரியஸ்’ கலாப்ரியா என்று பதில் எழுதியிருந்தார். ஆமா நொட் டோரியஸ்சுக்கு சரியான தமிழ்ப் பதம் எது என்று நான் ‘ஙே’ என விழித்துக் கொண்டிருந்தேன்.

அடுத்து ஒரு கேள்வி

புத்தகங்களின் எதிர்காலம் எப்படி இருக்கும்?

புத்தகங்கள் அழியாது. புத்தகப் பிரசுர முறைகள் மாறும், சுடசுட தோசை என்பது போல ஆர்டர் வந்ததும் அச்சடித்துக் கொடுக்கப்படும். தாளின் விரயம் குறையும் என்று விஞ்ஞான தரிசனமாகச் சொல்லி இருக்கிறார்.

இன்று நாம் பார்க்கிறோம் ப்ரிண்ட் ஆன் டிமாண்ட் என்கிற டிஜிட்டல் முறை வந்துவிட்டது. (இப்போது யாரும் 200 பிரதிகளுக்கு மேல் அடித்து வைத்துக் கொள்வதில்லை. இதனால் என்னைப் போன்ற கவிஞர்களின் நச்சரிப்புக்கு பதிப்பகங்கள் பயப்படத்

தேவையில்லை. 100 பிரதிகள் அச்சடித்து படைப்பாளி முன் நைவேத்யம் போலக் காட்டினால் போதும்.) இதே போல சிறுகதைகள், நாவல்கள் எல்லாம் கரைந்து போய், Non fiction பிராதானமாகிற காலம் ஒன்று கண்டிப்பாக வரும் என்றும் சொல்லியிருக்கிறார்

பால்சாக் பற்றி

பால்சாக் ஒரு நாளைக்கு 12 மணிநேரம் எழுதினார், அது வேண்டாம். ஒரு நாளைக்கு ஒரு பக்கம் எழுதினால் போதும், நூறு புத்தகங்கள் எழுதி விடலாம்.ஒரு பக்கம் என்பது கட்டாயம். (சிலர் ஒரு பக்க கடிதத்திற்குப் பதிலே 100 பக்கங்கள் எழுதுகிறார்கள்.... ஆனால் அவை நன்றாகவும் இருக்கிறது.)

ஒரு நாளைக்கு ஒரு பக்கம் எழுதினால் போதும் என்பதை சுஜாதா கடைப்பிடித்தார். அதனால்த்தான் நாம் இன்று பக்கம் பக்கம் பக்கமாக அவரைப் பற்றி எழுதிக் கொண்டும் பேசிக் கொண்டும் இருக்கிறோம்.

இன்னொரு கேள்வி, நிறைய எழுத என்ன செய்ய வேண்டும்

நிறைய எழுத நிறையப் படிக்க வேண்டும்.

இதைத்தான் அவர் சொன்னார், சொன்னதைச் செய்தார். நான் இங்கு வரும் ஒவ்வொரு முறையும் இதைக் கூறத் தவறாமல் சொன்னதையே சொல்கிறேன்.

இங்கே நான் சுஜாதா விருதுகள் வழங்கும் விழாவுக்கு வருவது இது ஆறாவது முறை. இது ஒரு வகையில் எனக்கு, சுஜாதாவின் வாசகன் அவரது கதைகளை, நாவல்களைத் திரும்பத் திரும்பப் படிப்பது போல உள்ளது. ஒரு வகையான recollecting memory போலத் தோன்றுகிறது. சரித்திரச் சின்னங்களை வெவ்வேறு நேரங்களில் பார்ப்பது போல, கொனாரக் சூரியனார் கோவிலுக்கு சமீபத்தில் போயிருந்தபோது, அதிகாலையில், நடு உச்சியில், மாலையில் என்று பல நேரங்களில்ப் போய்ப் பார்த்தேன். ஒரு இந்திக் கவிஞர் சொன்னார் என்று இரவிலும் போய்ப் பார்த்தேன். இரவு அனுபவம் வித்தியாசமாக இருந்தது. இருளில் சூரியனைப் பார்க்கும் ஒரு உணர்ச்சி தோன்றியது. அது ஒரு வித பிரமையான உணர்வாகக் கூட இருக்கலாம். ஆனால் அனுபவிக்க முடிந்தது. அதன் ஒரு காரணம் வெவ்வேறு நேரத்தில் வந்த வெவ்வேறு மனிதர்களும் அவர்களது ஆச்சரியம் நிறைந்த கண்களும் முகங்களுமாக இருக்கக் கூடும்.

இங்கேயும் நான் ஒவ்வொரு முறையும் பழைய பழகிய பார்த்த முகங்களுக்கிடையே புதிய முகங்களை, புதிய படைப்பாளிகளைக் காண முடிவது மிகவும் மகிழ்ச்சி அளிக்கக் கூடிய விஷயமாக உள்ளது. இந்த முறை கவிதைத் தேர்வுக்கு எங்கள் பரிசீலனைக்கு வந்த நூல்களில் பெரும்பான்மைக் கவிஞர்களின் முதல்த் தொகுப் புக்களே வந்திருந்தன. புத்தம் புதிய முகங்களின் புத்தம் புதிய தொகுப்புகள். இங்கே விருது பெறும் கதிர் பாரதிக்கு இது இரண்டாவது தொகுப்பு.

அத்தொகுப்புக்கு முன்னுரை எழுதிய கவிஞர் லிபி ஆரண்யாவின் வார்த்தைகளில் சொன்னால், "தனது முதல் தொகுப்பின் வழி தமிழ்க்கவிதைப் பரப்பில் பிரசன்னமான கதிர் பாரதியின் கவிதைகள், பரவலான வாசிப்பையும் கவனத்தையும் பெற்றன. ஆயிரமாயிரம் இலைகள் அசையும் தமிழ்க் கவிதையின் ஆதி விருட்சத்தில் மற்று மொரு துளிர்ப்பு. 'மெசியாவுக்கு மூன்று மச்சங்கள்' என்கிற அந்தத் தொகுப்பு அவருக்கு பல விருதுகளையும் அங்கீகாரத்தையும் பெற்றுத் தந்தது. இப்போது இரண்டாவது தொகுப்பு. வாழ்வின் நினை வாகவும் நினைவின் வாழ்வாகவும் இந்தக் கவிதைகள் நிலத்தையே முன் வைக்கின்றன என்கிறார். அது உண்மையென்றே படுகிறது.

அவர் ஒரு நிலத்திற்கு ஆனந்தி என்று பெயரிடுகிறார். நிலம் யார் பெயரிலாவது பத்திரப் பதிவு பெற்றிருப்பது வழக்கம். ஆனால் இவரோ ஒரு வீட்டுக்குப் பெயரிடுவது போல துண்டு நிலத்தினையே ஆனந்தி என்று அழைக்கிறார். அப்படி அழைத்து ஆனந்தியையும் கொண்டாடுகிறார், நிலத்தையும் கொண்டாடுகிறார். அவை பொருட்டு தாழப் பறக்கும் மழை கொணரும் தட்டான்களையும் கொண்டாடு கிறார். இன்னொரு கவிதையில் நிலத்தை மதுப் புட்டியாகவும், மார்பாகவும், பார்த்து உரிமை கொண்டாடுகிறார். அதே நேரத்தில் தாத்தாவின் நிலமும் நிலம் சார்ந்த வாழ்வும் சிதைவதைப் பாடும் விவசாயப் பாடலின் சோகமும் நம்மை தகிக்கிறது.

பொதுவாக நவீன தமிழ்க் கவிதையில் காதல் இருக்கும் அது தோல்விக் காதலின் புலம்பலாகவோ, அல்லது வர்ணித்து, முழந் தாளிட்டு ரோஜா நீட்டுகிறதாகவோ இருக்கும். எரோட்டிஸிம் என்கிற சமாச்சாரங்கள் பதினெண் கீழ்க்கணக்கு நூல்களின் இன்பத்துப் பால் அளவுக்குக் கூட இருக்கவே இருக்காது. இதில் கதிர் பாரதி அவற்றை வெற்றிகரமாக முயற்சித்துப் பார்த்திருக்கிறார், "முப்பிரி பின்னலிட்ட நாகம்" போன்ற கவிதைகளில். லிபி ஆரண்யா சொல்வது போல "காமம் இல்லாத தூய காதல் என்பது போன்ற பம்மாத்துகள் இல்லாமல் மனத் தடையற்றுப் பேசுகின்றன", அப்படிக் கவிதைகள்.

ஒரு விஷயம் சொல்லலாமென்று தோன்றுகிறது, முதிரிளம் பருவத் திற்கும் கதிர் பாரதிக்கும் ஒரு பிரிக்கமுடியாத தொடர்பிருப்பது போலிருக்கிறது. கூகிளில் 'முதிரிளம் பருவம்' என்ற வார்த்தையைத் தேடினால் கண்டிப்பாக கதிர் பாரதியின் ஒரு கவிதைக்கான சுட்டி வரக்கூடும். வருகிறது.

அவரது பல கவிதைகளில் விவிலியத் தொன்மங்களும், அதன் பெலனான வார்த்தைகளும் சரியான இடத்தில் சரியான தொனியில் பயன் படுத்தப்பட்டிருக்கின்றன. "எல்லாம் நிறைவேறிற்று" என்கிற ஒரு சிறப்பான கவிதை விவிலியத் தொன்ம நதியின் மீதே நகர்கிறது. அவற்றைப் படிக்கையில் வண்ண நிலவனின், ஜெயகாந்தனின் அற்புதமான சிறுகதைகள் படிக்கிற அனுபவம் மின்னலிட்டுப் போகிறது.

முன் மாதிரியற்ற தன் கவிதைகளை எழுதுவதன் மூலம் ஒரு கவிஞர் தன்னை, கவிதைப் பரப்பில் நிலை நிறுத்திக் கொள்வார் என்பார்கள். அப்படி ஒரு கவிஞராக கதிர்பாரதி வளர்கிறார் என்பதை இந்தத் தொகுப்பும் நிறுவுகிறது. (அதனாலேயே விருதும் பெறுகிறது. அடுத்து வரும் தொகுப்பும் ஹேட்ரிக் விருது பெறக்கூடும். சுஜாதா பாணியில் சொன்னால் கதிர் பாரதி, அந்தத் தொகுப்பிற்கு கதிர் பாரதியின் மூன்று மச்சங்கள் என்று தலைப்பிடலாம்.)

கவிதைக்கான சுஜாதா விருது பெற்றிருக்கும் கதிர் பாரதிக்கும். ஏனைய துறைகளில் விருதுகள் பெற்றிருக்கும் எனது இளைய நண்பர்கள் அனைவருக்கும் எனது இனிய வாழ்த்துகள். உங்கள் அனைவருக்கும் என் நன்றியும் அன்பும் வணக்கமும்.

8

முடிவிலிகளின் பிராந்தியம்

வண்ணதாசனும் நானும் அவரது வளவிற்கு இட்டுச் செல்லும் தெருவாசல் நடையில் நின்று பேசிக் கொண்டிருந்தோம். திடீரென மழை பெய்யத் தொடங்கியது. இருவரும் பேச்சை தன்னிச்சையாக நிறுத்திவிட்டு, மழையைப் பார்த்துக் கொண்டிருந்தோம், ஒரு ஐந்து நிமிடம். நான் மௌனத்தைக் கலைத்து, “ஏண்ணேன், மழை பெய்யும் போது இப்படி ‘எனலில்’ ஒதுங்கியிருக்கும் எல்லோரும் எதையாவது யோசிக்கிற மாதிரி அமைதியாக நிற்கிறாங்க” என்று கேட்டேன். அவர் ஒரு சிரிப்பை உதிர்த்து விட்டு, ஆமா அதுதானே ஏன் அப்படி என்று கேட்டார். அதில் பையன் நல்ல கேள்வியா கேக்கானே என்ற ஒரு வியப்புத் தொனியைக் காண முடிந்தது. இதெல்லாம் இன்றையச் சொற்கள். அப்போது நான் எழுதவெல்லாம் ஆரம்பிக்க வில்லை. அப்படியே எழுதி வைத்திருந்தாலும் அது ஏதோ சிறு பிள்ளைத் தனமாகவே இருந்திருக்கும். யாராலும் ஒரு நொடியேனும் ஏதாவது யோசிக்காமல் இருக்கமுடியுமா என்று கேட்க நினைத்த வனுக்கு இந்தச் சம்பவம் நினைவுக்கு வந்தது.

அந்தக்கால சரித்திரக் கதைகளில், செவ்விலக்கியங்களில் ‘யோசனை தூரம்’ என்றொரு வார்த்தை வரும். அது கிட்டத்தட்ட 30 மைல் என்று சொல்லுகிறார்கள். யோசனைக்கு என்ன தூரம் இருக்கமுடியும். நம் வாழ்க்கையில் நாம் சென்று பார்த்த அதிகத் தூரமுடைய ஒரு ஊரை, மீண்டும் கற்பனையில் சென்று பார்க்க நினைத்தால், அதன் கன பரிமாணங்ளான நிலவியல், இயற்கைச் சூழல் மற்றும் செயற்கை கட்டுமானங்களை, சில மனித முகங்களை

நினைவுறுத்தி மட்டுமே பார்க்கமுடியும். அவையே நினைவுகளை ஆக்கிரமித்திருக்கும். நினைவுகளின் பாதகமான சாதகம் என்று இதைச் சொல்லலாம். நாம் சென்றே இராத இடங்களைக் கற்பனை வேகத்தில், கற்பனை தூரத்தைக் கடந்து கற்பனையாகவே பார்க்க முடியும். இங்கேயும் கேள்வி ஞானம், வாசிப்பு, புகைப்படங்கள், திரைச் சித்திரங்கள், மற்றும் பிறரின் அனுபவப் பதிவுகள் மூலமாக சில சித்திரங்களை கற்பித்துக் கொள்ளமுடியும். உதாரணமாக தாஜ்மகால். தாஜ் மகாலையே பார்த்தேயிராத நான், 1970களில் ஒரு கவிதை எழுதினேன்.

"ஆக்ராவின் வெறுமையில்
காதலின் பசுமையாய்
சிரிக்கிறது
தாஜ் மகால்"

ஏதோ ஒரு கேள்வி ஞானம் ஆக்ராவை வெறுமையான பூமியாக என்னைக் கற்பனை செய்ய வைத்திருந்தது. (நான் போய்ப் பார்த்த போதும் அந்த வெம்மை சரியென்றே உணர்ந்தேன்.) அதன் பின்னர் நான் அந்த அனுபவத்தை, நினைவுகளை மீட்ட போதும் நான் பார்த்தவைகள் மட்டுமே மறுபடி கற்பனையில் வந்தன.

கற்பனைத் தூரம் என்பதற்கு வரையறை கிடையாது. அது முடிவிலி. முடிவிலிகளின் பிராந்தியம், Frontiers of Infinity பற்றிய கணிதக் கருதுகோள்கள் மிகச் சுவாரஸ்யமானவை.முடிவிலியை நோக்கி நகரலாம் அது 'அனந்தம்' ஆனது. ஆனால் அதைத் தொட முடியாது. முடிவிலி என்பது நாம் நினைக்கும் எவ்வளவு பெரிதையும் விட பெரிது, சிறியதையும் விட சிறியது. கணிதத்திற்குப் பெயர் பெற்ற இந்திய கிரேக்க ஞானவான்கள் முடிவிலியை வரையறுக்கவில்லை அல்லது முடியவில்லை. மாறாக அதை தத்துவார்த்தமாக அணுகினார்கள். பெரும்பாலும் ஆன்மீகமாக புராணிகமாக. புராணிகம் ஸ்தூலமான உருவங்கள், நிலங்கள், பெயர்களால் கட்டமைக்கப் பட்டது. ஆன்மீகம் முழுக்க சூக்கும உணர்வுகளால் கட்டமைக்கப் பட்டுள்ளது எனலாம். ஆனால் இரண்டுமே மனித மூளையின் செயல்பாடுதான். மொழியின் செயல்பாடு என்றும் கூறலாம். முன்னதை concrete எனலாம் பின்னதை abstract எனலாம்.

ஆன்மீக புராணிகப் பிரதிகளின் நடுவே வலை பின்னும் கவிச் சிலந்தியாகப் பாரதியை உருவகிக்கலாம். அவன் கொன்றழிக்கும் கவலையெனும் குழியில் விழுந்து குமைந்து கொண்டே, இன்னும் ஓராயிரம் முறை சொல்வேன் எதற்கும் உளைவதில் பயனில்லை என்பான். கவலைக் குழியிலிருந்து மீண்டு வர வேண்டுகிற அவன்

தனது ஞானரதத்தில் ஏறி 'கவலையற்ற பூமி'க்குச் செல்லவே முதலில் முயற்சிக்கிறான். ஆனால் அவன் மனமோ முரண்டுகிறது. கவலை இல்லாத இடத்தில் சுகமும் இராது என்கிறது அவனது மனம். அவன் அடிக்கடி பேசுவதே அதனுடன்தான். "மனமென்னும் பெண்ணே! வாழி நீ கேளாய்...." என்றும் "பேயாயுழலுஞ் சிறு மனமே..." என்றும், மனதுடன் அடிக்கடி நிகழ்த்தும் உரையாடலைக் கவிதையாக்குகிறவன். கவலையை வெல்ல முடியாது என்பது தெரிந்த,சலிப்பு நிறைந்த நடுத்தர வர்க்க ஆளாக இருக்கிறான் பாரதி. மனதுடன் முரண் பட்டுப் போராடினாலும் "இத்தனை நாட்போல் இனியும் நின் இன்பமே விரும்புவன்" என்று அதை விட்டுக் கொடுப்பதும் இல்லை.

இந்த ஞானரத உரைநடையினைக் கவனிக்கும் போது அவனது பல கவிதை வரிகளை இங்கே உரை நடையாகக் காண முடிகிறது. எதிலிருந்து எது வந்தது என்பதை ஆராய்ச்சியாளர்களுக்கு விட்டு விடலாம். என் அனுமானத்தில் கவிதைக்குப் பின்னரே உரை நடை எழுதியிருப்பான் என்று நினைக்கிறேன். அவருக்கு எல்லா வகைமையிலும் முயன்று பார்க்கவேண்டும் என்ற தீராத வெறி இருந்திருக்கிறது. தாகூரைப் போல கவிதை, உரைநடை, சிறுகதை, நெடுங்கதை எல்லாம் முயற்சி பண்ணிப் பார்க்க வேண்டும் என்று வெறி. தாகூருடன் ஒரு மானசீகப் போட்டியையே நடத்தியிருக்கிறான் பாரதி. 'ஞானரதம்' 1909–10 வாக்கில் வெளிவந்திருக்கலாம்

தாகூரின் கீதாஞ்சலியும் இதே கால கட்டத்தில்தான் வந்திருக்கிறது. இந்தக் கணக்குகள் நூல்கள் பிரசுரமானதன் அடிப்படையிலேயே பேசப்படுகின்றன. கீதாஞ்சலியின் ஆங்கிலக் கவிதைகளின் தொனி பாரதி கவிதைகளின் தொனியிலிருந்து முற்றிலும் மாறுபட்டது. 1910இல் பாரதியின் ஏற்பாட்டின் படியே வேதாந்தகராக மாறிவிட்ட அரவிந்தர் புதுச்சேரி வருகிறார். பாரதியின் காசி நகர வாழ்க்கை அவருக்கு பல ஞானத் திறவுகோல்களைத் தந்திருக்கக் கூடும். அரவிந்தர் விவேகானந்த பூமியிலிருந்து வந்தவர். பாரதிக்கும் அரவிந்தருக்கு மான உரையாடல்களின், பாரதிக்கும் சகோதரி நிவேதிதாவிற்கு மான உரையாடல்களின் சாரமாகவே ஞானரதத்தைப் பார்க்கலாம்.

கவலையற்ற பூமி என்கிற உபசாந்தி லோகம் என்கிற லோகத் திற்குள் ஒருவர் நுழைய, தன் மனதைக் கழற்றி வைக்கவேண்டும். இவருக்கு அதில் பிரியமில்லை, எனவே உட்போக முடியாமலே தனது சென்னை விலாசத்திற்கே திரும்பி விடுகிறது ஞானத்தேர். இங்கே மனதுக்கும் அவருக்கும் நடக்கும் உரையாடலும், வாயிற்காப் போனுக்கும் அவருக்கும் நடக்கும் உரையாடலும் பிரமாதமானவை. அவரது பல கவிதைகளில் இவை வெளிப்பட்டுள்ளன. எது எதற்கு ஆதாரம் என்பது ஆய்வுக்குரியது, என்று ஏற்கெனவே பார்த்தோம்.

அடுத்து கந்தர்வ லோகத்திற்குள் போகிறது தேர். கீழ் ஏழு உலகங்கள் மேல் ஏழு உலகங்கள் என்கிற இந்து புராணிகத்தை யொட்டியே பாரதியின் கற்பனைத்தேர் சென்றாலும், கவிஞனுக்கே உரிய பார்வையும் ரசனைகளும் இல்லாமலில்லை. புராணிகத்தை நேரே தன் கற்பனை உலகுக்குள் அனுமதிப்பதுமில்லை. கந்தர்வ லோகம் என்பதைக் கவியுலகாகவே காண்கிறார். தர்க்க ரீதியான அழகியலுடன் கட்டமைக்கிறார் தான் கண்டவற்றை. அற்புதமான பகுதிகள் வருகின்றன. சந்திர கிரணத்தில் இருந்து எழும் ஒலியினைக் கேட்டு அதிசயித்து அவரை அழைத்துப் போகும் கந்தர்வ யுவதியிடம் அது என்ன ஒலி என்கிறார். அவள் சொல்லும் பதிலில், "உங்கள் தேசத்தில் சாதாரண மக்களுக்கு இது கேட்காது, ஆனால் அங்கே யுள்ள அருமையான 'கவிகளுக்கு' இந்த ஓசை படும்" என்கிறாள். இந்த 'ஓசை படும்' என்கிற வார்த்தைப் பிரயோகம் அற்புதமாக இருக்கிறது. அல்ட்ராசோனிக் சவுண்ட் என்று கூடப் பார்க்கலாம்.

கவி பாரதி, சந்திர கிரண ஒளியின் ஒலிக்கு மயங்கிக் கொண்டே கந்தர்வ யுவதியை வர்ணிக்கிறார், "சந்திரக் களை வீசும் முகம். அதன் மீது சிறியதும் மூன்று விரல் உயரமுடையதுமாய் மலர்களாற் செய்யப்பட்ட ஒரு கிரீடம். உயிரென்ற வண்டு வீழ்ந்து, சிறகிழந்து தள்ளாடும் கள்ளூற்றுக்களாகிய இரண்டு கரிய விழிகள். தின்பதற் கல்லாது தின்னப்படுவதற்கமைந்தன போன்ற பற்கள்: இதழ்." சிறகிழந்த வண்டுகள், தின்னப்படுவதற்கான பற்கள், என்பதன் புதுமை இன்றைக்குக் கூடச் செல்லுபடியாகும். "தனது பாலிறகுகளால் விகாரஞ் செய்யப்படாத திவ்விய உருவம்", என்கிற வரியின் தர்க்கம் என்னைப் போன்றவர்களுக்கு ஒரு பேராச்சரியம்.

யுவதியுடனான உரையாடலை நீங்களே அனுபவித்துப் படிக்க வேண்டும். ஒரு இடத்தில், பாரதி கந்தர்வக் கன்னியிடம் கேட்கிறார். பேதம் அபேதம் என்றெல்லாம் பேசுகிறாயே வேதாந்தம் எங்கு கற்றாய்? போக நிலை உணர்ந்தவர்களுக்கு அத்வைத ஞானம் இயற்கையிலேயே உண்டாகும். போகமறியாதவர்கள் பேசும் அத்வைதம் பொய். உங்கள் மண்ணுலகத்திலே அந்தப் படிப்பு மிகுதியாக உண்டு. என்கிறாள். பாரதி, அத்வைத வேதாந்தி ஆனாலும் அவன் மற்றவரிலிருந்து மாறு பட்டவனாக இருக்க முயல்கிறவன். முற்றாக மாறினவரா என்றால் இல்லை என்றே எனக்குத் தோன்றுகிறது. மாற வேண்டுமென்ற மனம் மாறமுடியாத குலாச்சாரம் இரண்டிற்கும் நடுவே அவர் திண்டாடி இருக்கலாம் என்று தோன்றுகிறது. ஆங்கிலக் கல்வி, சீர்திருத்த வாதிகளின் நட்பு இவை மாற வேண்டுமென்று தோன்ற வைத்திருக் கலாம். ஆனால் கைக் கொண்ட ஆச்சார அனுஷ்டானங்கள் தடுத் திருக்கலாம். அவருக்கு வைதீகம் மேல் பிடிப்பும் இருக்கிறது. அதன்

தாற்பரியம் புரியாமல் அதைப் பூண்டொழுகுபவர்கள் குறித்து தார்மீகக் கோபமும் இருக்கிறது. இதனைப் பின்னால் வருகிற தர்மலோகம் அத்தியாயத்தில் உணரமுடியும்.

இடையில் வருகிற 'ஸத்ய லோகம்' வேதாந்தம் மற்றும் விஞ்ஞானப் பார்வையில் பார்க்க வகையிருக்கிறது. முன்பு சொன்ன முடிவிலிகளின் பிராந்தியம் Frontiers of infinity என்பதை இங்கே பொருத்திப் பார்க் கலாம். ஒரு கவிஞனின் கற்பனையில் கணிதம் ஒளிந்திருக்கும் அதிசயத்தைக் காண முடிகிறது. ஸத்ய லோகம் என்பது பிரமனின் உலகம். அவன் அவனது கிரணங்கள் உமிழ பிரம்மாண்டமாய் அமர்ந்திருப்பதாகச் சொல்கிறார். அவரை அடைய ஒரு கிரணத்தைப் பற்றிக் கொண்டு அணு அணுவாகச் செல்லவேண்டும் என்கிறது ஒரு அசரீரி. அசரீரி என்பது நான் சொல்லும் வார்த்தை, அவர் உயர ஒரு தொனி பிறந்தது என்றே சொல்கிறார். அவ்வளவு தூரம் புராணிக வார்த்தைகளைத் தவிர்க்கிறவர், பிரம்மனை ஏன் தவிர்க்க முடியவில்லை என்ற கேள்வி என் போன்ற ஆட்களுக்கு எழாமல் இல்லை. பிரம்மத்தை நோக்கி ஒரு கிரணத்தின் வழியே, அணு அணுவாக முன்னேறுதல் என்பதை, ஒரு கணித மாணவனாக முடிவிலியை நோக்கி நகர்வு என்ற உட்பிரதியாக வாசிக்க முடிகிறது. இது சரியோ தவறோ ஒரு பழைய பிரதிக்கு புதிய அர்த்தம் ஒன்றைக் கற்பிக்க முடிகிறது. அது இன்றைக்கும் ஒரு பயன் பாட்டு இருப் பாகவே தோன்றுகிறது. கட்டுடைப்பாளர்களால் இதில் ஒரு பெரிய திறப்பை உண்டு பண்ண முடியும் என்றால் மிகையில்லை.

இறுதி அத்தியாயமான 'தர்மலோகம்' புகும் முன் ஒரு தரம் மண்ணுலகில் நிகழும் அன்றாட அரசியல் பித்தலாட்டங்கள் குறித்துச் சொல்கிறார். இதில் அற்புதமான பகடி கை வந்திருக்கிறது. அல்லது அவர் தன் (திருநெல்வேலி) வாரிசுகளுக்கு அப்பகடியைக் கையளித்துச் சென்றிருக்கிறார் எனலாம். அதன் ஆரம்ப வரிகளின் மணிப்பிர வாளத்தைக் குறைத்துப் பார்த்தால் அப்படியே புதுமைப்பித்தனின் பகடி வரிகள். இதை நான் விவரித்துச் சொல்வதைவிட நீங்கள் வாசித்துக் கண்டு கொள்வது வெகு உத்தமும் சந்துஷ்டியுமான காரியம்.

தர்ம லோகம் அத்தியாயம் முழுக்கவே உபநிஷத, மனு ஸ்மிருதி பாதிப்புகள் நிறைந்ததாகவே படுகிறது. இங்கேயும் அவருக்கு சில தடுமாற்றங்களைக் காண முடிகிறது. வர்ணாசிரமம் குறித்துப் பேசுகிறார். ஆனால் உண்மையான வருணாசிரமம் வேறு, பாரதத்தில் வர்ணாசிரமம் நெறி கெட்டுக் கிடக்கிறது என்று தொடர்ந்து ஒரு ஒட்டுச் சேர்க்கிறார். பிராமண தர்மம் பற்றிக் கற்றுக் கொள்ள விரும்பு கிறதாக கண்வ ரிஷியிடம் சொல்லுகிறார். இதில் இன்றைய வாசகன்

அதுவும் என் போன்ற திராவிட இயக்கப் பாதிப்புள்ள வாசகன் ஒப்புக்கொள்ள முடியாத, குலக் கல்வி வலியுறுத்தல் போன்ற பல விஷயங்கள் தென்படுகின்றன. இதுவும் விவாதத்திற்கு உட்பட்ட கருத்து தான். இதன் சில உள்ளடக்கத்தைப் பொறுத்து இன்றைய வாசகனுக்கு உடன்பாடு இருக்க வாய்ப்பில்லையென்றாலும், அதை அதற்கான நடையில் சொல்லுவது என்பதில் மகாகவி விற்பன்னனாகவே இருக்கிறார். எல்லாவற்றையும் உள் வாங்கிய அற்புத மேதைமை எந்த இடத்திலும் துருத்தாமல் இயல்பாக வெளிப்படுகிறது. சில சொற்சேர்க்கைகள், வாக்கிய அமைப்புகளைப் படிக்கையில் எனக்கு 'வால்காவிலிருந்து கங்கை வரை' உள்ளிட்ட பல சரித்திர நூல்கள் நினைவுக்கு வந்தது. நடையைப் பொறுத்து அந்த மொழிபெயர்ப்பாளர்களிடமெல்லாம், சரித்திர ஆசிரியர்களிடமெல்லாம், பாரதியின் ஞானரதம் தனித்த பாதிப்புச் செலுத்தியிருக்கும் என்றே நினைக்கிறேன். ஒரு நூற்றாண்டிற்கும் முந்திய ஒரு புனைவைப் படிக்கிறோம் என்ற உணர்வே இல்லாத புத்தகம் இது. தன் மனமென்னும் புள்ளியிலிருந்து கிளம்பும், பெரிதினும் பெரிதான கற்பனை வளம் மிக்க எண்ணற்ற சார்புகளை (Functions or Mappings) தனக்குச் சாத்தியமான, அசாத்தியமான எண்ணிறந்த திசைகளினூடாக, முடிவிலியின் பிரதேசத்திற்குள் நீக்கமற நிறைந்திருக்கும் புள்ளிகளுடன் இணைத்திருக்கிறான், பாரதி. பாரதி மகாகவி மட்டுமல்ல, ஒரு மகாகலைஞன்.

9

உமாபதி கவிதைகள்

கவிதைக் கணம்:

கவிதைக் கணம், வெளிப்பாட்டு முயற்சியின் முக்கியமான புள்ளி எனத்தோன்றுகிறது. யாரும் கேள்விகளின்றி எழுத அமர்வதில்லை. கேள்விகள் இறந்த காலத்தின் சாரம். ஒவ்வொரு நொடியையும் பின்தள்ளி, தன்னை இரண்டாக மூன்றாக இன்னும் அதிகமாக, உடைத்து எதிரே அரூபமாய் நிறுத்திக்கொண்டு கேள்வியை, வெளியிலிருப்பவன் அல்லது உள்ளிருந்து வந்தவன் கேட்க அல்லது "கேட்பதாக" அவனை உருவாக்கிக் கொண்டு (உருவாக்காமல் உருவாக்கிக் கொண்டு என்பதே அதிக சாத்தியமுடையதாகத் தெரிகிறது) பதில் சொல்கிறவிதமாய், பதில் தெரிந்து கொள்ள முயற்சிக்கிற விதமாய் வார்த்தைகள் தாளில் படிகின்றன.

வார்த்தைகள்:

வார்த்தைகளின் மீது நம்பிக்கையும் அவநம்பிக்கையும் பிரிக்க இயலாவண்ணம் வெளிப்படுகின்றன கவிஞனிடமிருந்து.

In the garden,so much is not conveyed
In space
the essence of meaning
is emptiness

என்றொரு 'இந்தோனேசிய'க் கவிதை வரி நினைவுக்கு வருகிறது. வார்த்தைகள் விடையளிக்கலாம். மேலும் கேள்விகளை உருவாக்

கலாம். பெரும்பாலும் கலைஞனைப் பொறுத்து இரண்டாவதே கவிதைகளில், எழுத்துக்களில் நிகழ்கிறது. இதில் கவிஞன் முக்கிய மானவன். அவனுக்கு வார்த்தைகளில் பதிலையோ கேள்வியையோ பதிவாக்கினால் போதும். 'மேலும் மேலும்' வார்த்தைகள் என்ற பரிமாணக் குறியீடுகள் தேவையில்லை. மற்ற இலக்கியவடிவங்களில் (other literary forms) பரிமாணக் குறியீடுகள் தட்டையாக, முப்பரிமாணச் சித்திரமாக 'அர்த்த வெளி'யைக் குறுக்குகின்றன. ஆனால் 'கவிதை வெளி'யில் வெளியெங்கும் நிறைந்திருக்கிறது, தன்னுடைய அளவிட முடியாத content உடன், எண்ணற்ற பரிமாணங்களுடன். (கவிதை பகிர்ந்து கொள்ளப்பட்டு விட்டால் அது தட்டையாகவே இருக்க முடியாது என்பது வேறு விஷயம்)

வெளி:

வெளி ஒரு கேள்விகள் வற்றாத ஒரு பிரம்மாண்டம். இதில் அவரவர்களின் நர்த்தன தளங்களைப் பொறுத்து காலம் தோற்றம் கொள்கிறது. வெளியில் ஒரே ஒரு புள்ளியில் ஒற்றைக் காலூன்றி மட்டும் வாழ்வதும், வசிப்பதும், துய்ப்பதும் நடக்க முடியுமெனில் அங்கே சூர்யோதயங்கள் தேவையில்லை. அங்கே ஒவ்வொரு இரண்டாம் சூர்யோதயமும் அதற்கிடையேயான காலப் பாகுபாடும், அலகுகளின் பயன்பாடும் அர்த்தமற்றுப் போகின்றன. இதைத்தான் உமாபதியின் கவிதை வரிகளான,

கறுப்பின் விளிம்பற்ற வெளியில்
ஒளி தன் சுருதி
மறைத்துக் காத்துக்கிடக்கும் ஏதோ ஒரு கிளர்வுக்காக,

என்பவை விளக்குகின்றன.

பிரபஞ்ச நிகழ்வுகள்:

பிரபஞ்ச நிகழ்வுகள் பிரமிப்பைத் தோற்றுவித்து மௌனத்துக்குள் ஆழ்த்துகின்றன கவிஞனை. கவிஞன் தன் எழுது கருவியுடன் இறந்த காலத்தை மனதுள் தேக்கிக் கொண்டு தாள்களுடன், 'இருத்தல் உலகத்திற்குள் (Present) ஒரு சாவகாசம் ஏற்படுத்திக் கொண்டு, உட்கார்கிறான். சலிப்பு வருகிறது. எந்தப் பதிவும் தோன்றாமல் இடையீடு செய்யும் "பொழுது" (Time) வெற்றாய் நகர்கிறது அவனது கோலத்தில். இதையே உமாபதியின் கவிதை உணர்த்துகிறது,

'காகிதம் இழந்த கவிதை மட்டும் எஞ்சி நிற்க,'

என்று.

கோள்கள்:

கோள்களில் வாழவே நாம் விதிக்கப்பட்டு இருக்கிறோம். இங்கே கால இடையீடு, மரணம் – உயிர்ப்பு என்ற இரண்டு extremeகளுக் கிடையே மிகவும் அலைக்கழிக்கிறது.

அலைக்கழிகிறவனே கலைஞன் என்பதால் இந்த இரண்டு எதிரெதிர் காரியங்களும் கவிஞனை நெருக்கவும் நெருக்கடி தரவும் முனைகிறது. நாகம் போல சாட்டையிடும் இரட்டை நாக்கு கேட்கிறது,

"எப்படி இது சாத்தியம் உன்
உயிர் திரும்பிய விதம் என்ன?"

காலம் எங்கோ தன் முழு ஆளுமையுடன் உறுமுகிறது 'சரி, சரி' என்பது போல். மிக அழகான கவிதை.

உமாபதியின் கவிதா உலகம்:

கேள்விகள் நிறைந்து பிரமிப்பைத் தொடர்ந்து வழங்குகிற பிரபஞ்ச வெளியும், (மனித சௌகர்யத்திற்காக அவனது கோளில் உண்டான) கால அலகுகளும் முரண்பட்டும் ஒன்று பட்டும் பல சிக்கலான சிந்தனைகளை எழுப்பிக் கொள்கிற மன வெளியுமாய் இருக்கிறது. அவருக்கு ஆன்மீகத்தில் பெரிய நம்பிக்கை இருக்கிற மாதிரி தெரியவில்லை. ஆன்மீக விடைகள். தர்க்கங்களை அவர் கவிதைகள் எளிதாக உடைத்துவிடுகின்றன. சிதைந்துவிட்ட தர்க்கங்கள் கேள்விகளை எழுப்புகின்றன. அல்லது அவரது வெளியிலிருந்து வந்தவன் கேட்கிறான். பதிலின்றி நிசப்தம் முடிச்சிட்டுக் கொள்கிறது.

"நிசப்த முடிச்சு அவிழும்போது
மேலும் மௌனம் காக்கும்
சிதைவுகள்"

என்பதிலிருந்து இது புரிகிறது.

உமாபதியின் இந்தத் தொகுப்பு மிக முக்கியமானது. வெளி, காலம், இருத்தல்; பிரபஞ்ச, சமூக, அக நிகழ்வுகள் தொடர்ந்து ஏற்படுத்தும் சிதைவுகள்; என அவரது மனோ உலகில் பெரிதும் வியாபித்து அருகோடிக்கிடக்கிறது. வேறு எதையும் விதைக்க முடியாத படி, உழுவதற்கு வழியற்ற அருகோடிய மனப்பரப்பில் காட்டுச் செடியாய் இறுக்கமான படிமங்கள், அந்தச் செடியின் பூக்கள் போல, முட்கள் போல, அவருக்கேயான பிரத்யேக மொழியில் தொகுப் பெங்கும் கவிதைகள். அவை நவீன கவிதையில் அவருடைய இடத்தை மறுபடி நிறுவுகிறது.

கவிதை:

கவிதை பற்றி அவருக்கு உயர்வான அபிப்ராயமும் அதற் கெதிராக அது ஒன்றே சிறந்த வடிவம் அல்ல என்ற அபிப்ராயமும் சமப்பட்டு நிற்பது போலத் தோன்றுகிறது. “வலை” கவிதையில் இதை நன்கு அறிய முடிகிறது.

வலை

சிலந்தி வலையின் கணிதக் கூறுகள்
மர்ம முடிச்சுகளைப் பின்னலிட்டு
சிடுக்குகளை மேலும் சிக்கலாக்கி
கண்ணாடி இழைகளினூடே
குறுக்கும் நெடுக்குமெனச் சித்திரச்
சேர்க்கைகளின் எண்ணற்ற துளைகளில்
வழியும் ஒளிச் சிதறல்களில் செய்தி போல
தெரிவிக்கும் இது கணிதமல்ல
கவிதை என்று

மௌனமாய் மறுக்கும்
உலர்ந்து தொங்கும்
சிறு ஈ

சிலந்தி வலையின் திட்டமிட்ட கணிதக் கூறுகள் மர்ம முடிச்சு என்கிற தேவையின்பாற்பட்ட யதார்த்தம், இவை கணிதமல்ல, கவிதை என்று கூறுகிறது. ஆனால் இரை செத்தே ஆகவேண்டிய குரூர வேடிக்கை காட்டும் இயற்கை இயல், இதை கவிதையில்லை என்று மறுக்கிறது அதுவும் மௌனமாய்.

நிசப்தம்:

நிசப்தம் சழக்குரைக்கு மாற்றாக உணரப்படும் கட்டுப்படுத்தப் பட்ட மௌனமா? அல்லது ‘வெளி’ ஆக்கிக் கொண்ட கவிமனத்தில் தொடர்பற்ற தொடர்புகளால் நிகழும் ஏகப்பட்ட காட்சிகளால் ஏற்படும் எதிர் மறையான மௌனமா.?

ஜே.கே சொல்வது போல gossip and worry are the outcome of restless mind என்ற ரீதியில் அரட்டையை முற்றாக மறுப்பதே நல்ல கவிதை என்று தோன்றுகிறது. அந்த வழியில் சற்றும் அரட்டைக்கு வழி வகுக்காத கவிதைகளை உமாபதி எழுதிவருவது மகிழ்ச்சியாயிருக்கிறது. தூசியை அவர் வெவ்வேறு விதமாகப் பார்க்கும் நீண்ட கவிதை இதற்குச் சரியான சான்று. அதிலும் வரைபடத்தில் பரவும் தூசி

தேசத்தின் அட்சரேகைகளை மாற்றலாம், ஆனால் உதறியெழும் வரைபடம் தன் அலகுகளை அதனுயிர்களின் யதார்த்தத்திற்கேற்ப (?) மாற்றி எழுதும் என்கிற வரிகள் கூர்மையானவை. அதே கவிதையில் (வெளிச்சம் பழகிய) கண்களை மூடிக்கொண்டால் இமைகளுக்குள் பறக்கும் தூசியை, ஒளிப்புள்ளிகளை அவருக்கே வாய்த்த மொழியில் எழுதியுள்ளது குறிப்பிடத் தக்கது.

அந்தக் கவிதைகள் வருமாறு:

தூசியின் நடனமும் ஒரு பார்வையாளனும்

1

கண்களின் இருட்டில் மினுங்கும்
வெளியின் தூசிகள் துணிந்து
வர்ணச் செதிலாய்ப் படரும்
இமைக்குள் பரவும் ஒளிப்பந்து
நர்த்தனத்தின் பாதங்களை துகிலுரிக்க
செத்து வீழும் உடல் இழந்து

2

வரைபடத்தில் பரவும் தூசி
தேசத்தின் அட்சரேகையை மாற்றியதாக
சரித்திரம் பேசும். உள்வாங்கிய
மூச்சில் தீக்கனன்று சாம்பலாகும்
உதறியெழுந்த வரைபடம் தன்
அலகுகளை மாற்றி எழுதும்

பயணம் (Travel):

மீண்டும் கவிதை எழுதுகிற கணம் பற்றிய யோசனைக்கு வர நேர்கிறது. அந்தக் கணத்தில் ஒவ்வொரு படிமமும் வார்த்தைக் கூட்டமும் இறந்த காலத்திலிருந்து வருகிறது என்பதை மறுப்பதற் கில்லை. இதை நிகழ்காலமாக்கும் முயற்சி நவீன கவிதையை இன்னும் மேலெடுத்துச் செல்லும். இந்தக் கவிதைக் கணத்தில் மனம் மேற் கொள்ளும் பயணம் பெரும்பாலும் இறந்த காலத்திலும், மீதிப் பகுதி எதிர்காலத்திலுமே இருப்பதாகத் தோன்றுகிறது. நிகழ்காலத்தை அப்படியே பதிவு செய்தால் கூட பிரதி அதை இறந்த காலமாக்கி விட முடியும்.

"வரிகளுக்கிடையே
நர்த்தனமிடும் கால்கள் யாருடையது"

என்று கேள்வி எழும்பும்.

உமாபதியின் வெளியிலிருந்து வந்தவன் 3 கவிதை இந்தக் கருத்தாக்கத்தை உள்வாங்கி கச்சிதமாக வெளிவந்திருக்கிறது. மிக அழகான கவிதை அது.

வெளியிலிருந்து வந்தவன் 3

அவன்

உன் கவிதைகளில் நீ எங்கிருக்கிறாய்
வரிகளுக்கிடையே நர்த்தனமிடும் கால்கள்
யாருடையது அல்லது யாருக்கான நர்த்தனம்
காகிதத்தலிருந்து புறப்படும் ஓவியத் தீற்றல்கள்
எந்த மையினால் எழுதப்பட்டவை
கசியும் கருணை கருணையின்மை இவற்றை
காகிதம் உள் வாங்கிக் கொள்கிறதா மேலும்
எல்லாம் காற்று வெளியிடைக் கரையும் போது
கவிதைகள் யாருக்குள்

அவனில்லாதவன்

வெளியில் இருக்கும் நான் எதையும்
காகிதத்தில் கொள்வதில்லை
வார்த்தைகளுக்கிடையே நிலவும்
வெற்றிடம் ஸ்தாபிக்கிறது கவிதையை

உமாபதி கவிதை பற்றி எழுத வாய்ப்புக் கிடைத்ததற்கு எனக்கு மகிழ்ச்சியாக உள்ளது. அவரது கவிதைகள் சுயம்பானவை. அது யாராலும் பாதிக்கப்படவில்லை என்பதே பெரிய ஆசுவாசம். அவர் மொழியில் அவருக்கிருக்கும் நம்பிக்கை, ego கொஞ்சமும் இல்லாதது. அவருக்கு ego இல்லையென்பதை அவருக்குள்ளிருக்கும்,

அவனில்லாதவன்

'வெளியிலிருக்கும் நான் எதையும்
காகிதத்தில் கொள்வதில்லை
வார்த்தைகளுக்கிடையே நிலவும்
வெற்றிடம் ஸ்தாபிக்கிறது கவிதையை'

என்னும் வரிகள் சாட்சியம் சொல்கின்றன.

10
மின்சாரக் கம்பி அறுந்து கிடக்கும் மழை இரவின் கனவு

சுஜாதா விருதுகள் வழங்கும் விழாவுக்கு நான் வருவது இது மூன்றாம் முறை. முதல் முறை என்னுடைய உரைநடை நூலுக்கு விருது கிடைத்தது. இரண்டு முறைகள் கவிதை நூல்களைத் தேர்வு செய்யும் குழுவில் ஒருவனாக வரும் வாய்ப்புக் கிடைத்தது. 1967லிருந்து சுஜாதாவின் வாசகனாக இருந்து வருகிறேன். 70களில் நான் எழுத ஆரம்பித்தபோது சுஜாதாவின் வாசிப்புப் பரப்பிற்குள் நானும் வந்தேன். சுஜாதாவை சிறந்த எழுத்தாளர் என்று கொண்டாடுவதைக் காட்டிலும், சிறந்த வாசகனாகவே நான் கொண்டாடுவேன். அப்படியொரு காய்தல் உவத்தல் இல்லாத வாசிக்கும் பழக்கம் அவருக்கு. புதிய எழுத்தைக் கண்டுபிடித்தால் அதைப் பகிர்ந்து கொள்ளாமல் தீராது அவருக்கு. அவரை நேரில் சந்தித்தது 1980இல் மாக்ஸ் முல்லர் பவனில் நடந்த ஒரு 'நேருக்கு நேர்' நிகழ்ச்சியில். அதற்குள் என்னுடைய பல கவிதைகளை அவர் கணையாழியிலும் மற்ற பத்திரிக்கைகளிலும் பகிர்ந்து கொண்டிருந்தார். அது முதல் சந்திப்பாக இல்லை, என்னுடன் சுப்ரமணிய ராஜு, பாலகுமாரன், இந்துமதி, மாலன் ஆகியோர் இருந்தனர். நான் என்னை அறிமுகப்படுத்திக் கொண்டதும் அவ்வளவு இயல்பாகப் பேசினார்.

அந்தச் சந்திப்பிற்குச் சிலநாள் கழித்து. சாவி பத்திரிகையின் ஓர் இதழின் ஆசிரியப் பொறுப்பை அவர் ஏற்றுக் கொண்டிருந்தார். அதற்கு நான் ஒரு கவிதை அனுப்பி அதன் கார்பன் நகலை அவரது பெங்களூர் விலாசத்திற்கு அனுப்பி இருந்தேன்.

அந்தக்கவிதை:

சசி,
உன்பெயருடன் தொடங்கும்
என்
கவிதைகளனைத்தும்
முதல்
வரியோடு நின்று விடுகின்றன
பின்
வருவதெல்லாம்:வார்த்தைகளே

உன்
பெயர் இடையில் வரும்
என்
எல்லாக் கவிதைகளிலும்
ஒரே
கவிதையுள்
இரு
கவிதை ஜொலிக்கிறது

உன்
பெயருடன் முடியும்
என்
எல்லாக் கவிதைகளும்
ஆண்
மயில்கள்

அனுப்பிவிட்டு ஒரு புளகாங்கிதத்தில் இருந்தேன். மறு தபாலில் அதைத் திருப்பி அனுப்பி இதில் ஒரு டெடிகேட்டிங் டோன் இருக்கிறது. இன்னொரு நல்ல கவிதையாக அனுப்பவும் என்று எழுதியிருந்தார். நிச்சயமாக சாவி இதழுக்கு, அல்லது அதன் வாசகர் களுக்கு நான் அடைந்த அதே புளகாங்கிதத்தை அது வழங்கியிருக்கக் கூடும். ஆனால் சாவி வாசகர்களுக்கு என்னை அப்படி அவர் அறிமுகம் செய்ய விரும்பவில்லை. அதுதான் சுஜாதா. அப்புறம் வேறு ஒரு கவிதையை எக்ஸ்பிரஸ் டெலிவரியில்அனுப்பினேன். அதை வெளியிட்டிருந்தார். அதனால்த்தான் அவரை மிகச் சிறந்த வாசகரென்கிறேன். ரசிக மணியைக் கொண்டாடுகிற நம் பாரம் பரியம் கண்டிப்பாக சுஜாதாவைக் கொண்டாடலாம்.

சுஜாதா அவரது ஒரு கட்டுரையில் ஆன்டி வார்ஹால் (Andy warhol) சொன்னதாக மேற்கோள் காட்டியிருப்பார், “In the future every one will be famous for 15 minutes” என்று. அவ்வளவு அவசரமான உலகம் இது. ஆனால் சுஜாதாவை யாரும் அவ்வளவு எளிதில் மறந்து விட முடியாது.

இங்கே தேர்வுக்காக ஆறு கவிதை நூல்கள் அனுப்பபட்டது. சுமார் இருநூறு, முன்னூறு கவிதைகள் என்று எடுத்துக் கொள்ளலாம். எல்லாமே இளம் கவிஞர்களின் தொகுப்புகள். அதில் ஐந்து தொகுப்புகள், ஐந்து கவிஞர்களின் முதல்த் தொகுப்புகள். இவற்றில் ஐந்து தொகுப்புகளை ஏற்கெனவே வாசித்திருக்கிறேன். மதுரையில் நடந்த ஒரு கூட்டத்திற்காக இதில் நான்கு தொகுப்புக்களை ஆர்வ மாக வாசித்திருக்கிறேன். அதில் ஒரு தொகுப்புக்கு நான் முன்னுரையும் எழுதியிருக்கிறேன். அநேகமாக இவர்கள் எல்லோரும் 90களுக்குப் பின் எழுத வந்தவர்கள்.

நான் 70களில் எழுதவந்தவன். அப்போது என்னை முதலில் வந்தடைந்த தொகுப்பு எஸ்.வைத்தீஸ்வரனின் *உதயநிழல்*. அதை பாலகுமாரன் எனக்கு அனுப்பியிருந்தான். அதில் ஓவியங்களும் வைத்தீஸ்வரனே வரைந்திருப்பார். அதற்கு முன் சி.சு செல்லப்பாவின் *புதுக்குரல்கள்* முதற் பதிப்பு. அப்புறம் கசடதபற வெளியிட்ட குட்டியான *புள்ளி* என்ற தொகுப்பு, என்று தொகுப்புகளை விரல் விட்டு எண்ணி விடலாம்

இந்த வரலாற்றை நான் சொல்ல நேர்ந்ததன் காரணம், நான், பைண்ட் வால்யுமாக வாசித்த, *எழுத்து* கவிதைகள், அந்த நேரத்தில் என்னைக் கவரவில்லை.

மாறாக என் வாசிப்புக் காலத்தில் வெளிவந்து என்னைத் தன்னுடன் வளர்த்த *கசடதபற, கணையாழி* காலத்துக் கவிதைகளே என்னைக் கவர்ந்தன. எஸ். வைதீஸ்வரனும் ஞானக்கூத்தனும் என்னை என் ஆரம்பக் காலங்களில் வெகுவாகப் பாதித்தனர். பின்னர் வாசிக்கையில் பிச்சமூர்த்தி, கொஞ்சம் பிரமிப்புக் கொள்ள வைத்தார் என்பது வேறு விஷயம். எனக்கு சற்றே மூத்தவர்களும் என் காலத்தில் கவிதைக்கு காத்திரமான பங்களிப்பை வழங்கியவர் களுமான ஞானக்கூத்தன், பிரமிள், நகுலன் ஆகியோரிடம் நான் செய்திகளை அறிய ஆரம்பித்தேன். எனக்கே எனக்கான செய்திகளை நான் அறியும் வரை என்பதையும் குறிப்பிட வேண்டும்.

நவீனகவிதை, பக்தி இலக்கியம், அல்லது குறிப்பாக பக்தி இலக்கிய மொழி தந்த, BAD INFLUENCE, அதாவது கெட்ட பாதிப் பிலிருந்து விடுபட்ட பாரதியிடமிருந்து ஆரம்பிப்பதாகக் கொண்டோ மானால், காலந்தோறும் அது புதிய கவிஞர்களுக்கு புதிய சவால்களை முன் வைத்து நகர்ந்து வந்திருக்கிறது.பக்தி இலக்கியம் பாரதிக்கு ஒரு சவால். (அதிலவர் தோற்றாரா ஜெயித்தாரா என்பது ஒரு விவாதப் பொருள், ஏனெனில் அவரது சிறப்பான வசன கவிதைகள் வரை இந்தப் பாதிப்பு நீள்வதாகவே எனக்குப் படுகிறது.) பாரதி

அவனுக்குப் பின் வருபவர்களுக்கு ஒரு சவால். இங்கே சவாலென்பது சமூக நிகழ்வுகள் வாழ்க்கையில், வாழ்க்கை ஒழுங்கில் ஏற்படுத்தும் சிதைவுகளும், இந்த சிதைவுகள் ஒரு கலைஞனின் மொழி மீது செலுத்தும் பாதிப்புகளும், ஏற்படுத்தும் மாற்றங்களும் எனச் சொல்லலாம். இந்த சமூக நிகழ்வுகளைத்தான் செய்தி என்று கொள்கிறேன்.

எனவே, எந்த அனுபவத்தையும் மொழி வழியாகவே பார்க்கிற நவீன கவிதையாளனுக்கு இந்தச் சிதைவுகள் குறித்து பதற்றமும் அதனால் ஒரு கலக மனமும் கொள்ள நேர்ந்தது. அப்படித்தான் நேரும். ஆனால் இன்றைய பின் நவீனக் கவிஞன் பதற்றத்திலிருந்து முற்றிலும் விடுபட்டவனாய் இருக்கிறான். அவனுக்கு சுதந்திர இயக்கத்தை வழங்குவது அவனது சமகாலப் பிரதிகள்தான். ஒரு விஷயம், அவன் ஒத்துக் கொள்ளவில்லையென்றாலும் அவனுக்கு இந்த விடுதலையை வழங்கியது அவனுக்கு முந்திய பிரதிகள்தான். ஏனெனில் இரண்டுக்கும் மொழியும் சொல்லும் ஒன்றுதான். மேலும் காலங்காலமாக கலகமும் விடுதலையும் தோள் மாற்றப்பட்டு வருகின்றன. அதன் எதிர்ப்புணர்வும் வீர்யமும் வேறுபடலாம். எனவே தான் என் சமகாலக் கவிஞர்கள், கலைஞர்கள் என்ன பேசுகின்றனர் என்று நான் ஆர்வம் காண்பிப்பவனாக இருக்கிறேன். சமகாலப் பிரதிகளை வாசிப்பதில் மகிழ்ச்சி அடைகிறேன், அவை நான் தொடர்ந்து இயங்க எனக்கு உபயோகமாக இருக்கின்றன என்று சொல்வதில் எனக்கு தயக்கமே இல்லை. கடந்த இரண்டு மாதங் களாக நான் மறுபடி கொஞ்சம் கவிதை எழுத ஆரம்பித்திருக்கிறேன். அவை கவிதையா என்பதை வாசகன் பொறுப்புக்கு விட்டுவிட்டாலும், கவிதை என்னை விட்டுப் போய் விடவில்லை, விடாது என்ற நம்பிக் கையை அவை தந்திருக்கின்றன. அதற்கு ஒரு காரணம், இந்த ஆறு கவிஞர்களையும் சேர்த்து இன்று எழுதுகிற புதிய கவிஞர்களின் புதிய தொகுப்புக்கள்தான். ஒரு புதிய கவிஞனின் புதிய கவிதை மூலமாக நான் கண்டடைவது என் பழைய கவிதைகளைத்தான். என்றாலும் என் கவிதைகள் அவர்களுடன் இயல்பாகக் கை குலுக்கு வதைக் காண முடிகிறது.

தேர்வுக்கு வந்த நூல்களிடையே என்னைப் பொறுத்து மிக மிகச் சிறிய தரவேறுபாட்டையே நான் காண நேரிட்டது. உண்மை யிலேயே தேர்வு சற்று கடினமானதுதான். அந்த வகையில் கலந்து கொண்ட அத்தனைக் கவிஞர்களுக்கும் என் வாழ்த்துக்களை உரக்கச் சொல்லிக் கொள்கிறேன். இங்கே விருது பெறுகிற மனோ மோகனின் 'பைத்தியக்காரியின் பட்டாம் பூச்சி'யின் அணிந்துரையில் ரமேஷ் எழுதியிருக்கிறார். பாண்டிச்சேரியிலிருந்து, பாரதி, பாரதிதாசன்,

பிரபஞ்சன், ரமேஷ்பிரேதன் வரிசையில் ஒரு புது வெளிச்சம் புறப் பட்டிருப்பதாக. ஆனால் மனோ மோகனிடம், இவர்களின் எந்தப் பாதிப்பும் இல்லாதது ஒரு முக்கியமான கூறு. ரமேஷ் சொல்வது போல், "இத்தொகுப்பு, உருவாக்கும் மனஎழுச்சி ஆன்மிகத் தன்மை யற்று அரசியல் கவிதையியல் சார்ந்த கொந்தளிப்பை உணர்த்து வதை நன்கு உணரமுடிகிறது.

வைதீகத்துக்கு ஒப்புக் கொடுக்காத ஆன்மீகம் நமது மரபில் இல்லவே இல்லை என்று எனக்குத் தோன்றுவதுண்டு. அதை அடிக் கோடிடுகிறது மனோ மோகனின் இந்தக் கவிதை

ஆதியிலே ஞானமிருந்தது
அது புத்தனுடையதாயிருந்தது
மேனியில் உதிரும்
அரசிலைகளை எண்ணிக் கொண்டு
தியானத்தில் ஆழ்ந்திருந்தான் புத்தன்
பிளவுபட்ட தனது இரட்டை அறிவுள்
நெளியும் முப்புரி நூலை உருவி
புத்தனுக்கு அணிவித்தான் நாகார்ஜுனன்
உடனே மைத்ரியனின் முகத்திலொரு துதிக்கையும்
இரண்டு தந்தங்களும் முளைத்துவிட்டன.

இவரது தொகுப்பின் பல கவிதைகளில் வன்முறையும் மரணமும் சார்ந்த (Deadly Images) படிமங்களால் மெருகேறியிருக்கிறது.

சுய பாதுகாப்பிற்கான யத்தனங்களில் ஆரம்பிப்பதுதான் பாசிஸத்தின் அரசியல் என்று தோன்றுகிறது. அகாலம் என்றொரு கவிதை.

அகாலம்

வாலும் தலையும் அருகருகே வைத்து
அமைதியாய்ப் படுத்திருக்கும் நாகமென
சுருண்டு கிடக்கிறது காலம்
அதன் வாலை மிதித்தால் கணுக்காலருகே
பற்கள் பதிவதிலிருந்து உன்னால் தப்பவே முடியாது

தூக்கில் தொங்கும் கடவுளின் உருவம் வரையப்பட்டு
நமதறையில் மாட்டியிருக்கும் நாட்காட்டியில்
தேதி கிழிக்கும் ஒவ்வொரு நாளும் உன்னையொரு
நாகம் தீண்டுவதாய்ச் சொல்வாயே
கிழிபடாத தேதியில் ஒளிந்து
உன்னையொரு கணமும் என்னையொரு கணமும்

தீண்டும் அந்த நாகம்
ஒன்றல்லவென்று உனக்குத் தெரியுமா

பசி மிகும்போது
தானீன்ற குட்டிகளையே புசிக்கும்
நாகமொரு அரசியல் விலங்கு

ரோஜாவின் பெயர் கொண்ட
உம்பர்ட்டோ ஈகோவின் நாவலை
வாசித்து முடித்த இரவில்
ஒரு பின் நவினக் கவிஞன் சொன்னான்
'வரலாறென்பது நஞ்சு தடவப்பட்ட காகிதம்'

பொதுவாகப் பாம்புகளின் தந்திரக் குணம் இது. ஒரு பொந்தினுள் நுழைந்தால், தலையையும் வாலையும் அருகருகே வைத்துக் கொண்டு மற்ற உடல்ப் பாகத்தை உள்ளே வைத்திருக்கும் அதிலும் குறிப்பாக வால் வெளியே தெரியும்படிக்கும் தலை அதிலிருந்து ஒன்றிரணடு அங்குலம் உள்த் தள்ளியும் இருக்கும். பார்க்கிறவனுக்கு பாம்பு வால் மட்டுமே தெரியும். அதைத் தொட்டால் சட்டென்று போட்டு விடும். அது சுய பாதுகாப்பிற்கான தந்திரம். ஆனால் இதுவே மனித வாழ்க்கையில் அரசியல். அதையே மனோ மோகன் எழுதுகிறார்

பாசிஸம் குறித்த பிரக்ஞையுள்ள ஒருவனே இப்படி எழுத முடியும் என்று தோன்றுகிறது. பாசிஸம் குறித்த பிரக்ஞையுள்ள அவனாலேயே அதற்கு எதிரான அரசியலை கைக்கொள்ள முடியும். இதையே ரமேஷ் பிரேதன், "பைத்தியத்திற்குப் பட்டாம் பூச்சியைப் பிடித்துத் தரும் கவிதையியலே பாசிஸத்திற்கு எதிரான அரசியல்" என்கிறார். பல கவிதைகளிலும் இந்த அரசியல்ப் பார்வை வழிந்தோடு வதைக் காண முடிகிறது.

ருத்ர தேசம் என்றொரு கவிதை

ஆண் வாடையற்ற அறையில்
தனது வியர்வையால் கருத்தரிக்கிறாள் பார்வதி
விநாயகன் பிறக்கிறான்
நிராகரிப்பைத் தாங்காத பரமன்
சிசுவின் கழுத்தறுத்து
யானைத்தலை பொருத்துகிறான்
நீதி மன்றத்தை அணுகி வழக்குத் தொடுத்த உமை
இது கொலை முயற்சி என்கிறாள்
சிவனோ திருவிளையாடலென்கிறான்
தீர்ப்பு ஒத்தி வைக்கப் படுகிறது
இடைவேளையில் வெளியேறிய ஆதிபராசக்தி
நீதி மன்றத்தை நிமிர்ந்து பார்க்கிறாள்

மேகம் வழியும் ஆண்குறியென
மகாலிங்கம் தெரிகிறது.

ஒரு தொல்படிமத்தை ஆணாதிக்கம் வழியும் நவீன உலகிற்குக் கொண்டு வந்துவிடும் இந்தக் கவிதை குறித்து, இதில் மறந்துவிட்ட சில அதிகப்படியான குறிப்புகளையும் சொல்லி, ரமேஷ் பிரேதன் தன் முன்னுரையில் பாராட்டி இருக்கிறார். அந்த அதிகப்படியான குறிப்புகள் இல்லாமலேயே இது மிகச் சிறந்த கவிதையாக நிற்கிறது. ஒரு வளரும் கவிஞனுக்கு எல்லாமும் தெரிந்திருக்கவேண்டும் என்ற அவசியமில்லை. என்றாலும் தெரிந்திருந்தால் கவிதையின் அழகியலுக்கு நல்லது.

32 கவிதைகளே உள்ள இந்தத் தொகுப்பில் அநேகமாக எல்லாமுமே நல்ல கவிதைகளாகவே உள்ளன. இதனுள் நுழைபவர்கள் வெளி யேறச் சற்று தயக்கம் காண்பிக்க வேண்டும். ஏனெனில் நீங்கள் வெளியேற நினைப்பது ஒரு புத்தகத்தில் இருந்து அல்ல.

இது 'மின்சாரக் கம்பி அறுந்து கிடக்கும் மழை இரவின் கனவு.' இதிலிருந்து வெளியேறுவது போல அசுலபம் மற்றும் அபாயகர மானதும். ஆகும். இப்படியொரு கனவைப் படரவிட்ட மனோ மோகனுக்கு வாழ்த்துகள்.

(சுஜாதா விருது பெற்ற மனோ மோகனின் 'பைத்தியக்காரியின்
பட்டாம்பூச்சி' நூலைப் பாராட்டிய உரை)

11
தகப்பன் சாமி வரலாறு

அன்புள்ள நண்பர்களே

அனைவருக்கும் வணக்கம். இரா.முருகனின் மூன்று நூல்கள் வெளியிடும் விழாவில் எனக்கும் வாய்ப்பளித்தமைக்கு அவருக்கு நன்றி சொல்லிக் கொள்கிறேன். பொதுவாக முருகனை நீ நான் என்று ஒருமையில் அழைத்துத்தான் பழக்கம். அவை நாகரீகம் கருதி அவர் என்கிறேன். அது பேச்சுப் பராக்கில் எப்போது மாறும் என்று தெரியாது. அவனை ஒருமையில் அழைப்பதற்கு அவனது முருகன் என்ற பெயரின் விகுதியான 'ன்' கூட காரணமாக இருக்கலாம். நீங்கள் நன்றாகக் கவனித்திருந்தால் தெரிந்திருக்கும். எம்.ஜி.ஆரைப் பற்றிப் பேசுகிறபோது, நல்லா நடிச்சிருக்காரு, பிரமாதமா சண்டை போடறார், என்று அவர் இவர் என்பார்கள். அதே சமயம் சிவாஜி கணேசனைப் பற்றிப் பேசும்போது பிரமாதமா நடிச்சிருக்கான்ப்பா கொன்னுட்டான், என்பார்கள். அதுவும் விகுதிப் பிரச்னைதான். அல்லது பெயர் அமைந்த விதிப் பிரச்னையாகவும் இருக்கலாம். நீங்கள் இப்பொழுது சிரிப்பதற்குக் காரணமானது முருகனின் பட்பட் என்று நகைச்சுவை தெறிக்கும் எழுத்து நடையின் பாதிப்புத் தான். அவனுக்கு வாத்தியார் இதில் சுஜாதா.

இந்த எம்.ஜி.ஆர் சிவாஜி விஷயத்தை இங்கே சொல்ல நேர்ந்தது, முருகனும் என்னைப் போல தீவிரமான எம்.ஜி. ஆர் ரசிகன். ஒரு எம்.ஜி.ஆர் ரசிகன் அறிவு ஜீவியாக இருக்க முடியாது என்ற பொதுப் புத்தி சார்ந்த கருத்தை உடைத்தெறிந்து முத்தத் துறைகளிலும், ஸாரி, இந்த தன் வரலாற்றுப் புனைவில் அங்கங்கே முத்தங்கள்

வங்காள விரிகுடாக் கடலாகப் பொங்குகிறதைப் படித்ததால் வந்த வினை இது, எனவே ஸாரி: மொத்தத் துறைகளிலும் தன் அறிவையும் நுணுக்கமான பார்வைகளையும் கலாபூர்வமாக நிறுவியவர். உண்மையில் மேகலா பூர்வமாக என்று சொல்லவேண்டும். வறண்ட சிவகங்கை ரெட்டைத் தெரு மேகலாவில் ஆரம்பிக்கிற திருட்டு முத்தம் வளமார் புத்துச்சேரியில் அமேலிக்கு வழங்குகிற நடு வீதி முத்தம், இடையிடையே ஜோசபின்னுக்கு வழங்குகிற கடற்கரை முத்தம், என்று பரவலாக முத்த மழை பொழிகிறது. இதனாலேயே இவர் கமல் ஹாசனுக்கும் நெருக்கமானவராக இருக்கிறாரோ என்னவோ.

இது ஒரு பக்கம் இருக்கட்டும்.

An autobiography is not about pictures; it's about the stories; it's about honesty and as much truth as you can tell without coming too close to other people's privacy.

என்று போரிஸ் பெக்கர் சொல்லுவதைப் போல, இந்தத் தன் வரலாற்றுப் புனைவு, நாணயமான, நிஜமான, கதைச் சித்திரங்கள் மூலமாகவும் சொல்லப்படுகிறது. அதே நேரத்தில் யாருடைய அந்த ரங்கங்களையும் போட்டு உடைப்பதில்லை. இன்று தமிழில் இப்படி யான பயோ ஃபிக்ஷன் நிறைய வருகிறது. விரும்பியும் வாசிக்கப் படுகிறது. நானே நிறைய எழுதிவிட்டேன். இவற்றைச் சுவாரஸ்ய மாக்குவது இதில் காணப்படும் சுய எள்ளல்தான். அதுதான் நேர்மை யான பதிவு முறையும் கூட. தன்னைத்தானே பகடி செய்து கொள்கிற கலைஞனாலேயே தன் வாழ்வையும் தன் சக மனிதன் வாழ்வையும் சரியான முறையில் ஒளிவு மறைவின்றிப் பதிவு செய்யமுடியும்.

முருகன் ஆரம்ப அத்தியாயத்தில் சொல்லுகிறார். “மீசை அரும்புகிறதை விட மூஞ்சியில் பரு அரும்புவதுதான் அதிகம். முகத்தில் வடிகிற எண்ணெயைத் தவிர்க்க *லைப்பாய்* சோப்பு போட்டு முகம் கழுவிக் கழுவி நிரந்தரமாக நாசியில் இன்னும் இருக்கிறது கார்பாலிக் வாடை. என் போட்டோவில் கூட லேசாக வரும்” இதில் “இந்தக் கடைசி வாக்கியமான போட்டோவில் கூட வரும்”, என்பதை போகிற போக்கில் சொல்லிச் செல்கிறார் முருகர். இது தான் முருகனைச் சிறந்த படைப்பாளியாக்குகிறது. வாசனையின் நினைவுகளால் சூழப்பட்டது படைப்பாளியின் இளம்பருவங்கள். நான் 15, 16 வயது வரை ஏற்பட்ட அனுபவங்களை நினைவுக்குக் கொண்டு வரும்போது, அல்லது அது தானாக நினைவுக்கு வரும் போது அந்த நேரத்தைய வாசனை கூட நினைவுக்கு வரும். முறுக்குச் சுடுகிற வாசனை, முருங்கைப் பூ உதிர்கிற வாசனை, அதை நோக்கிப் பாய்ந்து வருகிற வெள்ளாட்டின் வாசனை, கடந்து போன பெண்

கட்டியிருக்கும் சேலையிலிருந்து எழும் பாச்சா உருண்டையின் வாசனை, ஏன் அவள் கக்கத்து வாசனை கூட நினைவுக்கு வரும். இதில் இந்த முருங்கைப் பூ உதிர்ந்து தரையில் விழுவதைக் கண்டதும், தெரு மேய்ந்து கொண்டிருக்கிற வெள்ளாடு பாய்ந்து விரையும் அழகு இருக்கிறதே அதைப் பார்த்திருந்தால்தான் தெரியும். ஆட்டுக்கு முருங்கைப் பூ என்பது நமக்கு மக்ரூன்ஸ் சாப்பிடுவது போல. எங்கள் பக்கத்து வீட்டில் நடராஜன் என்று ஒரு அண்ணன் உண்டு. அவர் இப்படி ஒப்புமை சொல்லுவதில் ரொம்ப ரொம்பச் சமர்த்தர். மாட்டுக்கு அகத்திக் கீரைன்னா நாம ஜிலேபி சாப்பிடற மாதிரிடா என்பார். அது அருகம்புல்லை நாக்கால வளைச்சு வளைச்சு வாய்க் குள்ள தள்ளி நறுக் நறுக்குன்னு நொறுக்கித் திங்கறதைப் பாத்திருக் கியா; நாம ஒரு குத்து ஓமப் பொடியை வாய்க்குள்ள போட்டுகிட்டு வாயை மூடித் திங்கும் போது நம்ம காதுக்குள்ள வாய் வழியாகவே அது நொறுங்கும் சத்தம் கேக்கும் பாரு... அது மாதிரில்லா என்பார்.

முருகனுக்கும் இந்தப் பார்வை அழகாக வாய்த்திருக்கிறது. அவர், மாடு புண்ணாக்கு தின்பதை அல்வா சாப்பிடுவதற்கு ஒப்பிடுகிறார். இதைச் சொல்லும் போது வங்கியின் வாட்ச்மேனான வின்செண்ட் நடராஜனையும் அவரது மாட்டு வண்டி வாழ்க்கையையும் உன்னிப் பாக, ஆனால் எந்த யத்தனமும் இல்லாமல்க் கவனிக்கிறார். கவனத்தில் படுவதை அப்படியே பதிவும் செய்கிறார். பதிவு என்றால் இடது கைப் பெருவிரலில் மை தடவி ஸ்டாம்பு மேல் சர்வ ஜாக்கிரதையாக உருட்ட வைத்து எடுக்கும் பதிவு அல்ல. தண்ணீர்க் கையை சேலை முந்தானையில் சட்டென்று துடைத்துக் கொள்ளுவது போன்ற நொடி நேரத் தன்னிச்சைப் பதிவு. அப்படி சுற்றுப் புறத்தைப் பார்த்து அவதானித்திருக்கிறார். அதில் எங்கேயும் தன் சுயவிவரங்கள் வெளிப் படுவதே இல்லை. I want an autobiography without revealing any personal information- என்று டயானா ராஸ் சொல்வது போல சுற்றுப் புறங்களை வைத்தே, சுற்றி நடக்கும் நிகழ்வுகளை வைத்தே, தன் படைப்பை நகர்த்திச் செல்கிறார். தன்னைப் பற்றிய தகவல்களாக அடுக்குவ தில்லை.

யாராவது பிரதமர் பதவியிலிருக்கும் போது இறந்தால் 1964, 66, 70களில் *கேர் டேக்கர்* பிரதம மந்திரியாகப் பதவியேற்பவர் எப்போதும் உள்த்துறை மந்திரியாக இருந்த குல்சாரிலால் நந்தா என்பவர். நம்ம ஊரில் நெடுஞ்செழியன். இரண்டு பேருமே உயர்ந்த மனிதர்கள். இவர்கள் இரண்டு பேருமே காபந்து பிரதமர், காபந்து முதல்வராக நாட்கணக்கில் மட்டுமே பணியாற்றுகிற குறுகிய கால அரசியல்ப் பயிர்கள். சில நாட்களுக்கு மட்டும் நாற்காலி தேய்க்கும் பாக்கியம் பெற்றவர்கள். (எங்கள் ஊரில் செகண்ட் ரன் படம்.......)

தன் படைப்பு நிகழும் கால கட்டத்தைச் சொல்லும் இடத்தில் இதை நுணுக்கமாகப் பதிவு செய்திருக்கிறார். அதே போல் 1970களில் வெளி யிடப்பட்ட நாணயமொன்றில் நேரு குல்லா இல்லாமலிருக்கும் படம் ஒன்று வார்க்கப் பட்டிருக்கும் அதை, 'காசு பண விஷயத்தில் ஜாக்கிரதையாக இருக்க வேண்டும் என்று "தொப்பியில்லாத நேரு ஐம்பது பைசா நாணயத்தில் எச்சரித்துக் கொண்டிருந்தார்" என்று சடக்கென்று நாலு வார்த்தைகளில் சொல்லி விடுகிறார் – ஆனால் அந்தப் படத்தைத் தேர்ந்தெடுத்தவன் உண்மையிலேயே அபாரமான கலைஞன் முருகனைப் போல. அதை அனுமதித்த அரசையும் நான் வியக்கிறேன்.

பழைய நினவுகளை நினைவுகள் என்றாலே பழசுதானே. ஞாவகத்தில் வைத்துக் கொள்ள எனக்கு சினிமா பயன்படுவது போலவே முருகனுக்கும் பயன்படுகிறது. கல்லூரியில் முதன் முறையாக ரசாயனப் பரிசோதனைக் கூடத்திற்குப் போனதும் இது அப்போதைய பாஷை . இப்போதைய மொழியில் வேதியியல் ஆய்வுக்கூடம் அல்லது ஆய்வகம். அந்த ஆய்வகத்திலுள்ள உப கரணங்களைப் பார்க்கையில் பாலும் பழமும் படத்தில் சிவாஜி புற்றுநோய் ஆராய்ச்சி செய்யும் காட்சி நினைவுக்கு வருகிறது அவருக்கு. அங்கே ஒரு சிறு தவறு. சரோஜா தேவிக்கு புற்று நோய் வந்து குணமாவதாகச் சொல்லி இருக்கிறார் ஆராய்ச்சி என்னவோ புற்று நோய்க்கானதுதான், ஆனால் எஸ்.தேவிக்கு வருவது என்னவோ காச நோய்தான். அந்தப் படம் வரும்போது அவருக்கு எட்டு வயது இருக்கலாம். அதனால் இந்தத் தவறு. எட்டு வயதில் நான் நாடோடி மன்னன் பார்த்துவிட்டு எம்.ஜி.ஆர் ரசிகனாகி தி.மு.க அனுதாபி ஆகிவிட்டவன். இதேபோல தனது மயில் வாகனமான சைக்கிளைப் பற்றிக் குறிப்பிடுகையில் முழு மட் கார்டு என்று சொல்கிறார். அது முழு ஜியர் கேஸ் என்றிருக்க வேண்டும் என நினைக்கிறேன். முழு மட்கார்டோடு சைக்கிளை எப்படி ஓட்டுவது. தங்களது பேராசியர் களைக் குறிப்பிடும்போது பெயர்களை மறைமுகமாகவே சொல்கிறார். பேராசிரியர் (கவிஞர் மீராவை) ஒருவரை தமிழ் ஆண்டாள் தாசன் என்கிறார், ஐ திங் சோ ராஜஸ்தானத்து ஆண்டாள் என்பதே சரியென நினைக்கிறேன். ஆண்டாள் ஏற்கெனவே தமிழச்சிதானே. இதெல்லாம் சின்னச் சின்ன விலகல்கள். பெரிய பூனைக்கு பெரிய ஓட்டையும் சின்னப் பூனைக்கு சின்ன ஓட்டையும் போட்ட நியூட்டன் கதை போலத்தான் இது.

ஆனால் அந்தப் பேராசிரியர்கள் சக ஆசிரியர்கள் பொது மக்களுடன் அஞ்சலி ஊர்வலத்தில் கலந்து கொள்ளச் செல்லும் போது ஒரு பேராசிரியர் நைசாக வேடிக்கை பார்க்கும் மனைவி

யிடம் சொல்லிப் போகிறார், "வெது வெதுன்னு வெண்ணி போட்டு வை. வந்து குளிக்கணும்.மெல்லிசா நாலு தோசையும் இஞ்சி போட்டு கொத்தமல்லி சட்னியும் போதும் ராத்திரி சாப்பிட என்று காதைக் கடித்துப் போகிறார். ஆம். உண்மைதானே உலகம் ஒரு சாவுடன் முடிந்து போவதில்லையே.

எஸ்.எஸ்.எல்.சி படிக்கும் மேகலாவுக்கு, 'மே' மாத லீவுக்கு லீவு வருவதால் 'மே'கலாவோ, *பாலினாமியல் ஈக்குவேஷன்* சொல்லிக் கொடுப்பதில் ஆரம்பிக்கிறது மேகலாவின் எண்ட்ரி. 1969இல் எஸ்.எஸ்.எல்.ஸியிலேயா பாலினாமியல் ஈக்குவேஷன் வந்து விடுகிறதா என்ன. *குவாட்ராட்டிக் ஈக்வேஷன்* வரும். ஆனால் அதுவும் பாலி நாமியல்தான். அது எப்படியோ இருக்கட்டும் இருவருக்கும் ஒரு கெமிஸ்ட்ரி உருவாகி விடுகிறது. அவ்வப்போது சில்லரைச் சேஷ்டைகள் பண்ணும்போதெல்லாம் மணி சொல்லும் கடிகாரக்குருவி போல எட்டிப் பார்த்து எச்சரிக்கிறாள். கண்டிக்கிறாள், சபிக்கிறாள். இவரது கன்னிராசியை ஆராய்கையில் எனக்குத் தோன்றியது என் புத்தகங்களை சிவகங்கையில் தயாரித்ததற்குப் பதிலாக என்னையே அங்கே தயாரித்திருக்கலாமே என்று. அவ்வளவு சினேகிதிகள். ஆனால் அவ்வளவு உயிரோட்டமுள்ள மனுஷிகள். ஜோசபின் என்று ஒரு தேவதை. மோகமுள் ஜம்னா மாதிரி. இப்படி ஒவ்வொருவர் வாழ்க்கையையும் ஒவ்வொரு மனுஷ தேவதைகள் ஆசிர்வதித்தால் ஏன் இப்படி முப்பட்டகம் முப்பட்டகமாக நாவல்களும், கதைகளும் தன் வரலாற்று புனைவுகளும் எழுத வராது. கண்டிப்பாக வரும் அதுவும் பிரமாதமாக எழுத வரும்.

பதின் பருவம் முடிகிற பொழுதுகளின் விடலை மன நிலைமையை I mean adoloscence- பிரமாதமாக சித்தரித்திருகிறார். 1965களில் எங்கள் விடலைப் பருவத்தில் இருட்டு மார்க்கெட்டில் அறிமுகமான சரோஜா தேவி புத்தகங்கள் 1970களிலும் தொடர்கிறது. அதன் ஒரு பகுதி இவருக்குக் கிடைத்து விட அது தவறிப்போய் வண்டிக்காளையின் வயிற்றுக்குள் போய்விடுகிறது. "அதனால் அதற்கு முறுக்கேறியிருக்குமோ என்று சந்தேகப்படுகிறார். இந்தப் பகடி, இந்த எள்ளல்தான் ஒரு பயோ ஃபிக்ஷனை ரத்தமும் சதையுமான அழகுப் பிரதியாக்குகிறது. அவனது நாவல்களிலும் அவனது சொந்த வாழ்க்கை இலை மறை காயாய், அல்லது நூல் அலமாரிக்குப் பின்னால் கயலுக்கு வழங்கும் ரகசிய முத்தங்கள் போல, வந்து போகும்.

படைப்புகள் என்பது கலைஞனைப் பொறுத்த வரை அவன் பின்னும் சிலந்தி வலை. தன் உடலிலிருந்தே அதற்கான இழைகளைப் பிரசவித்து ஊஞ்சலாடி ஊஞ்சலாடி சிலந்தி நெய்யும் வலை போன்றது

நினைவுகளிலிருந்து பிசின் எடுத்து கலைஞன் பின்னும் வலை. சிலந்தி தனக்குப் புரதம் இல்லாமற் போகும்போது அந்த வலையையே உண்டும் விடும். கலைஞனும் அப்படி நினைவை உண்டு நினவிலேயே வாழ்பவன். ஒரு கலைஞனின் எந்தப் படைப்பிலும், அது ரியலிஸமோ, நியோ ரியலிசமோ மேஜிக்கல் ரியலிஸமோ எந்தப் படைப்பானாலும் விதையுறக்கம் கொண்ட நினைவுகளே விருட்சமாகி முற்றிலும் ஆட்சி செலுத்துகின்றன.

Every artist writes his own autobiography என்று ஹேவ்லக் எல்லிஸ் சொல்வதும்

All art is autobiographical. The pearl is the oyster's autobiography என்று Federico Fellini சொல்வதும் அதுதானே.

உண்மையில் முருகனுடைய நெம்பர் 40 ரெட்டைத்தெரு வந்து கொண்டிருந்த போது அல்லது வந்த பின் நான் என்னுடைய 'நினைவின் தாழ்வாரங்கள்' பயோ பிக்ஷனை எழுதினேன். அது பரவலாகப் பேசப்பட்டது.தொடர்ந்து உருள் பெருந்தேரை ஓடவிட அந்த பேச்சு உதவியது. அதற்கடுத்து சுவரொட்டி என்று ஒன்று. நண்பர்கள் மூன்றையும் ஒரு டிரையாலஜியாக வாசிக்கவேண்டும் என்று சொல்லுவார்கள். அதற்கு அப்பனாக முருகனின் இந்த டிரையாலஜி வந்திருக்கிறது. முருகன் எப்போதுமே தகப்பன் சாமி தானே. நன்றியும் வாழ்த்துகளும் அவனுக்கு. உங்கள் எல்லோருக்கும் என் அன்பு.

12

விரையும் தரிசனங்கள்

தோழர் ஃபீனிக்ஸ், கவிதைக்கோ கவிதை வாசகர்களுக்கோ முற்றிலும் புதியவரில்லை. ஆனாலும் புதிய கவிஞர்களுக்கான மேலதிக மான அவதானிப்புகளையும், கற்பனைகளையும் கொண்டவரா யிருக்கிறார். பொதுவாகவே "in the beginner's mind there are many possibilities, but in the expert's mind there are few. என்று சொல்லுவார்கள். அதற்கொப்ப இளம் கவிஞரான ஃபீனிக்ஸ் கவிதைகளில், பல புதிய திறப்புகளைக் காண முடிவது இத்தொகுப்பின் கவர்ச்சி எனலாம்.

"மயானத்தின்
அமைதியை தனதாக்கிக்
கொண்டிருந்தது
வெட்டியான் குரல் ஒலி"

என்று ஒரு கவிதையை ஆரம்பிக்கிறார். ஆம், மயானம் அமைதிக்குப் பேர் போனது. அந்த அமைதியைக் கலைக்கும் அதிகாரம் மயானக் காவலாளியின் கையிலேயே இருக்கிறது. அவர், "எல்லோரும் வாய்க் கரிசி போட வாங்க என்பதிலோ, 'முகத்தை மூடப்போறேன் கடைசியா யாரும் பார்க்கணும்ன்னா பாத்துக்குங்க...' என்று குரல் கொடுப் பதிலோதான் அந்த அமைதி கிழியும். எப்பொழுதும் மனதில் வருத்தம் பொங்கி, ஒரு எதிர் மறையான அமைதி குடி கொண்டிருக்கும் போது கண்கள் ஒரு ஏகாந்த பாவத்துடன் காட்சிகளைப் பதிவு செய்யும். அது சொந்தச் சோகமாக இருந்தாலும் சரி, சமூகம் சார்ந்த பேரிழப் பானாலும் சரி. ஆனால் பொதுவாகவே கவி மனது, சொந்தச் சோகம்

தரும் இளகிய மனதுடனேயே பிறரின் துயர்களையும் பார்க்கும். பார்த்தால்தான் அவன் கலைஞன், அவன் கவிஞன்.

மின்மினியைத் தீப்பெட்டிக்குள் அடைத்து வேடிக்கை பார்ப்பது பிள்ளைகளின் விளையாட்டு மனம். சில மனிதர்களின் மனமும் கூட. ஆனால் மின்மினிக்கு அதன் வாழ்வின் இயல்பு மினுங்குதல். நிஜத்தில் மின்மினிகள் தன் துணையை, இணைய விடுக்கும் அழைப் பாகவோ, இரையைத் தேடும் தந்திரமாகவோ தான் மினுங்குகிறது. அதன் அந்த 'இரு பசிகளை'யும் உணராமல் நாம் அதைத் தீப் பெட்டிக்குள் அடைப்பதை ஃபீனிக்ஸ் வரைந்திருக்கும் விதம் அலாதியானது,

எதோ
இருளை விழுங்கி
வெளிச்சத்தைப் பிரசவித்து
சுவாரஸ்யமில்லாமல்
அடைபட்ட
தீப்பெட்டிக்குள்
மின்மினிப் பூச்சிகள்.

என்று ஒரு அழகிய கவிதை எழுதியிருக்கிறார்.

"என்னுடைய விருப்பங்கள், மின்மினிகள்
தூரத்து இருளில் கண்சிமிட்டும்
நிலைத்த வெளிச்சப் புள்ளிகள்'

என்று தாகூர் 'ஹைகுக்களின் பாதிப்பில் எழுதிய "மின்மினிகள்' (Tagore's 'Fire flies') என்ற கவிதை ஒன்றினை நினைவுபடுத்துகிறது. ஆனால் அவர் தன்னுடைய விருப்பங்களை மின்மினியாகப் பார்க் கிறார். ஃபீனிக்ஸ் மின்மினியின் துயரை, தன் துயராக இங்கு பார்ப்ப தன் மூலம் வேறுபட்டும் தனித்தும் நிற்கிறார்.

இப்படி அவர் நான்கறிவு இனங்களான பூச்சிகளுக்காக இரங்கி எழுதுகிறது போலவே ஓரறிவு உயிராகிய ஒரு மரத்தின் உணர்வு களையும் குறித்து, அந்த ஆலமரத்தின் நல்லுறவு பேணும் நல் உணர்வுகள் எப்படி ஒரு ஆறறிவுத் துயரால் பாதிக்கப்படுகின்றன எனும் அதன் ஆதங்கங்கள் குறித்தும் தன் கவி மனம் நோக வருந்து கிறார், நூலின் தலைப்புக் கவிதையான தூக்கு மரம் என்ற கவிதையில். இக்கவிதையின் இறுதிப் பகுதி சற்றே உரைநடைத் தன்மையுடன் உள்ளது. அதைச் சீர் செய்ய அவராலேயே முடியும் என்பதற்கு இறுக்கமும் செறிவும் மிக்க கவிதைகளையும் அவர் எழுதியிருப்பதே சான்று.

வாடகை வீடு

எல்லா
"சட்ட திட்டங்களையும்
விளக்கிச் சொன்ன
வீட்டின் உரிமையாளர்
குழந்தைகள் சுவற்றில்
கிறுக்கும் கிறுக்கல்கள்
மட்டும் விதிவிலக்கென்றார்
ஒரு சொல்லில்
ஒரு உயிர்
உயிர்ப்பித்துக் கொண்டிருந்தது"

என்கிற கவிதையில் 'ஒரு உயிர்' என்று தன் குழந்தையைச் சொல்லாமல் சொல்லியிருப்பதுதான் அவரது கவிதைத் தேர்ச்சி என்பேன். ஆனால் அவரது குழந்தையும் அவரும் அடைத்துக் கிடக்கும் ரயில்வே கேட் அருகே நின்று, குழந்தை ரயில் பெட்டிகளை எண்ணுவதும், ரயில்ப் பயணிகளுக்குக் கை காட்டுவதுமாக நிற்க இவருடைய 'வாலாட்டும் மனசு', "கோடிட்ட இடத்தை நிரப்பிக் கொண்டிருக்கிறது'

"வறண்ட நதியின்
இரு கரைகளாய் தண்டவாளங்கள்
தனித்து நீள
பாரத்தை சுமந்து கடந்தது ரயில்
சுழித்த என் நினைவுகளோ
கோடிட்ட இடத்தை நிரப்பிக் கொண்டிருந்தது
மெல்ல"

என்று முடியும் இந்தக் கவிதையில் தண்டவாளங்களை வறண்ட நதியின் கரைகளாய்ப் பார்க்கும் படிமம் சிறப்பு. கோடிட்ட இடம் எது என்பதை சூசகமாகச் சொல்லியிருந்தால் இன்னும் சிறந்த கவிதை யாக இருக்கும். வாடகை வீட்டில் வசிப்போரின் பிரச்னைகளை, 'இடம் மாற்றம்' என்ற கவிதையிலும் கூறியிருக்கிறார்.

ஒரு கலைஞன் வாழ்க்கையிடமிருந்தே தன் படைப்பைக் கற்றுத் தேர்கிறான். ஒவ்வொரு சக மனிதனின் வாழ்வும் ஒவ்வொரு மாதிரியாக உள்ளது. அவை ஒரு கலைஞனுக்கு வெவ்வேறு சமிக்ஞைகளைத் தருகிறது. அதைக் கரிசனத்தோடு தொடர முயல்பவனுக்கு வெவ் வேறு தரிசனங்களைத் தருகிறது. தன் அயலானைக் கவனிக்கிற, அவனுக்கான அன்பில் நிபந்தனைகளைத் தளர்த்துகிற யாருக்கும் கவிதை மொழி வசப்படும். தோழர் ஃபீனிக்ஸ் தன் வாழ்வு நிமித்தம் தினமும் ஆயிரக்கணக்கான மனிதர்களுடன், பல் வேறு குணாதி

சயங்களுடன் உறவு கொள்கிறவர். அதனால் அவரின் கவிதை மொழியும் பல்வேறு தளங்களில் இயங்கி ஒரு சிறந்த வாசிப்பனுபவத்தை வழங்குகிறது.

சாலை

எப்பொழுதுதான்
எனக்கொரு
பூ தருவாளோ
முற்றத்து ரோஜாச் செடியை
ஏக்கத்தோடு
பார்த்து விட்டு வீட்டிலிருந்து
வெளியேறும் பொழுதும்

"சைடு ஸ்டாண்டு" நகர்த்தாமலே
பயணிக்கும் பயணியிடம்
சொல்ல நினைத்து
சொல்ல முடியாமல்ப் போனதும்

வெளியே
சக்கரத்தைத் தொடுமளவு
துப்பட்டாவைப் பறக்கவிட்டு
என்னைக் கடந்து செல்லும்
ஆட்டோக்காரரிடம்
எச்சரிக்காமல் தவறியதும்

வழக்கமான சாலைக் குழியில்
இன்றாவது
தப்பிக்கலாமென்று, ஏமாந்து
மீண்டும் சிக்கிக் கடப்பதும்

சாலையின் நடுவே
கூடிய கூட்டம் எதற்கென்று
அறிய நினைத்து
அவசரமாய் அறியாமல் செல்வதும்

என் காலை வணக்கத்தை
கவனிக்கத் தவறிய
நண்பனின் குழப்பத்தையும்

வேகத்தடையில் செல்லாமல்
பக்கவாட்டில் செல்ல முயன்று
தோற்றுப் போவதும்

செத்துப் போன உணர்வுகளை
சுமந்து கொண்டு
கலக்கத்தோடு உறங்கச் செல்கிறேன்

விழித்ததும் தெரிந்தது
எனது இரவில்
ஒரு பகல் கடந்திருப்பது.....

இந்தக் கவிதையில் தன் ஆட்டோ வாழ்வில் தானே நகரும் வாழ்வு என்ற பொருளிலும் வாசிக்கலாம். பெற நினைத்து, செய்ய நினைத்து, செய்து அங்கீகாரமற்றுப் போன, தோல்விகளுடன் தூங்கி எழுகிறார். பகல் வெற்றாக முடிந்திருப்பது விழித்து எழுந்ததும் பிடிபடுகிறது. நொடி தோறும் நகரும் வாழ்வில் விரையும் தரிசனங்களைக் கச்சிதமாகக் கவிதையில் கொண்டு வந்திருக்கிறார். இது போல நம்பிக்கை தரும் பல கவிதைகளுக்கிடையே, மிகச்சில கவிதையாகாத செய்திகளும், தவிர்க்க வேண்டிய சிற்சில கவிதையற்றவைகளும் இல்லாமலில்லை, அவையெல்லாம் அடுத்த தொகுப்பில் முற்றாகக் களையப்பட்டு விடும் என்ற திடமான நம்பிக்கையுடனும் தோழமை மிக்க வாழ்த்துகளுடனும்

என்றும் உங்கள்

கலாப்ரியா
இடைகால்
28.12.2015

(வம்சி பதிப்பக வெளியீடான கவிஞர் பீனிக்ஸ் அவர்களின் தூக்கு மரம் கவிதைக்கு எழுதிய முன்னுரை)

13

வெது வெதுப்பு நீங்காத கவிதைகள்

சகோதரர் ரவி உதயனின் மூன்றாவது தொகுப்பு இது என்று நினைக்கிறேன். அவரது முதல்த் தொகுதி "பழகிக் கிடந்த நதி", இரண்டாவது "இறகுகளைச் சேமிக்கிறவன் பறவையாகிறான்". இரண்டு தலைப்புகளும் தன்னளவிலேயே ஒரு படிமத்தை நிகழ்த்திக் காட்டுவன போல அமைந்திருக்கும். மூன்றாவது தொகுப்பான 'புல்லாங்குழல் இசையில் நகர்கிற ரயில்ப் பெட்டிகள்' என்பதுவும் ஒரு படிமத்தை நிகழ்த்திக் காட்டுகிற ஒன்றுதான். இப்படிச் சொல்கையில் அந்தச் சொற்கூட்டங்கள் நம் சிந்தனைக்குள் ஒரு நதியின் குளிர்ச்சியை, இறகின் வருடலை, ரயில் பார்க்கும் குதூகலத்தை மீட்டு வருவதையே குறிக்கிறேன். ஒரு பேராற்றின் படித்துறையின் மேல்ப் படிகளில் நின்று பேத்திக் குழந்தைக்கு ஆற்றுப் பாலத்தில் செல்லும் ரயிலைக் காண்பித்துக் கொண்டிருந்தேன். அது சொல்லிற்று எவ்வளவு பெரிய மௌத் ஆர்கன் தாத்தா. ரயிலை மௌத் ஆர்கனாகப் பார்க்கும் அவளது கற்பனையைக் கேட்டதும் ஆறே படிகள் ஏறி கால் நனைத்து ஓடுவது போல ஒரு உணர்வு. இப்படி நதிக் குளிர்ச்சியை கரையேற்றி காலடிக்குக் கொண்டு வருவதுதான் ஒரு கவிதை செய்யும் காரியம். அதை இந்தத் தொகுப்பில் பல முறை உணர முடிந்தது.

இசைக்கு இளகாதவன் கொலையும் செய்வான் என்று பிரபலமான சேக்ஷ்பியரின் வரி ஒன்று உண்டு. இதை, நான் புகுமுக வகுப்பு பயிலும்போது என்னுடைய கல்லூரி ஆங்கிலப் பேராசிரியர் ஒருவர் அடிக்கடி சொல்லுவார். அவர் சொல்லுவதை நான் பரிபூரணமாக உணர்ந்தாலும், இவர் என்ன அடிக்கடி இதைச் சொல்லுகிறார் என்று

யோசிப்பேன். அவரை ஒரு நாள் தற்செயலாக பெரிய தேவாலயத்தில்– நான் அங்கு போனது ஒரு சிநேகிதியின் பின்னால் – அற்புதமாக ஆர்கன் வாசிக்கக் கேட்ட போது, 'ஆகா பேராசிரியர் இதைச் சொல்லு வதற்கு முழுத் தகுதியுடையவர்தான்', என்று தோன்றியது. அவ்வளவு பாந்தவ்யமாக வாசித்துக் கொண்டிருந்தார். சிநேகிதியிடம் அப்புறம் சொன்னேன் எங்க ப்ரொஃபஸர் பிரமாதமா வாசிக்கிறாரே. "ஏய் ஒனக்கு இதெல்லாம் கூடப் புரியுமா." என்று கிண்டலடித்தாள். அவளே, "ஏய் நீ இப்ப கவிதையெல்லாம் எழுதறியாமே, தீபம் இதழில் பார்த்ததாக இவ அப்பா சொன்னார்." என்றும் பிற்காலத்தில் இடுப்புக் குழந்தையைக் காட்டிக் கொண்டு சொன்னாள். ஒவ்வொரு முறை அந்தப் பேராலயத்தைக் கடக்கிற போதும் சிநேகிதியும் கைக்குழந்தையும் பேராசிரியரின் இசையும் இந்த சேக்ஷ்பியரின் வாக்கியமும் நினைவுக்கு வரும். காலம் உறைந்து நிற்கும். அது வேறு கதை, அது இருக்கட்டும். இப்போது ஏன் இந்த ஞாபகம் வந்தது என்று கேட்டால்

> பூவைக் கண்ணுறும்
> போது
> அதன் ஞாபக வாசனையை
> நுகர்ந்து விடுகிறோம்

என்கிற ரவியின் கவிதை கிளர்த்திய நினைவுகள்தான் இவை

"Only the very weak-minded refuse to be influenced by literature and poetry."

என்று Cassandra Clare சொல்வது போல பலகீனமான மூளைக் காரனைக் கவிதை பாதிப்பதே இல்லை. அதற்கொரு மூளை பலம் வேண்டும் என்கிறார் போலும் Cassandra Clare. ஆனால் அப்படி மூளை வலுவற்ற ஆட்களைக் கூடக் கவர்ந்து விடுபவை ரவியின் இந்த சின்னச் சின்னக் கவிதைகள். ஏனெனில் இவை வாழ்க்கை யிலிருந்து, சாதாரணனின் வாழ்க்கையிலிருந்து புறப்பட்ட கவித் தெறிப்புகள்.

> சரியான முகவரியை
> நீங்கள் கூறியிருந்தால்
> அந்த வீட்டை நான்
> தொலைத்திருக்க மாட்டேன்.

என்று ஒரு கவிதை.

இதில் தொலைத்திருக்க மாட்டேன் என்கிற வார்த்தைகள்தான் இதை நல்ல கவிதையாக்குகிறது. அல்லது ரவியை ஒரு தேர்ந்த கவிஞனாக்குகிறது. வெறுமனே அந்த வீட்டை நான் கண்டுபிடித்

திருப்பேன் என்று இருந்தால் இது மிகச் சாதாரணத்திலும் சாதாரண வாக்கியம். மேலும் ஒரு வீட்டைக் கண்டுபிடிக்க முடியவில்லை என்பது மட்டும் இந்த வரிகளின் வெற்றுச் செய்தியில்லை. நிஜமாகவே கவிஞன் அந்த ஏமாற்றத்தின் மூலம் பெரிதாக எதையாவது இழந்த அனுபவம் இருந்திருக்கக் கூடும். எனக்குத் தெரிந்த நண்பன் ஒருவன், வேலைக்காக முக்கியமான சிபாரிசுக் கடிதத்துடன் சென்னைக்கு ஒருவரைப் பார்க்கப் போயிருந்தான். அவர் அந்தத் துறையின் மிக உயரிய செயற்பொறியாளர். இவன் போன நேரம் வீடு பூட்டி இருந்தது. பின்னிரவு வரை நொடிப் பொழுது கூட அகலாது காத்துக் கிடந்தும் வீட்டிற்கு ஆளே வரவில்லை. மறுநாளும் முயற்சியைத் தொடர்ந்த போது தற்செயலாக வந்த தபால்காரரிடம் விசாரித்திருக்கிறான். அவர், அடடா அவர்கள் வீடு மாற்றிப் போய் பல நாட்களாயிற்றே, இந்தா புது முகவரி என்று தந்தார். அதைத் தேடிக் கண்டு பிடிக்கும் போது அந்த வேலையை இன்னொருவருக்கு நேற்றுத்தான் வழங்கி விட்டதாக அந்த அதிகாரி வருத்தப்பட்டாராம். அப்பொழுதெல்லாம் அதிகாரிகளே வேலை வழங்கிவிட முடியும். அவன் வாழ்க்கையில் நிறையத் தொலைப்பதற்கு இதுவே முதல்த் தொலைதலாக இருந்தது.

இந்தத் தொலைதல் ஒரு கதை போன்ற சம்பவமாக நின்று எனக்கு இந்தக் கவிதையை மிக நெருக்கமாக்கியது. அப்படிக் கதை யல்லாத வாசகனுடைய ஏதோ உணர்வு ரீதியான ஒரு தொலைதல் கூட கவிஞனுடன் அவனை நெருக்கமாக்கி கவிதையை முழுமை யாக்கும்.

The first thing to understand about poetry is that it comes to you from outside you, in books or in words, but that for it to live, something from within you must come to it and meet it and complete it. Your response with your own mind and body and memory and emotions gives a poem its ability to work its magic; if you give to it, it will give to you, and give plenty.

என்று James Dicky சொல்கிறார். வாசக அனுபவமும் கவிஞனின் அனுபவமும் சந்திக்கிற ஒரு புள்ளியிலேயே கவிதை முழுமை பெறுகிறது.

> பிள்ளைகள் ரயில் போல
> நகர்ந்து சென்று விட்ட
> விழியிழந்தவர்கள்.
> ஊதுவத்தி வாசனை விரல்கள்
> இன்னும் தடவிக் கொண்டே இருக்கின்றன

என் அறைச் சுவர்களை

இது போல ஒரு குட்டி நாடகம் எல்லார் வாழ்விலும் அரங்கேறி இருக்கும் கவிஞனின் முன்பும் அது நிகழ்ந்திருக்கிறது. அது வாசகனின் மன மேடையில் மறுமுறை நிகழ்த்தப்படுகிறது அற்புதக் கவி வரிகளால். மிகவும் செறிவான அளவான வரிகளே இதன் சிறப்பு. இது ரவி உதயனுக்கு வாய்த்திருப்பதை ஏற்கெனவே வந்துள்ள தொகுப்புகள் மூலமும் அறிவேன். இதிலும் அவர் தவறவில்லை.

ஒரு பறக்கும் முத்தம்
இருவரை மட்டும்
வானம் வரை உயர்த்துகிறது.

என்று ஒரு கவிதை. இருவருக்கிடையேயான மென் உறவினால் ஒரு காற்று முத்தம் வழங்குவதன் மூலம் இருவரும் இலகுவாகி வானம் வரை பறக்கிறார்கள். இங்கே இரண்டு உறவுகளுக்கிடையே உள்ள காற்று வெளி அப்படியே கண் முன் விரிகிறது அதில் சிறகாகி நம்மைப் பறக்க வைக்கிறது கவிதை.

சில கவிதைகளை அவை நன்றாகவே இருந்தாலும் இன்னும் நுணுக்கமாகச் செய்திருக்கலாமே என்றும் தோன்ற வைக்கிறார்.

வாங்கி வந்த
மண் பொம்மையில்
இருந்தன
வனைந்த விரல்களின்
பசித்த ரேகைகள்

என்ற கவிதையில் பசி எரித்த ரேகைகள் என்று எனக்குத் திருத்தத் தோன்றுகிறது. மண் பொம்மை என்பதை விட பாத்திரம் என்றிருந் தால் பசி இன்னும் தீயாய் எரித்திருக்கும் வாசகனை. மேலும் பொம்மையை அச்செடுப்பதுதான் வழக்கம். பானையைத்தான் வனைவார்கள் என்று நினைக்கிறேன்.

சின்னஞ்சிறு
மருதாணிச் செடிதான்
எத்தனை உள்ளங்கைகளில்
மலர்த்துகிறது அறிவாயா?

என்ற கவிதையில் எதை என்று வாசகனுக்கு எழும் கேள்விக்கு விடையைச் சேர்த்தே தந்திருக்கலாம். இது போன்ற சின்னச் சின்ன திருத்தங்கள் சொல்லத் தோன்றுவது அவர் கவிதைகள் மேல் உள்ள உயரிய அன்பினால்த்தான்.

மற்ற படி குற்றம் குறை சொல்ல முடியாத பல அப்பழுக்கற்ற கவிதைகளை நிறையவே தன் முந்தைய தொகுப்புகள் போலவே

இந்தத் தொகுப்பிலும் தந்திருக்கிறார் ரவி.அவை அவரை அதனால் தேர்ந்த கவிஞர்கள் வரிசையில் வைக்கிறது. மிகச்சிறந்த கவிதை யொன்று இதற்கு உதாரணம்.

> தேநீரை
> அருந்தி முடிப்பதற்குள்
> எடுத்த முடிவு
> அதனால்த்தான்
> மரணத்தின் மீது இவ்வளவு
> வெது வெதுப்பு

வெதுவெதுப்பு நீங்காத பல கவிதைகளைக் கொண்டுள்ள இத்தொகுப்பும், தமிழ்க் கவிப் பரப்பில் ரவி உதயனின் இடத்தை மீண்டும் உறுதி செய்கிறது.

அன்பான வாழ்த்துகள் ரவி
என்றும் உங்கள்
கலாப்ரியா

14
ஆத்மாநாம் விருது - 2015

'**அன்**புள்ள நண்பர்களே,

அனைவருக்கும் என் வணக்கம்.

இங்கே சிறப்பு விருந்தினராக வந்திருக்கிற திரு. சிவப்ரகாஷ் அவர்களுக்கு என் பிரத்யேக வணக்கமும் அன்பும். அவருடன் இரண்டு மூன்று முறை நேர்முக அறிமுகமும் அவரது கவிதைகளுடன் சற்றே கூடுதல் அறிமுகமும் உடையவன் நான். நமது அண்டை மாநிலக் கவிஞர் ஒருவரை அழைத்து இந்த விருது வழங்கும் விழாவைச் சிறப்பித்திருப்பதற்கு ஆத்மாநாம் அறக்கட்டளையினருக்கு என் மன மார்ந்த பாராட்டுகள். சிவப்ரகாஷுக்கு தமிழ்க் கவிதைகள் மற்றும் கவிஞர்கள் பற்றிய அறிமுகம் ஏற்கெனவே உண்டு. இந்த விழாவில் அது குறித்தும் அவர் பேசுவார் என்று நான் ஆவலுடன், உங்களைப் போலவே எதிர்பார்க்கிறேன்.

"என்னிடம் கேட்காதே
தகிக்கும் இந்த நடுப் பகலின் மௌனத்தில்
யார் தண்ணீர் கொண்டு வந்ததென்று

என்னிடம் கேட்காதே
யார் என் பாதாள உலகின் சிறைக்குள்
எனக்கு வெளிச்சம் கொண்டு வந்தார்கள் என

என்னிடம் கேட்காதே
சிதை அடுக்கப்பட்ட இந்த மயான பூமிக்கு
குளிர்ந்த இளங்காற்றைக் கொண்டு வந்தது யார்

என்னிடம் கேட்காதே
யார் கவிதை கொண்டு வந்தது
இந்தச் சந்தையின் பரபரப்புக்கும் இரைச்சலுக்கும் இடையே
என்னிடம் கேட்காதே
பஞ்சம் சிதைத்த என் நிலத்திற்கு
யார் வசந்தம் கொண்டு வந்ததென்று
சொல்லாதே அது சிவப்ரகாஷ் என்று. நானல்ல
ஆனால் அது நீ நீ மட்டுமே"

இது சிவப்ரகாஷின் கவிதை. அவர் இந்தக் கவிதையில் தண்ணீரையோ வெளிச்சத்தையோ, இளந்தென்றலையோ, கவிதையையோ, வசந்தத் தையோ கொண்டு வந்தது அவரல்ல என்கிறார். இருக்கலாம். ஆனால் அவற்றையெல்லாம் இங்கே இன்று கொண்டு வந்திருக்கிறார். அவற்றோடு அன்பையும் பாராட்டு மொழிகளையும் சகோதரத் துவத்தையும் அளவற்றபடி கொண்டு வந்திருக்கிறார் என்று நான் திடமாக நம்புகிறேன். தண்ணீரை கொஞ்சமாவது கேட்டுத் தருவார் என்று நாம் நம்புவோம்.

ஆத்மாநாம் அவருடைய 34 வருட வாழ்க்கையில் கிட்டத்தட்ட 12 ஆண்டுகளே எழுத வாய்த்த ஒரு நல்ல கவிஞன். கிட்டத்தட்ட 150 கவிதைகள் போல எழுதியிருக்கிறார். அவற்றில் எல்லாமே தனித்துவம் நிறைந்தவை. "நல்ல இலக்கியம் ஒரு கவிஞரைப் பின் பற்றி எழுதுவதால் வந்துவிடாது. அல்லாமல் எவரையும் பின் பற்றாமல் தனித்துவமாக இருக்கும்போதே ஒரு படைப்புக்கு இலக்கிய அந்தஸ்து கிடைக்கக்கூடும். இதையே தொடர்ந்து அனுபவத்தில் கண்டுகொள்ள முடிகிறது." என்று அவரே சொல்வது போல, அவரது இந்த அனுபவம் அவரது கவிதைகளில் முழுக்கவும் வெளிப்பட்டது. அவர் இன்னும் அதிகமாக எழுதியிருக்க முடியும். அவர் மிகச் சிறந்த வாசகர். வாசிப்பும் வாழ்க்கையும் அவரை படைப்பிலிருந்து வெகுவாகத் தள்ளி வைத்திருந்ததோ என்று தோன்றுகிறது. தமிழில் கவிதையியலைப் பற்றிப் பேசுபவர்கள் மிகவும் குறைவு. ஆத்மாநாம் பேசியிருக்கிறார். அவை பேசப்படவேண்டும் என்பதற்காகவே 'ழ' இதழை அவர் ஆரம்பித்தார் என்று சொல்லலாம்.

'ழ' எட்டாவது இதழுக்கும் ஒன்பதாவது இதழுக்கும் இடையே சுமார் எட்டு மாத கால இடைவெளி இருந்தது. ஒன்பதாவது இதழில் இதைப் பற்றிக் குறிப்பிட்டு விட்டுச் சொல்கிறார், "ழ இனி தொடர்ந்து வெளிவரும். இதுவரை அநேகமாகக் கவிதைகளோடு மட்டும்தான் ழ வந்திருக்கிறது. இனி கவிதை குறித்த கட்டுரைகளையும் 'ழ' தாங்கி வரப்போகிறது. கவிதை என்பதை ஒரு அறிவார்த்த வேஷமாகத்

தரித்திருப்பவர்களை அடையாளம் காட்ட கட்டுரைகளால்த்தான் முடியும். கவிதை நிஜம். பொய்யையே வாழ்க்கையாகக் கொண்டிருப்ப வர்களையும் பற்றி கவிதை எழுதலாம். ஆனால் கவிதையில் பொய்மை கூடாது. கவிதை என்ற பெயரில் புனையப் படுகிற பொய்களைக் களைய முற்படுவது அதனால்த்தான் அவசியமாகிறது," என்கிறார்.

கவிஞர் பிரம்மராஜனுடன் ஆத்மாநாம் 1983இல் நடத்திய ஒரு கவிதை உரையாடல், பிரம்மராஜன் அவர்களால் 1984இல் ஆத்மா நாம் இறந்த பிறகு பதிப்பிக்கப் பெற்றது. *கவிதை பற்றி ஆத்மாநாம்* என்கிற அந்த நூல் ஒரு முக்கியமான ஆவணம். ழ இதழில் வந்த கவிதைகளில் பெரும்பாலானவை தொகுக்கப்பட்டு வந்துள்ளன. அவற்றில் வந்த கட்டுரைகளும் மொழிபெயர்ப்புக் கவிதைகளும் முக்கியமானவை. அவையும் வர வேண்டும். இவையெல்லாம் இங்கே சொல்லப்படக் காரணம். ஆத்மாநாம் 'ழ' இதழுக்காகவும் தன்னைக் கரைத்துக் கொண்டவர் என்பதுதான். ஆத்மாநாம், "ழ காத்துக் கொண்டிருப்பது தரமான கவிதைகளுக்கு எப்புறத்திருந்தும்" என்ற வேண்டுகோளை 'ழ' இரண்டாம் இதழில் முன் வைத்து, எல்லோரும் எழுதக் கேட்டுக் கொண்டு, எல்லோரின் கவிதைகளுக்கும் இடம் அளித்தார். அவர் எல்லோருக்குமானவராக இருக்க முயற்சித்தார் என்பதையே இது காட்டுகிறது. அப்படியான ஒரு கவி ஆளுமையின் பெயரால் இந்த விருது வழங்கப்படுகிறது.

ஆத்மாநாம் ஒரு சந்தர்ப்பத்தில், "பாரதி பெயரிலோ பாரதிதாசன் பெயரிலோ ஒரு பரிசு ஏற்படுத்தப்படும்போது இந்தக் கவிஞர்களை யார் அதிகமாகத் துதிக்கிறார்களோ அல்லது யார் அல்லது அதிக மாகப் பின்பற்றி எழுதுகிறார்களோ அவர்களே இந்தப் பரிசுகளுக்குத் தகுதியுடையவர்களாகக் கருதப் படுகிறார்கள். இது உண்மையான இலக்கியத்தை இனம் கண்டு கொள்ளும் வழிமுறைகளுக்கு எதிரிடை யாகச் செயல்படுவதையே குறிக்கிறது. நல்ல கவிஞர்களைத் தேடிக் கண்டுபிடித்து அவர்களுக்குரிய மரியாதையை ஏற்படுத்தித் தருவதில் தாமதத்தை இது நிச்சயமாக ஏற்படுத்தக் கூடும்" என்று குறிப் பிட்டிருக்கிறார். இதைக் கருத்தில்க் கொண்டு, அந்தக் குறைபாடு நிகழாமல், அவர் பெயரால் நிறுவப்பட்டுள்ளதை இந்த விருதும் அளிக்கப்படுகிறது, இனிமேலும் அவ்வாறே வழங்கப்படும்...

இந்தத் தேர்வுக்கான பரிந்துரைகளை வரவேற்று அறிவிப்பு வெளியிடப்பட்டதும், பரிந்துரைகள் இணையத் தகவல் வழி அனுப்பியவர்களுக்கும், நேர்த் தகவல் மூலம் சொன்னவர்களுக்கும் நன்றியைத் தெரிவித்துக் கொள்கிறோம். இதற்கான முன்னெடுப்புகளைச் செய்த நண்பர்கள் வேல் கண்ணன், கிருஷ்ண பிரபு, ஆகியோருக்கும்

எங்கள் நன்றி. சுமார் 200 பரிந்துரைகளிலிருந்து, நடுவர்கள் திரு சுகுமாரன், பேராசிரியர் ஆர்.சிவக்குமார், கவிஞர் தி.பரமேசுவரி, ஒருங்கிணைப்பாளர் கலாப்ரியா ஆகியோர்; நரன், ஷங்கர் ராம சுப்ரமணியன், போகன்சங்கர், லிபி ஆரண்யா, சுகிர்த ராணி, ராணி திலக், முகுந்த் நாகராஜன், இசை, என்.டி ராஜ்குமார் ஆகிய ஒன்பது பெயர்களின் குறும்பட்டியல் தயாரித்து, அவற்றில் இருந்து மூன்று பெயரைத் தேர்ந்தெடுத்து வழங்குமாறு நடுவர்கள் மூவரும் கேட்டுக் கொள்ளப்பட்டனர். அவர்களின் முடிவுக்கேற்ப இந்த ஆண்டு விருது கவிஞர் இசைக்கு வழங்கப்படுகிறது. அவருக்கு அறக்கட்டளை சார்பாக வாழ்த்துகளைத் தெரிவித்துக் கொள்கிறோம். என்னுடைய வாழ்த்துகளையும் தெரிவித்துக் கொண்டு நன்றி கூறி அமைகிறேன் நன்றி வணக்கம்.

15

குற்றாலம் *பதிவுகள்:* சில பதிவுகள்

தமிழ்க் கவிதைகளில் ஒரு மஹா வாக்கியம், 'பிரம்மராஜன்'. அவர் நடத்தி வந்த மீட்சி சிற்றிதழில் நானும் பங்கு பெறுவதுண்டு. அவரது முதல்க் கவிதைத் தொகுதியான *அறிந்த நிரந்தரம் 'ழ'* வெளியீடாக 1980இல் வந்த போதிருந்தே அவருடன் தொடர்பில் இருந்தேன். அப்போது ஒரு நாள் அவர், இயற்கையான சூழலில் ஒரு இலக்கியச் சந்திப்பு நடத்துவது பற்றிப் பேசிக் கொண்டிருந்தார். "தமிழ்க்கவிதை தன் பாரம்பரியப் பெருமைகளை மட்டுமே பேசிக் கொண்டிருப் பதை நிறுத்தி விட்டு, இன்றைய தேக்க நிலையில் இருந்து மீளவும், ஒட்டு மொத்த உலகத்தையும் உள்ளடக்கிய கவிதை என்கிற நிகழ்வில் தன்னை உணர்ந்து கொள்ளவும்" தேவையான ஒரு உரையாடலை அப்போதைய தமிழ்ச் சூழலில் மேற்கொள்வது மிகவும் பயனளிக்கும், என்று ஒரு கடிதத்தில் தெரிவித்திருந்தார். பல தடவைகளில் மீண்டும் இலக்கியச் சந்திப்பு குறித்து நேரிலும் பேசினோம். அப்படி அவரது மூளைக் குழந்தையாக உருவானதுதான் கவிதைப் பட்டறை. அதற்குப் *பதிவுகள்* (Impressions) என்று தலைப்பிட்டோம். அதைக் குற்றாலத்தில் நடத்தும் பொறுப்பை நான் ஏற்றுக் கொண்டேன். அதற்கு முன்னராக கார்லோஸ் போன்ற நண்பர்கள் சேலத்தில் கூடி இலக்கு என்ற அமைப்பைத் தொடங்கி 1982இல் இலக்கு ஒரு கருத்தரங்கம் நடத்தி 1970-80 கால கட்டங்களில் உருவான படைப்புகள் பற்றிய அவ தானிப்பை மேற்கொண்டு, இனி என்ன என்ற கேள்வியை முன் வைத்தது. அவை, *70களில் கலை இலக்கியம்* என்ற நூலாக வெளி வந்தது. தொடர்ந்து 1985இல் சென்னையில் நடைபெற்ற அடுத்த

இலக்கு கருத்தரங்கில் பல புதிய குரல்கள் ஒலித்தன. அவை *புதுக் கவிதையும் புதுப் பிரக்ஞையும்* என்று நூலாகவும் வந்திருந்தது.

ஏற்கெனவே எஸ்.வி.ராஜதுரை எழுதி 1975இல் வெளிவந்த *எக்ஸிஸ்டென்ஷியலிஸம் ஒரு அறிமுகம்* என்ற நூல் மிகப்பெரிய அளவில் அறிவு ஜீவிகள் மத்தியில் தாக்கத்தை, ஒரு வகை அதிர்ச்சியை உண்டாக்கியது என்றே சொல்லவேண்டும். மேற்கத்தியக் கவிதைகள், கதைகளின் பாதிப்போடு மட்டுமே வெளிவந்து கொண்டிருந்த படைப்புகள், இயங்கிக் கொண்டிருந்த படைப்பாளிகள் மத்தியில், சாரு நிவேதிதா குறிப்பிட்டது போல், "கோட்பாட்டுச் செயல் மிகுந்த வேகம் உண்டாயிற்று." ஏற்கெனவே தமிழ் நவீன கவிதைகளின் புரியாத்தன்மை, சர்ரியலிசத் தன்மைகள் குறித்து பலவிதமான கேள்விகளை எழுப்பி ஆத்மார்த்தமாக அவற்றுக்கான விடைகளைக் காண முயற்சித்துக் கொண்டிருந்த தமிழவனின் முக்கியமான புத்தகமான *ஸ்ட்ரக்சுரலிசம் 1982*இல் வெளி வந்தது. பேராசிரியர் லூர்து திருநெல்வேலியிலிருந்து இதைப் பதிப்பித்தார். 350 பக்கங்களுக்கு மேலான புத்தகத்தின் விலை 30 ரூபாய்தான். முன்வெளியீட்டுத் திட்டத்தில் இதற்கு பணம் அனுப்பியவர்கள், பத்துப் பேர் கூட இல்லை என்று சொன்ன நினைவு. மேற்கில் பல துறைகளிலும் பெரும் சர்ச்சைகளை உருவாக்கிய இந்த 'அமைப்பியல் வாதம்' தமிழில் தான் விரிவான நூலாக முதன் முதலில் வெளிவந்தது. நாகார்ஜுனன் போலப் பலரும் அதனால் கவரப்பட்டு "புதுக்கவிதை பற்றிய புரிதலும் புதுக்கவிதையின் அமைப்பு குறித்த விவாதங்களும் தத்துவார்த்த ரீதியாக வாசிக்கப் பெறுகிற" ஒரு கால கட்டம் உருவாகியிருந்தது. 1970களின் ஆரம்பத்தில் பெரும் பாய்ச்சல் கண்ட புதுக்கவிதை 80களில் தேக்கம் கண்டது. மீட்சி, படிகள் தவிர பல இலக்கியப் பத்திரிகைகளும் அப்போது தங்கள் இயக்கத்தை நிறுத்தியிருந்தன.

இந்தச் சூழலில்த்தான் முதலாவது 'பதிவுகள் கவிதைப் பட்டறை' நடத்தப்பட்டது. 1987 செப்டம்பர் 5, 6, 7 ஆகிய தேதிகளில் நடத்தினோம். குற்றாலத்தில் கேரளா அரசுக்குச் சொந்தமான இரண்டு பெரிய கட்டிடங்கள் உண்டு. ஒன்று கேரளா பாலஸ், இன்னொன்று திவான் பங்களா. இரண்டும் அற்புதமான குட்டி வனங்களுக்கு நடுவே அமைந்தவை. குற்றாலத்தில் சில ஞாயிற்றுக் கிழமைகள் பூராவும் வெவ்வேறு இடங்களைத் தேடி, தற்செயலாக திவான் பங்களாவை, முனைவர் மீனாகுமாரி அவர்களின் துணைவர் நண்பர் கனகராஜ், காண்பித்து இது எப்படி என்றார். 'ஆஹா இதுதானே நாங்கள் கற்பனை செய்து கொண்டிருந்த இடம்' என்றேன். நீண்ட மரங்களினூடாக நெளியும் சாலையில் போனால் நட்ட நடுவில் அறு கோண வடிவில் அழகான ஸ்கார்ப்பியன் ஹால். அங்கேயே தங்கும்

வசதி. சுற்றி மரங்கள் பாய் விரிக்கும் நிழல், பின்னால் அருவித் தண்ணீர் ஓடும் அழகான ஓடை.

(1956 வரை செங்கோட்டை, திருவாங்கூர் சமஸ்தான ஆளு கைக்குள் இருந்தது. அதிலிருந்து ஆறு ஏழு மீட்டர் தூரத்தில் உள்ள குற்றாலத்தில் ராஜாவுக்கும் திவானுக்கும் ஆளுக்கொரு பங்களா இருந்ததில் வியப்பில்லை.) அதன் பொறுப்பாளரான கொல்லம் கலெக்டரிடம் அனுமதி பெற்று உறுதி செய்ததுமே, பட்டறை வெற்றி பெற்ற உணர்வு வந்துவிட்டது. மூத்த எழுத்தாளர்களும் புதிய எழுத்தாளர்களும் சந்திக்க வேண்டும் என்ற அடிப்படையான நோக்கம் இருந்ததால், எல்லோரையும் அழைக்க வேண்டும் என்று எனக்கு ஆவல். அந்த ஜனநாயக மனப்பான்மைக்கு மறுப்பேதும் சொல்லவில்லை பிரம்மராஜன். ஒரு குழு மனப்பான்மையுமில்லாமல் அழைப்பு அனுப்பினோம். முதல்ப் பதிவுக் கட்டணமான 25 ரூபாய் சுந்தரராமசாமியிடமிருந்து மணி ஆர்டராக வந்தது, மகிழ்ச்சியையும் வாழ்த்துகளையும் தெரிவித்து கடிதமும் அனுப்பி இருந்தார்.

முந்தின நாளே பெங்களூர் நண்பர்கள் கோ. ராஜாராம், மகாலிங்கம், எல்லோரும் வந்துவிட்டார்கள். நான் அலுவலகம் சென்றே தீர வேண்டிய நெருக்கடி. பிரம்ம ராஜன் காலையிலேயே வீட்டுக்கு வந்துவிட்டார். இடைகால் கிராமத்தின் ஆஸ்தான ஓவியரின் சலூனுக்குச் சென்று, சிகை திருத்த வந்தவர்களிடம் அனுமதி பெற்று அவசர அவசரமாக ஒன்றிரண்டு கவிதைகளைக் கார்ட் போர்டில் எழுதி வாங்கினோம்.

E.E.Cumminsன்

F
A
L
L
E
N
Leave

போன்ற கவிதைகளை மட்டும், நல்ல ஓவியரான பிரம்மராஜனே எழுதிக் கொண்டார். எல்லோருக்கும் குற்றாலத்திற்கு வழியைக் காட்டிவிட்டு நான் அலுவலகம் போனேன். மனம் கொள்ளாத பரபரப்புடன் மாலையில் வந்து, வந்திருந்த எல்லோரையும் சந்தித்தேன். ஒரு பெரும் பரபரப்பு தொற்றிக் கொண்டது. அது ஆண்டுதோறும் தொடர்ந்தது. நான் பரப்பரப்புடன் இருக்கும் போது, எல்லோரும் "அண்ணாச்சி அதது அது பாட்டுக்கு நடக்கும், வாங்க ஒரு தம்

போடுங்க," என்பார்கள், குறிப்பாக முருகேச பாண்டியன். முதல் பதிவுகளின் போதுதான் அவருக்கு திருமணம். இரண்டாவதிலிருந்து எந்தப் பட்டறைக்கும் வரத் தவறியதே இல்லை.

மேஜை கிடையாது, நாற்காலி கிடையாது ஓரிரு முறை மைக் மட்டும் இருந்தது. விரிக்கப்பட்ட பந்தி ஜமுக்காளத்தில் வட்டமாக அமர்ந்து கொண்டு பட்டறை ஆரம்பமானது. ஜமுக்காளத்தைக் கூட பாதிப் பேர் சுருட்டிக் கொண்டு சிகரெட் புகைக்கச் சௌகரிமாய், வெறும் தரையில் அமர்ந்திருந்தார்கள். தரைதான் ஆஷ் டிரே. முதல் நாள் நிகழ்ச்சிகளை சுந்தர ராமசாமி உரையுடன் துவக்கினோம். "மரபுக் கவிதையைப் பொறுத்து அதில் யாப்பு சரியாக அமைந் திருப்பதே அதனை நல்ல கவிதையாகக் கொள்ள போதுமான அளவு கோல் எனலாம், மரபை மறுக்கும் நவீன கவிதையில் எது நல்ல கவிதை என்று இனம் காணுவது எப்படி" என்பதைக் குறிப்புகளிலிருந்து, விளக்கமாகப் பேசி, அழகாகத் துவக்கி வைத்தார். அவரைத் தொடர்ந்து கோவை ஞானி, ஆர்.சிவக்குமார் கட்டுரைகள் வாசித்தார்கள். தொடர்ந்து விவாதம். கோவில்பட்டியிலிருந்து தேவதச்சன், சமயவேல், கௌரிஷங்கர், அப்பாஸ் ஆகியோரைச் சேர்த்துக் கொண்டு கோணங்கி, கையால் அற்புதமாக எழுதப்பட்ட பலவித போஸ்டர்கள், கவிதை களுடன் வந்தான், அவன் வருகை ஒரு பெரிய கலகலப்பை உண்டு பண்ணிற்று. எதிர்பார்த்ததைவிட இரண்டு மடங்கு நண்பர்கள் சுமார் 120 பேர் வந்திருந்தனர். திருவனந்தபுரத்திலிருந்து நகுலன் வந்திருந்தார்.

அரங்கினுள் விவாதித்தது போக நேரம் கிடைக்கும் போதெல்லாம் ஒவ்வொருவரும் அவரவர்கள் கேள்வியுடன் அவரவருக்குப் பிரிய மான மூத்த எழுத்தாளர்கள் சக எழுத்தாளர்கள் ஆகியோருடன், திவான் பங்களாவின் மரத்தடி தொடங்கி, கொட்டிக் கொண்டிருந்த அருவிக்கரை வரை ஆங்காங்கே நின்றும் நடந்தும் பேசிக் கொண்டிருந் தனர். முதல் நாள் இரவு *அமேடியஸ் மொஸார்ட்* திரைப்படம் திரையிட்டோம். அற்புதமான இரவாக இருந்தது அது. இரண்டாம் நாள் ஹை லைட் நாகார்ஜுனன்தான். "கவிதை என்பது கவிஞனின் பீறிட்டெழுந்த உணர்ச்சியோ அல்லது அவனது அனுபவ விளிம்பில் ஏற்பட்ட விகசிப்போ கிடையாது, அது எழுத்து ரீதியான ஒரு பொருள்", என்ற அதிர்ச்சி வாக்கியங்களுடன் ஆரம்பித்து, "மௌனத்தைப் பேசவைப்பதே கவிதை" எனும் *மார்ட்டின் ஹைடெக்கரின்* மேற் கோளை நிறுவினார். ஆழமாக, உணர்ச்சி பூர்வமாக நாகார்ஜுனன் பேசியதைக் கேட்டு உண்மையிலேயே சபை மௌனமாகி விட்டது. யாருக்கும் மதிய உணவுக்கு எழுந்திருக்கக் கூட மனமில்லை. சுந்தர ராமசாமி நெகிழ்ச்சியான ஒரு குரலில், "இதைப் பற்றி எங்கள் தமிழ்

மூளைக்கு இன்னும் விளக்கமாகச் சொல்லணும், மத்தியானம் தொடரலாம் என்று அமர்வை முடித்து வைத்தார். நாகார்ஜுனனை சாப்பிட விடாமல் மொய்த்துக் கொண்டிருந்தார்கள்.

மதியம் கவிதையாக்கம் (Poetic Process) பற்றி நான் கட்டுரை வாசித்தேன். இரண்டாவது நாள் Missing படம் திரையிடப்பட்டது. மூன்றாவது நாள் தூரத்திலிருந்து வந்த நண்பர்களுக்கு ஊர் திரும்ப வசதியாக, பிரம்ம ராஜன் பிரமிள் கவிதைகளை கட்டுடைப்புச் செய்து வாசித்த நல்ல கட்டுரையும் விவாதமுமாக மதியத்துடன் நிகழ்ச்சிகளை முடித்துக் கொண்டோம். முதல் பட்டறையில் கவிதை வாசிப்பை நிகழ்த்த முடியவில்லை. சிதம்பரம் அண்ணாமலைப் பல்கலையில் அப்போது பணி புரிந்த, இலங்கை எழுத்தாளர் எம்.ஏ. நுஃமான் தான் கொண்டு வந்திருந்த கவிதைகளை வாசிக்க முடியாதது குறித்துச் சொன்னார். ஆனால் நிகழ்ச்சி நிறைவாக இருந்ததால் அதில் தனக்கு வருத்தமில்லை என்றும் சொன்னார். கணையாழியில் நல்ல விதமாக ஒரு கட்டுரையும் எழுதியிருந்தார். சுந்தர ராமசாமி, நகுலன், ஞானி யாவரும் மகிழ்ச்சியையே தெரி வித்தார்கள்.

ஆனால் எனக்கும் பிரம்மராஜனுக்கும் இன்னும் சிறப்பாகச் செய்திருக்கலாம் என்று தோன்றிக் கொண்டே இருந்தது. அடுத்த ஆகஸ்ட்டில் இரண்டாவது பதிவுகளுக்குத் தயாரானோம். 1988ஆம் அக்டோபர் 21, 22, 23 தேதிகளில் ஏற்பாடு செய்திருந்தோம். சென்ற ஆண்டு நடை பெற்ற பட்டறையின் குறைபாடுகளை நீக்கி அதைவிட நன்றாக நடத்த முயற்சிகள் மேற்கொள்ளப்படும் என்றும் கட்டுரை வாசிப்பும் விவாதமும், அரங்கினுள்ளேயே மூத்த கவிஞர்கள் இளைய கவிஞர்கள் சந்திப்பு உரையாடல், கவிதை வாசிப்பு என்று மூன்று பகுதிகளாக நிகழ்வு நடைபெறும் என்று வழக்கம் போல முதல்க் கட்டத் தகவலை இன்லண்ட் லெட்டரில் அனுப்பினோம். இதே செய்தியை கணையாழியில் வழக்கம் போல இலவசமாக விளம்பரம் போட்டு உதவினர் கஸ்தூரிரங்கனும், அசோகமித்திரனும்.

1. கவிதையின் தேக்க நிலை, 2. கவிதையின் அர்த்த அளவுகளை நோக்கி, 3. கவிதையும் பிற கலைகளும், 4. நவீன வாழ்க்கையில் கவிதை என்ற விசாலமான தலைப்புகளில் கட்டுரைகளைக் கேட்டிருந் தோம். ஞானி, நாகார்ஜுனன், துரை சீனிச்சாமி, ஆர் சிவக்குமார், எத்திராஜ் அகிலன், நாகூர் ரூமி, என்று எழுதக் கேட்டிருந்தோம். ஒவ்வொரு முறையும் யாராவது தவறி விடக்கூடும் என்பதால் ஒவ்வொரு தலைப்பிலும் இரண்டாவது ஒருவரிடமும் கேட்டு வைத்துக் கொள்வோம். சிலசமயம் அப்படிக் கேட்பவர்கள் வருத்தப்

படுவதும் உண்டு. அப்போதெல்லாம் கடிதங்கள் மூலமாக மட்டுமே தொடர்பு கொள்ளமுடியும். அதற்காக அவசரக் கடிதங்களை ரயில்வே மெயில் சர்வீஸிற்குப் போய் தாமதக் கட்டணம் ஒட்டி தபாலில் சேர்ப்பேன். அப்படி அவசரமாக எழுதும் போது நண்பர் ரவிக்குமாரின் வங்கி விலாசமே சட்டென்று நினைவு வர அவருக்கு ஒரு தபாலும் அங்கேயுள்ள இன்னொரு நண்பருக்கு ஒரு தபாலும் சேர்த்து வங்கி முகவரிக்கே அனுப்பிவிட்டேன். ரவிக்குமாரும் கடிதத்தைக் கொடுத்துவிட்டார். ஆனால் நண்பருக்கு வருத்தம். என் முகவரி கூட தெரியாத அளவுக்கா இருக்கிறேன் நான் என்று கடுமையாகச் சாடி கடிதம் எழுதியிருந்தார். எல்லாவற்றையும் வாங்கித் தோளில் போட்டுக் கொண்டோம். ஒவ்வொரு பட்டறையிலும் ஒவ்வொன்று நிகழும்.

இரண்டாவது பட்டறைக்கு முதலில் பதிவுக்கட்டணம் 30 ரூபாய் அனுப்பியது, இமையம். இரண்டாவது பட்டறை, கவிதை வாசிப்பில் பல இளைஞர்களைக் கவர்ந்தது. ராஜ சுந்தர ராஜன் அதில் ஒருவர். எஸ்.ராமகிருஷ்ணனை கோணங்கி அழைத்து வந்திருந்தார். இரண்டாவது பட்டறைக்கு உடல் நிலை காரணமாக சு.ரா. வர இயலாதென்று எழுதியிருந்தார். கடைசி நொடியில் நாகார்ஜுனனும் வர இயலவில்லை. அவர், நீதிபதி வி.ஆர். கிருஷ்ணய்யர் நடத்திய அணு உலைகளுக்கு எதிரான போராட்டத்தில் கலந்து கொள்ளச் சென்று விட்டார். நகுலன் இயலாமையை முதலிலேயே சொல்லிவிட்டார். அரங்கத்திற்கு கொல்லம் போய் அனுமதி வாங்கி வந்திருந்தேன். ஒத்தி வைப்பதும் இயலாது. அதனால் சு.ராவுக்கு, கண்டிப்பாக வந்து சிறப்பிக்க வேண்டி எழுதியிருந்தேன். நிகழ்ச்சிகள் ஆரம்பித்து நடந்து கொண்டிருக்கையில் தூரத்தில் சு.ரா தளர்வாக வந்து கொண்டிருந்தார். ஓடியே போய் அழைத்து வந்தேன். அவ்வளவு உடல் நலக் குறைவிலும் முயற்சிகள் பங்கப்பட்டுவிடக் கூடாதெயெனும் ஈடுபாடு. அந்தப் பட்டறை முடிந்து சென்றதும் அவர் ஒரு கடிதம் எழுதி யிருந்தார், "நீங்களும் பிரம்மராஜனும் சோர்ந்து காணப்பட்டீர்கள், இதனால் அடுத்த ஆண்டு பட்டறை நடக்குமா என்று கூடத் தோன்றியது. அப்படி ஆகிவிட்டால் இளைஞர்களுக்கு மிகுந்த ஏமாற்றம் ஏற்படக்கூடும்." என்று எழுதியிருந்தார். அதுவே அடுத்த ஆண்டுக்கான உற்சாகத்தை அப்போதே வழங்கியது.

மூன்றாவது பட்டறை 1989 அக்டோபர் 2,3,4 தேதிகளில் நடை பெற்றது. இதற்கு எம்.டி.எம், ஜெயமோகன் போன்ற புதியவர்கள் வந்திருந்தார்கள். நாகார்ஜுனன் பிரம்மராஜனின் ஞாபகச் சிற்பம் நூலின் கவிதைகளை கட்டுடைத்தல் மூலம் விளக்கும் கட்டுரை (கவிதையும் கட்டுடைத்தல் விமர்சனமும்) ஒன்றை வாசித்தார்.

அந்த நிகழ்வுக்கு பிரமிள் வந்திருந்தார். கட்டுரை வாசிப்பில், அவர் பெயரை தப்பாகக் குறிப்பிட்டதாக வருத்தமுற்று பிரமிள் பாதியில் சென்றுவிட்டார். அந்த வருடம் ஆத்மாநாமின் மொத்தக் கவிதைகளின் தொகுதியை வெளியிட்டோம். நாகார்ஜுனனின் அமைப்பியல் வாதம் குறித்த பகிர்வுகளும் எம்.டி.எம் மின் பின்நவீனத்துவத்துவக் கருத்தாடல்களும் (*நவீன கவிதையும், நவீன கவிதையின் அணுகு முறைகளும்*) மையமாக அமைந்தன. மூன்றாவது பட்டறையில் எல்லோரையும் மிகவும் கவர்ந்தவர் பழமலை. விவாதங்களில் ஒரு வித எளிமையோடும் காத்திரமாகவும் கேள்விகளை முன் வைத்தார். குற்றாலத்தில் அரங்கிற்கு வருவதற்கான வழிகளைப் பாதையெங்கும், இரவெல்லாம் சுவரொட்டிகள் ஒட்டி, அதன் மூலம் தெரிவிப் போம். எப்போதுமே பாண்டியராஜன், திருமேனி சிவா, மகரந்தன், தர்மராஜன் போன்ற இளைய நண்பர்கள் தொண்டர்கள் போல உதவிகளைச் செய்வார்கள். உண்மையில் பட்டறையின் நடப்பு என்பது அவர்களாலேயே பெரிதும் சாத்தியப் பட்டது எனலாம். வழக்கம் போல் அரங்கிற்கு வெளியே நிறைய விஷயங்கள் பகிரவும் அலசவும் பட்டன. அந்த வகையில் பங்கேற்பாளர்கள் எவ்வித ஏமாற்றமும் அடையவில்லை. அவர்கள் வாசிப்பிற்கான பாதை மேலும் திறந்து விடப்பட்டிருப்பதாகவே பலரும் எழுதினார்கள். குறிப்பாக ஜெயமோகன்.

அடுத்த நான்காண்டுகளுக்கு குற்றாலம் கவிதைப் பட்டறை நடத்த இயலவில்லை. ஆனால் ஒகேனக்கல்லில் 1991இல் பிரம்ம ராஜன் நடத்தினார். 1993இல் பதிவுகள் கவிதைப் பட்டறை, கவிதைக்கு மட்டும் சிறப்பளிக்கிறீர்களே சிறுகதை, நாவல் பற்றி யோசிக்க வில்லையா என்று பலரும் கேட்டுக் கொண்டதன் பேரில் இலக்கியக் கருத்தரங்கமாக மாற்றப்பட்டது. 1993 அக்டோபர் 1,2,3 தேதிகளில் திவான் பங்களாவில் வைத்து நடைபெற்றது. இம்முறை முதல் நாள் கவிதை இரண்டாம் நாள் சிறுகதை, மூன்றாம் நாள் நாவல் பற்றிய கருத்தரங்கு. விரிவான ஏற்பாடுகளை விக்ரமாதித்யன் ஆரம்பத் திலிருந்தே உடனிருந்து செய்து மிக உதவிகரமாக இருந்தார். கோமல் சுவாமினாதன், இளையபாரதி, பொன்னீலன், இந்தியா டுடே அரவிந்தன், நஞ்சுண்டன் என்று புதிய, அதிகமான பார்வையாளர்கள். மூன்று துறையிலும் நிகழ்வுகள் போக்குகள் இரண்டும் விரிவாக விவாதிக்கப் பட்டன. இந்த அரங்கில் பிரேம் ரமேஷ் இருவரின் பங்களிப்பும் காத்திரமானது. நாவல்களில் பின் நவீனத்துவப் பங்களிப்பு. மற்றும் பாதிப்புகள் குறித்து புதிய திறப்புகளை வழங்கினார்கள். கோணங்கி, சாரு நிவேதிதா, எஸ்.ராமகிருஷ்ணன் போன்றோர் விவாதங்களை

சரியான திசையில் கொண்டு சென்றார்கள். இந்தியா டுடே, தினமணி, சுபமங்களா பத்திரிகைகளில் விரிவான கட்டுரைகள் இடம் பெற்றிருந்தன.

ஐந்தாவது பதிவுகள், ஐந்து ஆண்டுகள் கழித்தே நடத்த முடிந்தது. 1998 செப் 30, அக்டோபர் 1.2 தேதிகளில் நடை பெற்றது. முதல் நாள் கவிதை, அடுத்து சிறுகதை, நாவல் என்றே திட்டமிடப் பட்டது. இம்முறை உலகக் கவிதை, உலகச் சிறுகதை, உலக நாவல் ஆகியவற்றை முறையே மனுஷ்யபுத்திரன், எஸ்.ராமகிருஷ்ணன், சா.தேவதாஸ் அறிமுகம் செய்தார்கள். யவனிகா ஸ்ரீராம் போன்ற இளம்படைப்பாளிகள் தங்கள் வாசிப்பு அனுபவம் பற்றி உரை யாற்றினார்கள். பஞ்சாங்கம், பாவண்ணன், சு.வேணுகோபால் தமிழ் நாவல் தற்போது என்பது பற்றி கட்டுரை வாசித்தும் உரையாற்றியும் பங்களித்தார்கள். ஆறாவது பதிவுகள் 2000 டிசம்பர் 29, 30, 31 தேதிகளில் நடை பெற்றது. உண்மையில், எல்லா நிகழ்ச்சிகளுக்கும் தவறாது வரும் யுவன் சந்திர சேகர் இதை 1999–2000 இறுதியில் புது நூற்றாண்டின் தொடக்க நாள் சந்திப்பாக இருக்கும்படி அமைக்க விரும்பினார். ஆனால் ஒரு வருடம் கழித்தே நடை பெற்றது. இதில் திலகவதி கலந்து கொண்டு நூல் வெளியீட்டு அரங்கில் தேவதேவன், கலாப்ரியா, மகாதேவன், ஆகியோரது கவிதை நூல்களையும் தற்கால மலையாளக் கவிதைகள் நூலையும் வெளியிட்டு அவ்வளவையும் குறித்த தன் தேர்ந்த பார்வைகளை முன் வைத்தார்.

இதில் முக்கியமான நிகழ்வாக கவிதை மொழிபெயர்ப்பு பட்டறை நடைபெற்றது. மலையாளத்திலிருந்து கல்பற்றா நாராயணன், டி.பி.ராஜீவன், பி.ராமன், பி.பி ராமச்சந்திரன், வீரான் குட்டி, கன்னடத்திலிருந்து சிந்தாமணி கொட்லகரெ, ச. ஹ. ரகுநாத் ஆகியோர் வந்திருந்தனர். அவர்களது கவிதைகளை தமிழிலும், சில தேர்ந் தெடுக்கப்பட்ட தமிழ்க் கவிதைகளை மலையாளம் மற்றும் கன்னடத் திலும் மொழிபெயர்த்து அபிப்ராயங்களும் விமர்சனங்களும் பரி மாறிக் கொள்ளப்பட்டன. மலையாள தமிழ் மொழிபெயர்ப்புகளை ஜெயமோகனும் கன்னடப் பகுதியை பாவண்ணனும் ஒருங்கிணைத் தார்கள். மிகச் சிறப்பான நிகழ்வாக அமைந்தது. இந்த நிகழ்வுகள் அனைத்தையும் ஜெயமோகன் சுமார் 60பக்க அளவில் திண்ணை இணைய இதழில் பதிவு செய்திருந்தார். சமகாலத் தமிழ்க் கவிதைகள் தந்த பாதிப்பு மலையாளக் கவிஞர்களிடையே வெளிப்பட்ட போது, அங்கே இந்தப் போக்கை ‘குற்றாலம் எஃபெக்ட்’ என்று வர்ணித் தார்கள்.

கடைசியாக பதிவுகள் 2007 அக்டோபர் 13, 14 தேதிகளில் கேரளா பாலஸில் நடை பெற்றது. இதனை நடத்துமாறு வேண்டு கோள் விடுத்த பலர் இதில் கலந்து கொள்ள இயலவில்லை. கோணங்கி, பா.வெங்கடேசன், ஜெயமோகன், அ.ராமசாமி, யவனிகா, கண்டராதித்தன் ஆகியோர் பங்களிப்பை வழங்கினார்கள்.

இப்போதும் நண்பர்கள் பதிவுகள் சந்திப்பை நடத்துங்கள் என்று கோருகிறார்கள். நாங்கள் செலவைப் பார்த்துக் கொள்கிறோம் என்று கூடச் சொல்கிறார்கள். அது ஒரு விஷயமில்லை. ஒரு தொகுப்பு வெளியிடும் செலவைவிடக் குறைவு. சில நடைமுறை ஒழுங்கீனங்கள் சோர்வை ஏற்படுத்தினாலும், ஒரு தொகுப்பைவிட எவ்வளவோ விஷயங்களை எவ்வளவோ பேருக்கு எடுத்துச் செல்கிறோம் என்ற மகிழ்ச்சியே போதும்.மேலும் சென்னை, பெங்களூர், சேலம் ஈரோடு, கோவை, தர்மபுரி என்று தொலையா தொலைவிலிருந்து வருகிற வர்கள் தங்கள் செலவிலேயே வருகிறார்கள். உற்சாகமாகக் கலந்து கொண்டு மகிழ்ச்சியுடன் பிரிகிறார்கள்.

முதல்ப் பட்டறைக்கு வந்து சென்ற எம்.ஏ.நுஃமான் எழுதி யிருந்தார், “குற்றாலம் வந்திருந்த போது நீங்கள் காட்டிய ஆதரவுக்கும் உபசரிப்புகளுக்கும் நன்றி. இரண்டு நாட்களே கலந்து கொண்டாலும் பட்டறை எனக்கு மிகவும் பயனுடையதாக இருந்தது. பலரைச் சந்தித்து அறிமுகம் செய்து கொள்ளவும், கருத்துக்களைக் கேட்கவும் அது வாய்ப்பளித்தது. இத்தகைய முயற்சிகள் தொடர்ந்து நடை பெறவேண்டும்”. இது மூத்த எழுத்தாளரின் பதிவு என்றால், யவனிகா ஸ்ரீராம் முதன் முறையாக 1998இல் வந்து சென்ற பின் எழுதி யிருந்தார், “பதிவுகள் போன்ற உற்சாக அரங்குகள், உள், வெளி குவிப்பற்ற சம்பாஷணைகள் யாவும் புதிய படைப்பாளிகளின் தடுமாறும் நடைக்களமாக, தவறி விழுந்தாலும் எழுந்து கொள்கிற இயல்பை வளர்க்கிறது. எல்லோரையும் சந்தித்துக் கொள்ளவும், தன்னை ‘திரட்சி’ செய்து கொள்வதற்குமான சூழலை முதன் முதலாய் அனுபவித்த உணர்வு நெடு நாள் நிற்கும்.”

பதிவுகள் சந்திப்பைப் பொறுத்து எத்தனையோ பேர் எனக்குத் தோள் கொடுத்தவர்கள் உண்டு... அவ்வளவு பேரையும் இப்போதும் நன்றியோடு நினைத்துக் கொள்கிறேன். எல்லாவற்றிற்கும் மேலாக பதிவுகள் உருவாகக் காரணியான பிரம்மராஜனைப் பிரதானமாக நினைத்துக் கொள்கிறேன்.

16

ஆத்மாநாம் விருது - 2016

அன்பார்ந்த நண்பர்களே,

வணக்கம்.

இந்த ஆண்டு கவிஞர் ஆத்மாநாம் விருது, சகோதரன் மோகன ரங்கனுக்கு வழங்கப்படுகிறது. அவர் மோகன ரங்கர் என்று பெயர் வைத்திருந்தால் அல்லது கொண்டிருந்தால் நானும் சகோதரர் என்று விளித்திருக்கலாமோ என்னவோ தெரியவில்லை. சென்ற ஆண்டு ஆத்மாநாம் விருது வழங்கப்பட்டபோது தவறான புரிந்து கொள்ளலால் சிறு சிறு சலசலப்புகள் ஏற்பட்டன. அதுவே அந்த விருதின் காத்திரத்தை நிரூபித்தது. சென்ற ஆணடு அந்த விருதினை வழங்கிக் கௌரவிக்க கன்னடக் கவிஞரும் பேராசிரியரும் நண்பருமான ஹெச் எஸ் சிவப்ரகாஷ் வந்திருந்தார். இந்த ஆண்டு மலையாளக் கவிஞர் அனிதா தம்பி வந்திருக்கிறார்.

அவருடன் என் அறிமுகம் ஊட்டியில் நடைபெற்ற கவிதைப் பட்டறையில். நான் அங்கு முதல் நாள் நிகழ்ச்சிகளின் இறுதி யிலேயே சென்று சேர முடிந்தது. யுவனின் பாடல்களால் நிரப்பப் பெறுகிற அன்றையக் கடைசி இரவு அமர்வு. எல்லோரும் அரங்கினுள் சென்றுவிட, நான் திருட்டுத்தனமாகத் தாகத்திற்கு ஏதாவது கிடைக் காதா என்று அலைபாய்கையில், மலையாளக் கவிஞர் அன்வர் அலி என்று நினைவு, ஒரு ஓரமாக அழைத்தார். அவருடன் இன்னொருவர். அதில் இருந்தது ஒருவருக்கே காணாது. ஆனாலும் மூன்று பேரும் ஏதோ கொஞ்சம் பங்கு வைத்துக் கொண்டோம். மோகன ரங்கன் மீகாமம் தொகுப்பில் எழுதியுள்ள கவிதை,

என் பிணை மான்
இனிதுண்ண வேண்டி
நான்
கள்ளத்தில் உறிஞ்சும்
சுனவாய்ச் சிறு நீர்
(இம்முத்தம்) என்பதற்கிணங்க

அதில் தன் பங்கிலிருந்து அதிகமாக ஒரு மடக்கை எனக்குத் தந்த அந்த மூன்றாம் நபர் யாரென்று நான் சொல்லாமலே தெரிந் திருக்கும்.

மறுநாள் யுவன், மோகன், போன்ற நண்பர்களின் ஏகோபித்த வேண்டுகோளுக்கிணங்க, பெரியவர்கள் நாஞ்சிலும் நானும் உரிய அனுமதி பெற்று மாலையில் மலையேறியது வேறு கதை. அதை உண்மையில் ஒரு கவிதை என்றே கூற வேண்டும். அன்றையக் கவிதை வாசிப்பில் அனிதா தம்பி தன் கவிதைகளை வாசித்தார். அவரது மிகவும் பிரபலமான

முற்றம்கூட்டுகையில்!

கண்மூடி உறங்கும் வீட்டின்
மண் குவியல்கள் முளைத்த முற்றத்தை
கூட்டி நினைவுக்கு மீட்கையில்
முதுகு வலிக்கிறது காலையில்
சென்ற இரவில் நனைத்துச்
சென்றிருக்குமோ மழை?
மண்ணிளக்கி இரவெல்லாம் தூங்காது
மண்புழுக்கள் கட்டினபோலும் சிறுவீடுகள்
காலையில் ஒரு பெண்ணின்
பின்னோக்கிய அடிவைப்பின் நடனம் முடிந்தபின்
ஈர்க்குச்சி விரல் கீறல்வரிகள்
மட்டுமென உடைந்து பரவி எஞ்ச....

இது ஜெயமோகனின் மொழிபெயர்ப்பு என்று நினைவு. முழுமை யான மொழிபெயர்ப்பு அல்ல என்று இரண்டு மொழியிலும் வாசித்த போதே புரிந்தது. அது குறித்து ஒரு சர்ச்சையும் எழுந்தது. இதை விட அவரது 'சின்னம்' என்கிற கவிதை எனக்கு மிகவும் பிடித்த மானது.

சின்னம்

கதிர் அரிவாள்
இணைந்து கொண்டது
வானின் பிறையுடன்

நட்சத்திரம்
திரும்பியது குழந்தையின்
கண்களிடம்

சுத்தியல் மட்டுமே
துளியும் காதல்களற்ற தன் பூர்விகம் பற்றிய வலியுடன்
இன்னும் கொஞ்சம் சரித்திரங்களைத்
தொங்க விடுவதற்காக
ஆணிகளின் தலையில்
அறைய ஆரம்பித்தது

இப்போது அவர் ஒரு இளைய கவிக்கு அல்லது தன் தோள்மட்டக் கவிஞனுக்கு அப்படியும் சொல்லிவிட முடியாது மோகன ரங்கனுக்கு தோள் மட்டம் என்று ஒருவருமே இல்லை. யானை படுத்தால் குதிரை மட்டம் என்பது போல மோகனரங்கன் உட்கார்ந்திருந்தாலே நிற்பது போலத்தான் இருக்கும். மோகனரங்கனுக்கு பரிசினை வழங்க வந்திருப்பது உண்மையிலேயே மகிழ்ச்சியான விஷயம். அவருக்கு என் வரவேற்பினையும், அன்பையும் தெரிவித்துக் கொள்கிறேன். இனி இந்த ஆண்டு ஆத்மாநாம் விருது பெறும் மோகனரங்கன் கவிதைகளுக்கு வரலாம்.

பெரிதினும் பெரிதான கவிதைகள்

கிட்டத்தட்ட முப்பது ஆண்டுக் காலமாக மோகனரங்கன் கவிதைகள் எழுதி வருகிறார். அவ்வளவு காலமாகவும் நான் அவரை அறிவேன். 2000 வாக்கில், அவரது *நெடுவழித்தனிமை* நூலுடன் சேர்த்து அமலன் ஸ்டேன்லி, சூத்ரதாரி ஆகியோரது கவிதை நூல்களுக்கும் சொல் புதிது இதழில் ஒரு விமர்சனம் எழுதி இருந்தேன். அந்த இதழின் உருவாக்கத்திலும் பெரும் பங்கு ஆற்றியவர் மோகன ரங்கன். அதில் உள்ள *நெடுவழித் தனிமை* என்ற தலைப்புக் கவிதை

யுகங்கள் வேண்டாம்
ஊழிக் கூத்து
நாழிகளில்
சுவாதீனத்திற்கும்
பிறழ்விற்கும் இடையே
கால் மாற்றியபடியிருக்கிறான்
கலைஞன்
நேசம் கற்பித்தவளுக்கு
காதிலொன்றை வெட்டிக் கொடுத்தவன்
கட்டுப் போட்ட முகத்தோடு
காட்சிக்கு இருக்கிறான்

சுயசித்திரத்தில்
வர்ணங்களின் இசையைப்
பார்க்கத் தெரியாயெனது
குருட்டுக் காதுகளினருகே
தயங்கி நின்ற
சவரக் கத்தி முனையில்
கடந்தேனென்
சித்தத்திற்கும் செயலுக்குமான
தொலையாப் பாழ்வெளியை

இந்த சித்தத்திற்கும் செயலுக்குமான வெளியை, அதுவும் பாழ் வெளியை அதற்கும் மேலாகத் தொலையாப் பாழ் வெளியைக் கடக்கும் சாத்தியமே, மோகனுடைய கச்சிதமான செவ்வியல் வார்த்தைகளில் சொன்னால் பாழ்வெளியைக் கடக்கும் ஏமப் புனையே, மோகன ரங்கனுடைய கவித்துவ மொழி. அவருடைய கட்டுரைகளில் காணப்படும் மொழி கூட இப்படிக் கவித்துவமானதுதான்

Thirst drove me down to the water,
where I drank the moon's reflection.
Rumi

என்று மோகன் சமீபமாக தன் முகநூலில், ரூமியின் வரிகள் ஒன்றினைப் பதிவேற்றியிருந்தார். அதற்குப் பின்னூட்டமாக வண்ணதாசன், 'நீங்களோ, கலாப்ரியாவோ எழுதுவது போல ஒரு தேர்ந்த சுருக்கமும் ஆன்மீகமும். ரூமி என்னைத் தண்ணீருக்கு அழைக்கட்டும்' என்று குறிப்பிட்டிருந்தார். என்னை விடுங்கள். மோகனுடைய மொழியிலிருந்தும் நான் கற்றிருக்கிறேன் என்பதே உண்மை. என்னிடம் என் சமீபத்திய கவிதைகள் குறித்து அதன் சுருக்கமான வடிவம் குறித்து கேள்விகள் கேட்கப்படுகின்றன. மோகனரங்கனின் பல கவிதை வரிகள் என்னை அந்த சுருக்கமும் இறுக்கமுமான கட்டுமானம் நோக்கிச் செலுத்தியிருக்கலாம் என்று கூறுவேன். அவரை நோக்கி இப்படிக் கேட்டால் இந்த ரூமியின் வரிகளின் எளிமையும் ஆழமுமே கூட பதிலாக இருக்கலாம். மோகனரங்கனின் நெடுவழித் தனிமையில் இன்னொரு கவிதை

தொடங்கி முடியாத வட்டங்கள்

பச்சை
பாசி படர்ந்த மனம்
நிச்சலனம்
குனிந்து
பார்த்த முகம்

தீர்ந்த பின்
விலகி நின்று
விளையாட்டாய் விட்டெறிந்த
'தவளைக்கல்'லென
தத்தித் தத்திப்
பின்
மூழ்குமுனதொரு
சிறு சொல்
சென்று தொடுகிறது
ஒலி கலையாத
ஆழத்தை

இதனைப் படித்து விட்டு தண்ணீரின் மேல் தத்திச் செல்லும் கல்லின் மிதக்கும் கணங்கள் சில நொடிகளிலேயே முடிந்து விடுகிறதைக் குறித்து யோசித்துக் கொண்டிருந்தேன். கைகள் பரபரத்தன, அதைக் கவிதையாக்க. ஆனால் அது வெறும் நகல்க் கவிதையாகி விடுமென்று தோன்றியதால், மோகனை ரசிப்பதுடன் நிறுத்திக் கொண்டேன். உண்மையில் பட்டறிவு தீர்ந்து போகிற போதெல்லாம் படைப்பாளிக்குக் கை கொடுப்பவை சக படைப்பாளியின் அனுபவமும் வரிகளுமே. அந்த வகையில் மோகனுடைய இதுபோன்ற கவிதைகள் என்னில் சில உத்வேகங்களை உண்டாக்கி இருக்கிறதென்றால் மிகையில்லை.

அவரது *இடைத் தூரம்* என்றொரு கவிதை

என் தோட்டத்தில்
உட்கார்ந்திருந்த
பெயரறியாப் பறவையை
உனக்காக
காகிதத்தில் பிடித்து வைக்க
முயன்றேன்
சொல்ல வந்ததற்கும்
சொல்லில் வந்ததற்கும்
நடுவில்
பறந்து போயிருந்தது
பறவை.

இதில் உனக்காக என்கிற வார்த்தைப் பிரயோகம்தான் அற்புதம்.

இதை நான் பல, பயிலரங்குகளிலும், கட்டுரைகளிலும் சுட்டிக் காட்டி இருக்கிறேன். நான் கட்டுரைகள் எழுதும் பல சமயங்களில், வாசித்துப் பார்க்கும் ஒரு நூல், மோகனரங்கனின் "சொல், பொருள். மௌனம்" கட்டுரைகள் அடக்கிய நூல்தான். தமிழில் ஒரு கவிஞன்

பிற கவிஞனைப் பாராட்டுவதே இல்லை. பாராட்டுகிற அல்லது உற்சாகப்படுத்துகிற ஒரு சிலரின் கருத்துகளுக்கும் உள்ளர்த்தம் கற்பித்து அவனை உண்டு இல்லை என்று ஆக்கிவிடுகிறார்கள். என் சம காலக் கவிஞர்கள் சிலர் இதுவரை தனது எந்த சமகாலக் கவிஞனைக் குறித்தும் பேசியதே இல்லை. கனத்த மௌனமே சாதித்திருக்கிறார்கள். சாதிக்கிறார்கள். ஆனால் அவர்கள்தான் ஓடாத கடிகாரம் இரண்டு முறை சரியான நேரம் காண்பிக்கும் என்பது போல நல்ல பெயருடன் விளங்குகிறார்கள். மோகன ரங்கன் அப்படி இல்லை. தன் சமகால, மூத்த கவிஞர்களின் எழுத்தாளர்களின் படைப்புகள் பற்றித் தெளி வான துல்லியமான, வாசிப்பவனுக்கும் இருண்மை குறித்த விளக்கங்கள் தேடுவோருக்கும் உதவிகரமான கருத்துகளை முன் வைத்திருக்கிறார். என்னுடைய பல பல்கலைக்கழக, கல்லூரி ஆசிரிய நண்பர்களிடம் இந்த சொல் பொருள் மௌனம் நூல் பற்றிக் குறிப் பிடுவேன். ஆனால் வழக்கம் போல, இருந்தால் கொடுங்களேன் படித்து விட்டுத் தருகிறேன் என்பதே பெரும்பான்மை பதிலாக இருக்கும். உண்மையிலேயே அந்த நூலிற்காகவே எப்போதோ அவர் சரியான முறையில் கவனம் பெற்றிருக்க வேண்டும். ஆனால் அவர் அங்கீகாரம் நோக்கி ஒருபோதும் தன் கவனத்தைச் செலுத்திய வரல்லர்.

இன்று விருது பெறும் மீகாமம் தொகுப்பிலும் பல நல்ல கவிதைகள் படைத்திருக்கிறார். அவர் அபூர்வமாக எழுதுகிறவர். அதற்கான காரணங்களையும் அவர் இந்நூலின் தன்னுரையில் விளக்கி விடுகிறார். "எவ்வளவு வெளிச்சத்தில் எழுதினாலும் எழுதிய கணமே ஒவ்வொரு வரியிலும் அதன் நிழல் விழுவதை என்னால் உணர முடிந்தபோதிலும் தடுக்க முடிவதில்லை. அதனாலேயே சொற்களை ஐயுறுபவனாக, திருப்தியற்று மாற்றி எழுதுபவனாக ஆகிவிடுகிறேன் "என்று குறிப்பிட்டிருக்கிறார். எனக்கும் படைப்பு மனம் சற்று இருப்பதால் இப்படிச் சொற்களை, வரிகளை மாற்றி மாற்றி எழுதும்போது சொல்ல நினைத்ததைச் சரியாகச் சொல்ல முடியாமல்ப் போயிருப்பதை உணர்ந்திருக்கிறேன். மோகனரங்கன் தன் வரிகள் மீது விழும் நிழலை வெகு சரியாகக் கடந்து விடுகிறார். அது வெறும் கிரகண நிழல் மாத்திரமே. இந்தத் தொகுப்பில் பழந் தமிழ்ச் சொற்களை, வரிகளைப் பயன் படுத்தியிருக்கிறார். அதன் மூலம் தன் கவிதைகளை மேலும் இறுக்கமானதாக ஆக்கி இருக்கிறார். அவரது கவிதைகளில் புழங்கும் சொற்களின் அகராதி ஒன்றைத் தொகுத்தால், அவரது கவிதைகளை விடச் சிறியதாக இருக்கும். ஆனால் அவற்றின் பொருள் விரிவோ எந்தத் தமிழ்ப் பேரகராதியை

விடவும் பெரிதாக, பெரிதினும் பெரிதாக இருக்கும். ஒரு கவிதையைப் பார்ப்போம்.

திணை மயக்கம்

பெய்தோய்ந்த
பெருமழையில்
பிறன் மனை
முற்றத்தில்
தேங்குகிறது
செம்புலப்
பெயல் நீர்

இதைக் கவிதையாக்குவது, அதிலும் நவீன, எராட்டிக் ஆன, கவிதை ஆக்குவது "பிறன் மனை முற்றத்தில்" என்கிற மூன்றே வார்த்தைகள் தான்.

"மொழியின் ஆகச் சிறந்த துல்லியத்தையும், சிக்கனத்தையும் கொண்டவை மோகனரங்கனின் கவிதைகள். இவை படிமங்களின் இசைவில் ஒன்றிணைந்து தீவிரமடைவதை தனித் தன்மையெனலாம்" என்ற விமர்சனக் கூற்றொன்றின் அநேகமாக ஜெயமோகனாக இருக்கலாம் வார்த்தைகள் எள்ளளவும் பொய்யில்லை என்பதை நிரூபிக்கும் மீகாமம் தொகுப்பினைப் பாராட்டி ஆத்மாநாம் விருது வழங்கப் பெறுவது முற்றிலும் பொருத்தமானது. மோகனரங்கனுக்கு வாழ்த்துகள்.

17

சந்திப்போம் சந்திப்போம் 67இல் சந்திப்போம்
சில நினைவலைகள்

1965இல் இந்தி எதிர்ப்புப் போராட்டத்தின் போது, பேட்டை இந்துக் கல்லூரியிலிருந்து கிளம்பியது ஒரு ஊர்வலம். அது வியாழக் கிழமை ஜனவரி 28 என்று நினைவு. (அன்று காலையில் நகரெங்கும் ஒட்டியிருந்த எங்க வீட்டுப் பிள்ளை மூன்றாவது வாரம் சுவரொட்டி பற்றியும் கரூரில் அந்தப் படத்தை ஓடவிடாது ஆளுங்கட்சியினர் நிறுத்திவிட்டதாக வந்த செய்தி பற்றியும் பேசிக் கொண்டிருந்தோம், அதனால் அநேகமாகச் சரியாக இருக்கும்). முந்தின தினம், உள்ளூர் பெண் எம்.எல்.ஏ வீட்டின் முன் கூடி இந்திக்கு எதிராகக் கோஷ மிட்ட மாணவர்களை, எம்.எல்.ஏயின் கணவர், துப்பாக்கியைக் காட்டி மிரட்டினார். அது மாணவர்களிடையே பரவி பெரிய கொதிப்பு உண்டாகி இருந்தது. அதே நேரம் சிதம்பரத்தில் போலீஸ் துப்பாக்கிச் சூட்டில் ஒரு மாணவர் இறந்து போன தகவல் வந்தது. அதனால் ஊர்வலம் போயே தீர்வது என்று கல்லூரியில் முடி வெடுத்தார்கள். ஊர்வலம் அப்போதைய எம்.பி முத்தையா பிள்ளை வீட்டினைக் கடக்கும் போது, யாரும் எதிர் பாராமல், ஒரு நண்பர் எம்.பி வீட்டின் முகப்பிலிருந்த ஒரு குழாய் வழியாக ஏறி மாடியின் மேல், ஏந்தி வந்த ஒரு கருப்புக் கொடியைக் கட்டினார். மாணவர்கள் செயலைப் பார்த்து உத்வேகம் பெற்ற பொது மக்களும் இணைந்து, இந்திக்கு எதிராகப் பயங்கரமாகக் கோஷங்கள் எழுப்பினார்கள். தொடர்ந்த நாட்களில் மாணவர்கள் கடுமையாக வேட்டையாடப் பட்டோம். ரதவீதியில் மாணவர்களோ, மாணவர் போலத் தோற்றம்

கொண்டவர்களோ தென்பட்டால் மலபார் போலீஸ் விரட்ட வருவார்கள். நாங்கள் சந்து பொந்துகளில் திசைக்கொருவராக ஓடித் தப்பித்துவிடுவோம். அவர்கள் வீதியிலேயே நின்றுவிடுவார்கள். (தெருவுக்குள் வந்ததும், "வீடு வரை உறவு வீதி வரை போலீஸ்' என்று கிண்டலடித்துப் பாடிக் கொள்வோம்.) அன்றிலிருந்து கனன்ற நெருப்பு, ஆட்சியாளர்கள் மீது அதீத வெறுப்பாக வெக்கையை உமிழ்ந்து கொண்டிருந்தது, இளைஞர்களிடையே. மாவட்டம் தோறும் நடைபெறும் தி.மு.க மகாநாடுகளில் "சந்திப்போம் சந்திப்போம் 67இல் சந்திப்போம்" என்று எழுப்பிய வார்த்தை முழக்கம் செயல் வடிவம் பெறும். 1967இல் தேர்தல் கடைசியில் வந்து சேர்ந்தது.

1967இல் தேர்தலில்தான் வலுவான எதிர்க் கட்சிக் கூட்டணி தமிழ்நாட்டில் அமைந்தது. 1962லேயே ராஜாஜியின் சுதந்திராக் கட்சி, வலது கம்யூனிஸ்ட், முஸ்லிம் லீக் போன்றவற்றுடன் தி,மு.க வுக்குக் கூட்டணி ஏற்பட்டிருந்தாலும், அதை வலுவானதாகக் கொள்ள முடியாது. அப்போதெல்லாம் வலது கம்யூனிஸ்ட் வந்தால் இடது வராது. இடது கம்யூனிஸ்ட் இணைந்து கொண்டால் வலது ஒதுங்கிக் கொள்ளும். (அதனாலேயே பல தொகுதிகளில், இரு கட்சி வேட் பாளர்களும் வெற்றி வாய்ப்பை இழந்து, சொற்ப வித்தியாசத்தில் அங்கெல்லாம் காங்கிரஸ் கட்சி வெற்றி பெற்றது.) இப்போதுதான், ம.ந.கூ. என்று ஒன்று சேர்ந்து, வி.ந.கூ. வாக மாறி இருக்கிறது.

1959இல் 'சோசலிசச் சிற்பி' நேருவின் தலைமையிலான காங்கிரஸ் கட்சியின், லைசன்ஸ், பெர்மிட் பொருளாதாரக் கொள்கைகளுக்கு (licence & Permit Raj) எதிராக ராஜாஜி, சுதந்திரா கட்சியை ஆரம்பித் தார். சோசலிஸ்டு என்று சொல்லிக் கொள்பவர்களையே விரும்பாத அவர், கம்யூனிஸ்டுகள் கூட்டணிக்குள் வருவதை 1962இல் அவ்வளவு விரும்பவில்லை. ஆனாலும் ஒரு வகையான கூட்டணி ஏற்பட்டு இருந்தது. சுமாரான வெற்றிகளை சுதந்திரா கட்சி பெற முடிந்தது. ஆனால் ராஜஸ்தான் போன்ற 'ராஜ விசுவாசப்' பிரதேசங்களில் அது நல்ல வெற்றியைப் பெற்றது. இங்கே நூறு சீட்டுகள் வரை போட்டியிட்டு ஆறு சீட்டுகள். சுமார் 7 சதவிகிதம் போல வாக்குகள் வாங்கினார். 1962இல் தேர்தலில் தி.மு.க., 1957இல் பெற்ற 15 சட்ட மன்ற உறுப்பினர்கள் என்ற நிலையில் இருந்து 50 ஆக, மூன்று மடங்கிற்கும் மேலாக உயர்ந்தது. ஆனால் மகிழ்ச்சியை முழுதுமாகக் கொண்டாட முடியாமல் காஞ்சிபுரத்தில் அண்ணா வெற்றி பெற முடியவில்லை. ஆனந்த விகடனில் ஒரு கார்ட்டூன் போட்டிருந்தார்கள். அண்ணாவின் கைகளில் தி.மு.க. என்னும் குழந்தை வருத்தமான முகத்தோடு அமர்ந்து இருக்கும். அண்ணாவின் சட்டைப்பையில்

'50 சீட்' என்றும் எழுதப்பட்டிருக்கும். சிரித்த முகத்தோடு speech balloon இல் அண்ணா, "தம்பீ, எனக்காக அழாதே, உனக்காக சிரி," என்று சொல்வது போல. அண்ணா ராஜ்ய சபா உறுப்பினர் ஆகச் சென்றார்.

*1964*இல் உள்ளாட்சித் தேர்தல்களில்த்தான் சுதந்திரா கட்சி யுடனான கூட்டணி ஒரு முழு வடிவுக்கு வந்து மகத்தான வெற்றிகளை காங்கிரசுக்கு எதிராகப் பெற முடிந்தது. திருநெல்வேலி,வேலூர் போன்ற முனிசிபாலிட்டிகளை (நகராட்சிகளை) தி.மு.க கைப் பற்றியது. பல காங்கிரஸ் 'அபேட்சகர்கள்' (வேட்பாளர்கள்) தோல்வி அடைந்தனர். அப்போது புழக்கத்தில் இருந்த தேர்தல் அகராதிப் படி அபேட்சகர் என்றால் வேட்பாளர். ஓட் செய்யுங்கள் என்றால் வாக்களியுங்கள். உள்ளாட்சித் தேர்தலின் பெயர் 'ஸ்தல ஸ்தாபனத் தேர்தல்'. *1962*இல் 'ஸ்தல ஸ்தாபன இலாக்கா மந்திரி,' கடைய நல்லூர் மஜீத். *1967*இல் கலைஞர் பொதுப் பணித்துறை அமைச்ச ராகும் வரை அது 'மராமத்து இலாக்கா மந்திரி பதவி'. மாண்பு மிகு முதல்வர் என்பதை, முதல் மந்திரி கனம் ஸ்ரீமான் பக்தவத்சலம் என்று நோட்டீஸில் அச்சடிப்பார்கள்.

*1967*இல் கூட்டணியை தி.மு.க, அகரக் கூட்டணி என்று வர்ணித்தது. அ= அறிஞர் அண்ணா. ஆ= ஆச்சார்ய ராஜாஜி, இ= இஸ்மாயில் சாய்பு (சிலர் ஆ= ஆதித்தனார், இடது கம்யூனிஸ்ட் என்றும் சொல்லிக் கொள்வார்கள்,) இது போக ம.பொ.சியின் தமிழரசுக்கழகம், ஃபார்வர்ட் ப்ளாக், ஆதித்தனாரின் 'நாம் தமிழர்' கட்சி. எல்லாமும் இருந்தது. ஆனால் உண்மையில் அது மாணவர் களாகிய எங்களைப் பொறுத்து அரிசி, ஆளும்கட்சி வெறுப்பு, இந்தி எதிர்ப்புக் கூட்டணி என்றே தோன்றியது. அப்போதைய காங்கிரஸ்காரர்கள். அரிசி கிடைக்காவிட்டால் எலிக்கறி சாப்பிடுங்கள் என்று சொல்வார்கள். அதற்காக, ஒவ்வொரு ஊரிலும் அரசியல்க் கூட்டம், குறிப்பாகக் காங்கிரஸ் கூட்டம் நடைபெறும் இடத்திற்குச் சற்று முன்னர், செத்த எலிகளைத் தோரணம் போலக் கட்டித் தொங்கவிடுவது தொண்டர்கள் தலையாய பிரச்சார உத்தி. இப்படி பதினாறு அடி பாயும் ஒரு தொண்டர் பட்டாளத்தை வேறு கட்சியில் பார்க்கவே முடியாது. தொண்டர் தம் பெருமை சொல்லவும் பெரிதே என்று அவ்வையார் இவர்களுக்காகத்தான் பாடினாளோ என்னவோ. ஒரு கொடிக் கம்பம் நடுவது என்றால்க் கூட, அதற்குப் பெயிண்ட் அடிப்பதற்கு ஒரு பெயின்டர் எதற்கு நாமே அடிப்போம் என்று விடிய விடிய உட்கார்ந்து அடிப்பார்கள். அதேபோல தெரு நீளத்திற்கு சணல்க் கயிறு கட்டி அதில்க் கழகக் கொடி ஒட்டி

அது காயும் வரை காத்திருந்து மடித்து வைப்போம். எல்லாம் தேர்தல் நெருங்கும் நேரத்தில் கட்டுவதற்காக. அப்போது டீ குடிப்பது கூட தொண்டர்கள் சொந்தக் காசில்தான்.

திருநெல்வேலி பேட்டையில் ஒரு போலீஸ் ஸ்டேஷன் அருகிலேயே, வீதிக்குக் குறுக்காக, இரவோடு இரவாக இப்படி ஒரு பெருச் சாளியைத் தோரணம் கட்டி வைத்துவிட்டார்கள். அன்று தி.மு.க சார்பில் எம்.ஆர்.ஆர். வாசு மீட்டிங், அதற்கு வருவோரெல்லாம் கூட்டம் கூட்டமாக நின்று வேடிக்கை பார்க்கவும் பெரிய பரபரப்பு ஆகிவிட்டது. அதை அவிழ்ப்பாரில்லை. போலீஸ், காசு தருகிறோம் என்று நயமாகச் சொல்லியும் மிரட்டியும் பஜாரில் அலையும் அன்றாடங்காய்ச்சிகள் கூட முன் வரவில்லை. கடைசியில் ஒரு உயரமான சுமையுடன் வந்த லாரி தானகவே அறுத்து விட்டுப் போன போது, வேடிக்கை பார்த்துக் கொண்டிருந்த நாங்கள் ஹோவென்று கத்தினோம். போலீஸ் விரட்டிக் கொண்டு வந்தது. ஏற்கெனவே மாணவர்களுக்கும் அவர்களுக்கும் இரண்டு வருடமாகத் தீராத பஞ்சாயத்து.

இப்போதோ பிரியாணிப் பொட்டலம் குவார்ட்டர், 300 ரூபாய் இது ஆண்களுக்கு. பெண்களாயிருந்தால், பிரியாணி அல்லது புளியோதரை தண்ணீர்ப் பாக்கெட், 200 ரூபாய். இதெல்லாம் இப்போதைய தேர்தல் திருவிழாவில் கூட்டங்களுக்கு அழைத்து வரப்பட்டு நாற்காலியில் அமர்த்தப்படும் தொண்டர்களுக்கான மொய். இதிலும் மேலிடத்தில் கள்ளக் கணக்குச் சொல்லி அதிகமாக வாங்கி ஆட்டையைப் போடுவது கட்சிக்காரர்களின் பொய். எந்த வேலையும் பார்க்காமல் இப்படிக் கிடைக்கும் பணத்திற்காகக் கூட்டத்தில் வெந்து வியர்வையில் கரைந்து காணாமல்ப் போகிற வர்களின் காலம் இது.

சுதந்திராக் கட்சி கூட்டணியில் இணைந்ததில் சில வீடுகளின் பெரியவர்கள், மாணவர்களை அதிகம் மிரட்டுவதில்லை. மிரட் டினாலும் கேட்பது யார். பொதுவாக “என்னன்னும் போங்கலே.” என்று தண்ணீர் தெளிச்சு விட்ட கேசுகள்தான் அதிகம். காணாத தற்கு பழம்பெரும் காங்கிரஸ் தியாகிகள் எல்லாம் ராஜாஜியோடு சுதந்திராக் கட்சியில் இருந்தார்கள். அதைப் பயன் படுத்தி பிரமாத மான தேர்தல் உத்தியாக தி.மு.கவினர், ஒவ்வொரு ஊரிலும் அண்ணா பேசும் கூட்டத்திற்கு அப்படிப்பட்ட தியாகிகளைத் தலைமை தாங்க வைத்தார்கள். திருநெல்வேலியில் சாவடி கூத்தநயினார் பிள்ளை என்பவரின் தலைமையில் அண்ணா பேசினார். ஒரு காலத்தில்

அவர் வீட்டில்தான் மகாத்மா காந்தி வந்து தங்கி இருந்தார். அநேகமாக எல்லா ஊரிலும் மாணவர்கள் தாங்களாகவே வீடு வீடாகச் சென்று வாக்கு சேகரித்தார்கள். அவரவர் பகுதிகள் தவிர பக்கத்திலுள்ள பகுதிகளுக்கும் கூட்டமாகச் செல்வோம். சொந்தத் தெரு, வார்டு என்றால் எல்லாம் அநேகமாகப் பழகின மக்கள் தான். அதனால் யார் வீட்டிற்குள்ளும் சுதந்திரமாகச் சென்று விடுவோம். எதிர்க் கட்சியினரால் அப்படி முடியாது. கடைசி நேரத்தில் பணம் கொடுக்கும் முயற்சிகளை முறியடிக்க இந்தப் பழக்கமும் நெருக்கமும் பெரிதும் உதவின. மக்களும் பணம் வாங்குகிற மனோ நிலையில் அன்று இல்லை. அப்போது ஆளும் கட்சிக்கு மருந்துக்குக் கூட தொண்டன் கிடையாது. தினமும் இரண்டு ரூபாய், மூன்று ரூபாய் வாங்கிக் கொண்டு சிலர் வேலை பார்த் தார்கள். அதுவும் நிழலில் உட்கார்ந்து கொண்டு பூத் ஸ்லிப் எழுதுவது போன்ற மேனி நோகாத வேலைகள் மட்டுமே.

நாங்கள் விருதுநகர் போய் இரண்டு நாட்களாவது சீனி வாசனுக்கு தேர்தல் வேலை பார்க்கத் துடித்துக் கொண்டிருந்தோம். ஆனால் அங்கே இப்போது பயங்கரக் கெடு பிடியாய் இருக்கிறது போக வேண்டாம், என்று தெருவின் மூத்த தொண்டர்கள் எங்களைப் போக அனுமதிக்கவில்லை. தேர்தலுக்கு முந்திய இரவுகளில் போலீஸ் மாணவர்களைக் குறி வைத்துப் பிடிப்பதில் மும்முரமாக இருந்தது. அதனால் எங்களை வீதிக்குப் போகக்கூட அனுமதிக்கவில்லை. ஆனால் தேர்தல் அன்று போலீஸின் முகமே மாறிவிட்டது. அதுவே வெற்றிக்கு அறிகுறி என்று தெரிந்துவிட்டது. தேர்தல் அன்று அதிகாலையில் வீடு வீடாகச் சென்று வாக்காளர்களை, வாக்குச் சாவடிக்கு அனுப்பத் துயாராக இருங்கள் என்று சொல்லிவிட்டார்கள். உண்மையிலேயே அதுதான் மிக முக்கியமான வேலை. ஒரு தடவைக்கு மூன்று தடவை ஒவ்வொரு வீட்டுக்கும் சென்று, "ஓட்டுப் போட்டாச்சா, கூட்டமே இல்லை போய்ட்டு வந்துருங்க ஐயா, அண்ணாச்சி, மதினி, அக்கா என்று சலிக்காமல் சொல்லுவோம். எல்லா ஊர்களிலும் இதுதான் நிலைமை. அதனால் பதிவான வாக்குகள் 77 சதவிகிதம் வரை கணிசமாக உயர்ந்தது. 1962இன் நிலைமை தலை கீழாக மாறியது. தி.மு.க 137 இடங்களைக் கைப்பற்றியது. ஆளும் கட்சி 51 இடங்களை மட்டுமே பெற முடிந்தது.

ஆனால் என்ன அவ்வளவு பாடுபட்டும் எங்களால் 'ஓட்டு'ப் போடமுடியவில்லை, அப்போதைய 'வாக்களிக்கும் வயதான 21 எங்களில் பலருக்கும் வந்திருக்கவில்லை. நாங்கள் பெரும்பாலானோர் எங்கள் 18 வயதில் இருந்தோம். ராஜிவ் காந்தி அரசால், 61வது

அரசியல் சட்டத் திருத்தப் படி 1989 மார்ச்சு முதல் வாக்களிக்கும் வயது 18 ஆகக் குறைக்கப் பட்டது. அதன் பலனை அவர் அனுபவிக்க முடியவில்லை. இப்போதைய தேர்தலிலும் வெற்றியை நிர்ணயிக்கப் போவது சமீபத்தில் 18 வயது ஆகிய கணிசமான புது வாக்காளர்கள்தான் என்று கருதப்படுகிறது. அவர்கள் கண்டிப்பாக வாக்களிப்பதுடன் 1967இல் ஏற்பட்டது போல நல்ல மாற்றத்தைத் தருவார்கள் என நம்புவோம்.

18

திரு(சி)நெல்வேலி.....

அன்பே வா படத்தில், டி.ஆர்.ராமச்சந்திரன், சிம்லாவில் நாகேஷிடம் இட்லி சாம்பார் தோசை வடையை ரகசியமாக ஏற்பாடு செய்து தரக் கேட்டிருப்பார். அவரும் டிராலியில் எல்லாவற்றையும் ஒளித்து வைத்துக் கொண்டு வருவார். அதைக் கவனிக்காமல் டி. ஆர். ராமச்சந்திரன் "டேய் டேய் நாக்கை நம்பி வாழறவண்டா நான், தின்னு கெட்ட குடும்பம்ன்னு எங்க பரம்பரைக்கே பட்டப் பேரு கூட உண்டுடா...." என்று அடுக்கிக் கொண்டே போவார். அந்த வசனத்தைப் பேசிப் பேசிச் சிரிக்காத ஆட்களே திருநெல்வேலியில் அப்போது இருக்கமாட்டார்கள். தெருவுக்குத் தெரு அப்படி நாலு குடும்பமாவது இருக்கும். நாலுல நாங்க ஒன்னு.

அக்கா கல்யாணத்திற்காக மும்முரமாக வேலைகள் நடந்து கொண்டிருந்தன. பந்தல்க் காரர், மேளகாரர், வாங்கா ஊதுபவர், பூக்காரர், வெத்திலைக்காரர் என்று ஒவ்வொருவராக வந்து அட்வான்ஸ் வாங்கிக் கொண்டு போய்க் கொண்டிருந்தார்கள். அப்பாவின் சினேகிதர் நாயகம் சித்தப்பா, கொடுத்ததையெல்லாம் கணக்கில் எழுதிக் கொண்டிருந்தார். அப்பா எதுவும் பேசாமல், சித்தப்பா தொகையைச் சொல்லச் சொல்ல ஒத்தை ரூபாய் புதுக் கட்டிலிருந்து எண்ணி எண்ணிக் கொடுத்துக் கொண்டிருந்தார். தவசுப் பிள்ளை வந்தார். யாரு பேராச்சியா நீ இப்ப ஏட்டுத் தவசுப் பிள்ளை ஆய்ட்டே ராம்லா. எப்பா... சொல்லு உன் சம்பளம் எவ்வளவு. உனக்கும் அட்வான்ஸ் உண்டுமா. "யாரு முதலாளி அட்வான்ஸ் கேட்டாக, என்ன சமையல், எத்தனை பேருக்கு, எத்தனை கோட்டை அரிசி,

காய்கறி பலசரக்குச் சாமான் லிஸ்ட் போடணும், விறகுக்கு சொல்லணும். நல்ல பரணி, கார்த்தியல் நாள் பார்த்து "கோட்டை அடுப்பு'ப் போடணும், அதுக்குத்தான் வந்திருக்கேன்."

ஆமாப்பா அரைக் கோட்டை அரிசி வடிச்சு, ரெண்டு வகைக் கறி வச்சிரணும். முந்தின நாள் ஒரு வகைக் கறி வச்சுரு, எதுவும் தட்டிப் போய்ட்டுன்னு பேச்சே வந்திரக் கூடாது. இரண்டு வகைக் கறின்னா ரெண்டு பொரியல், ஒரு அவியல், ஒரு கூட்டு, ரெண்டு பச்சடி. என்ன பொரியல், என்ன பச்சடி போடப் போறே. "இப்ப பிலாப்பழக் காலம்தான முதலாளி பிலாக்காய் துவரம் போட்ரு வோம், உருளைக் கிழங்கு புட்டு போட்ருவோம்."

"ஆமாடே உருளைக் கிழங்கை குழைவா வெந்து, உதுத்து நல்ல புட்டுப் போல வச்சிரு. அதில அண்டிப் பருப்பும் நெய்ல வறுத்துப் போட்ரு. சொல்லும் போதே அவர் திங்கிற மாதிரி ரசிச்சுச் சொன்னார். அவியல்ல சேனைக் கிழங்கு மறக்காதே. இப்ப சிறு கிழங்கு கால மில்லை, சிறு கிழங்கு போட்டா அது ஒரு தனி ருசில்லா. தக்காளி வெண்டைக்காய் பச்சடி ஒன்னு மாமூல், இன்னொன்னு இஞ்சிப் பச்சடி போடலாமாப்பா."

"முதலாளி அது மறு நாள் பலகாரப் பந்திக்கு சொதி வைக்கும் போது போடணும்ல்லா, மாங்காய்க் காலம்தானே, தேங்காய், எள்ளு எல்லாம் போட்டு மாங்காய்ப் பச்சடி போட்ரலாம்".

"முதல் நாள் ஒருவகைக் கறிக்கு வாழைக்காய் துவரம் போட்ரலாம். ஏய் பேராச்சி, மதுரைப் பக்கம்ல்லாம், வாழைக்காய் துவரம், பொரியல்ன்னா என்னானு தெரியலைப்பா. வாழைக்காயை எண்ணெயில போட்டு பொரிச்சு, மசாலா தூவி வருவல் மாதிரித் தான் செய்யறாங்க. நம்ம பொரியலோ துவரமோ செய்யப் பக்குவம் தெரிய மாட்டேங்கு. அது சரி, தூத்துக்குடிப் பக்கம்ல்லாம் சொதிக் குழம்பு என்னமா திக்கா, கொழுகொழுன்னு இருக்கு நம்ம ஊர்ல கொஞ்சம் தண்ணியா வச்சிர்ரீங்களே."

"அது, முதலாளி, அவங்க கொஞ்சம் கசகசா ஊறப் போட்டு அரைச்சி சேர்ப்பாங்க. நம்ம தனீத் தேங்காப் பாலு மட்டும்தான். லேசா எலுமிச்சம்பழம் புழிஞ்சுக்கிடலாம். முருங்கைக் காய் கொடிக் கால்க் காயா இல்லாம வீட்டுக் காயா இருந்ததுன்னா அதும் ஒரு ருசி முதலாளி. சொதியே சிலோன்ல இருந்து வந்தது தானே. அங்கதான் பிராபல்யம். இங்க வந்து நம்ம ஊரு மண்ணு தண்ணி வாக்குக்கு அது இன்னும் ருசியாருக்கு. இன்னமும் நம்ம ஊரைத் தவிர வேற எங்கயும் இஞ்சிப் பச்சடி வைக்கத் தெரியாது முதலாளி.

இஞ்சியை தகடா அரிஞ்சு, அதோட தேங்காய், மிளகாய் வத்தல், பொடி உள்ளி எல்லாத்தையும் வறுத்து அரைச்சு, புளி, பெருங்காயம், உப்பு சேர்த்து, கொஞ்சம் வெந்த துவரம் பருப்பை சேர்த்துக் கொதிக்க வச்சு லேசா மண்டை வெல்லமும் சேர்த்தா, இஞ்சிப்பச்சடி ரெடி. ஒரு மொளகாவத்தலை முழுசாப் போட்டு தாளிச்சுக் கொட்டிக் கிட்டா... சொதியையும் சோத்தையும் கொண்டா கொண்டான் னுல்லாக் கேக்கும் நாக்கு."

"வத்தக் குழம்பு வைக்கணுமா ஐயா".

"ஆமாடே மாப்பிள்ள அழைப்புக்கு வேணும்ன்னா வத்தக் குழம்பும் போடுடே. இப்ப கோடை காலம்தானே புதுசாப் போட்ட எல்லா வத்தலும் வீடுகள்ளேயே செழிக்கச் செழிக்க இருக்கும். சீனியவரைக்காய் வத்தல், வெண்டை வத்தல், மா வத்தல், குறுத்தக் காளி வத்தல், சுண்டைக்காய் வத்தல்ன்னு சகலமும் ரெடியாவே இருக்கும். மிளகு, சீரகம், மல்லி தனித்தனியா வறுத்து வெங்காயமும் பூடும் சேர்த்து மையா அரைச்சு புளி கரைச்சுக் கூட்டி கொதிக்க வச்சு, இந்த வத்தல்களையெல்லாம் வறுத்து குழம்புல போட்டா அது ருசியே தனிதான். வத்தக் குழம்புக்கு ஜோடி, பருப்புப் பொடி தான். குத்துப் பருப்பு (வெள்ளை உளுந்தம்பருப்பு) கொஞ்சம் கடலைப் பருப்பு, மிளகு ஒரு கரண்டி, பேருக்கு ஒரே ஒரு மிளகாவத் தலை எண்ணய் விடாம வறுத்து திரிச்சு எடுத்துப் பருப்புப் பொடி போட்டு, நெய்விட்டு, வத்தக் குழம்புவிட்டுச் சாப்பிடணும். அதுவும் தாமிரபரணி ஆத்துல, குதியாட்டம் போட்டு குளிச்சுட்டு நடந்து வந்து பசியோட சாப்பிட்டா ஒரு சொகம்தான், சொல்லும்போதே நாக்கில தண்ணி ஊறுதே, என்னவே மைனரு என்று என்னைப் பார்த்துக் கேட்டார் நாயகம் சித்தப்பா.

எனக்கு சிரிப்பாணி தாங்க முடியலை. சரி அண்ணாச்சி, நாளைக் கழிச்சு சித்ரா பௌர்ணை வருதே, கல்யாணத்தை சாக்காக வச்சு, ராத்திரி ஒரு நிலாச் சாப்பாடு போடுங்களேன் என்றார் நாயகம் சித்தப்பா, அப்பாவைப் பார்த்து. கேட்டால்ப் போதாதா அப்பாவுக்கு, பேராச்சி தவசுப் பிள்ளையைப் பார்த்து முப்பது பேரு சாப்பிடற மாதிரி நாளைக் கழிச்சு ராத்திரி கூட்டாஞ்சோறு ஏற்பாடு பண்ணிரு என்றார். "கோடையும் கூட்டாஞ்சோறும்ன்னே பேரு," என்றாள் அதுவரை அமைதியாய் இருந்த அம்மா. அம்மாவுக்கும் எனக்கும் சொதியைவிட கூட்டாஞ்சோறே அதிகம் பிடிக்கும். ஒரு பக்காவுக்கு கால் பக்கா துவரம் பருப்பு சேர்த்து அரை வேக்காடா வெந்து வரும் போது வாழைக்காய், சேனை, உருளைக் கிழங்கு முருங்கைக் காய், முருங்கைக் கீரையெல்லாம் முதலிலேயே போட்டு வேக வச்சு,

கத்திரிக்காய், சீனியவரை, மாங்காய் எல்லாம் கொஞ்சம் லேட்டாப் போட்டு, முழுசா வதக்கின பொடி வெங்காயம், மஞ்சப் பொடி காயத்தோட, வெங்காய வடகம் தாளிச்சுக் கொட்டி உப்பைக் கடைசியாப் போடணும். இல்லேன்னா துவரம் பருப்பு வேகாது..என்று அம்மா சொல்லவும், பேராச்சி, "ஆச்சிக்குத் தெரியாத பக்குவமா என்னையப் போயி கூட்டாஞ்சோறு கிண்டச் சொல்லுதிய" என்கவும், "எப்பா 30 பேருக்குன்னா, வீட்டு ஆளுகளால செய்ய ஏலுமா." என்று சொல்லி விட்டு எழுந்தாள்.

பேராச்சி, "ஆச்சி, இன்னக்கி நம்ம வீட்ல 'பொரிச்ச குழம்பு' மாதிரி வாசனை தூக்குதே, ரெண்டு வாய் சாப்பிட்டுட்டு போகலாம் போலிருக்கே என்றார். "மவராசனா சாப்பிடு, ஆனா ஒனக்கு வராத பக்குவமா," என்றாள் அம்மா. பேராச்சி பதினோரு ரூவா அட்வான்ஸ் வாங்கிய கையோடு தோட்டத்துப் பக்கம் வாழையிலை வெட்டி வரப் போனார். பொரிச்ச குழம்பு என்கிற 'புளியில்லாக் கறி' திருநெவேலியின் இன்னொரு அடையாளம்ல்லா, மதினி நானும் சாப்பிட வாரேன்... எங்க வீட்ல முத்தம்மாளுக்கு இது வைக்கவே வராது என்று நாயகம் சித்தப்பாவும் உக்காந்தார். அது என்ன அப்படிச் சொல்லுதிய முத்தம்மா மாங்காய்த் தொக்கு போட்டான்னா என்னமா இருக்கும். வாழைப்பூவுல அவ அரைக்கிற துவையலும், நார்த்தை இலையும் புளியும் உப்பும் சேர்த்து அவ இடிக்கிற தவணாப் புளியும் நாக்குல தண்ணி ஊறுமே. பக்குவம் சொன்னா செஞ்சுட்டுப் போறா, என்ற படியே பொரிச்ச குளம்புக்கு மிளகு சீரகம்தான் மெயின். அதோட கடலைப் பருப்பு துவரம் பருப்பு, உளுந்தம் பருப்பு மூன்றோடையும் மிளகாவத்தலை குறையாச் சேத்து வறுத்து, தண்ணி சேத்து அரைச்சு வச்சுக்கிடணும். அரிசி களைஞ்ச மூணாவது தண்ணியில, முருங்கைக் காய்தான் முக்கியம், அது, கத்திரிக்காய், வேகவைச்ச முருங்கைக் கீரை போட்டு இந்த அரைச்சு வச்சதையும் சேர்த்துக் கரைச்சு கொதிக்க வைக்கணும். தேங்காயோட ரெண்டு சீரகம், உள்ளி அரைச்சுப் போட்டுக் கலக்கி, வெந்த துவரம் பருப்பு போட்டு இறக்க வேண்டியதுதானே. புளியே கிடையாது. புள்ளைப் பெத்தவளுக்கு ஏத்த பத்தியச் சாப்பாடு.

கூட்டாஞ் சோத்துக்கும் பொரிச்ச குழம்புக்கும் அப்பளம், கூழ் வத்தல், வெங்காய வடகம்ன்னா தொட்டுக்கிடறதுக்கு ஏத்தாப்ல இருக்கும். அம்மா எல்லாரும் சாப்பிட ஆரம்பிக்கும் முன்னால் இலையில் ஒவ்வொரு நெய் விளங்காய் வைத்தாள். நெய் விளங்கா வாயில போட்டா மாவாக் கரைஞ்சிரும். சிறு பருப்பையும் சீனியையும் தனித்தனியா வறுத்துத் திரிச்சு, ரெண்டையும் கலந்து ஏலக்காய் தட்டிப் போட்டு, நெய்யை சூடாக்கிக் கொஞ்சம் கொஞ்சமா மாவுல

விட்டுக் கிளறி சூட்டோட உருண்டை உருண்டையாப் புடிக்கணும். சிறு பருப்புக்குப் பதிலா பொரிகடலை மாவிலயும் செய்யலாம். அது ஒரு ருசி இது, ஒரு ருசி. பேராச்சி கல்யாண வீட்ல முறுக்கு வத்தல் அதாம்பா மெதுக்கு வத்தல் போடாம இருந்துராத. அது எப்படி ஆச்சி, உப்பு வைச்சதும் மூனு மூனு முறுக்கு வத்தலும் மோர் மிளகாயும் வச்சிர்றது வழக்கம்தானெ. மிதுக்கு வத்தல் சீரண சக்திக்கு ரொம்ப நல்லதுன்னு பல பேருக்கும் தெரியலை ஆச்சி. சொதியோட தேங்காய் பித்தத்தை எடுக்கத் தானே இஞ்சிப் பச்சடி. வேர்க்கடலைப் பித்தத்திற்கு அச்சு வெல்லம். பலாப்பழம் பித்தத்துக்கு அதோட பிலாக்கொட்டை. சாப்பாட்டுப் பித்தத்தை முறிக்கிறதுக்கு சாப்பாடேதானே மருந்து.

காலைச் சாப்பாட்டுக்கு கத்திரிக்காய் கிச்சடி நல்லாருக்கணும் பாத்துக்கோ. என்னத்தையும் காறல் கத்திரிக்காயா வாங்கிராதா. இட்லிக்கு வடக்கேல்லாம் ஓட்டடல் மாதிரி சாம்பார்ன்னு போடு தாங்க. அது நம்ம கிச்சடி மாதிரி வருமா. சேலம் பக்கம் போனோம்ல, அங்க கத்திரிக்காய் கிச்சடி, பீர்க்கங்காய் கிச்சடி எல்லாம் தெரியவே தெரியாதுங்காக. சுரைக்காய் சீவிப் போட்டு அடை சுட்டா என்னம்மா மெதுவா இருக்கும். அதுந்தெரியாதாம். அடைக்கு அவியல்ன்னு போத்தி கடையிலேயே போடுதாங்க. நாம தோசைக்கு இட்லிக்கு சாம்பார் விட்டு சுண்ட வச்ச அவியலைத் தொட்டுக்கற மாதிரி. ஆமா, “சுண்டக் கறி”ய தோசையில் வச்சு சுட்டா அதுதான் மசாலா தோசை என்று நாயகம் சித்தப்பா சிரித்துக் கொண்டார். அதே மாதிரி இருப்புச் சட்டில தோசைவிட்டு சாப்பிட்ருக்கியா நாயகம், தோசை ஓரமா எண்ணெய் முருமுருன்னு முருகலா அது ஒரு ருசி என்று அப்பா திடீரென வாயைத் திறந்தார். அது சீண்ட்ரம் புடிச்ச வேலை. முதல் ரெண்டு தோசை சட்டியோட ஒட்டிகிட்டு பிஞ்சு பிஞ்சு போய்ரும், என்றாள் அம்மா. எங்கே ராத்திரி இருப்புச் சட்டி தோசை சுடச் சொல்லிருவாகளோன்னு பயம், என்றார் அப்பா. “இல்லேன்னா சட்ட வட்டமா திங்கிறது குறையவா போகுது, என்று மோவாயை நொடித்துக் கொண்டாள், விருந்துக்கு வந்திருந்த ஒரு அத்தை. தின்னே தீர்த்தவங்கதானே என்று தம்பியைக் கடிந்து கொண்டாள். அம்மா கப் சிப்பென்று இருந்தாள். கல்யாணத்திற்காக அப்பா, பயிருடன் ஒரு நல்ல வயலையே விற்றிருந்தார், அந்தக் கோபம் அத்தைக்கு. இதெல்லாம் அந்தக் காலம்.

சமீபமாக ஒரு கல்யாண வீட்டுக்குப் போயிருந்தேன். பக்கத்தில் இருந்தவர் ஒரு ஜாடைக்கு நாயகம் சித்தப்பா மாதிரி இருந்தார். ஆனால் சித்தப்பாவெல்லாம் எப்பவோ செத்தப்பாவா ஆயிட்டார். மள மளவெனக் கேட்டரிங் ஆட்கள் அரை அரைக் கரண்டியாகப்

பரிமாறிப் போனார்கள். அதில் வெங்காயச் சம்பலும் ஒன்று. அதை வச்சதும், பக்கத்திலிருந்த ஆள் "போச்சு, இந்த எழவு வெஜிடபிள் பிரியாணியை வச்சிருக்காணுவளா.. இது எங்க இருந்துப்பா கண்டு புடிச்சானுக.... இப்ப காலி ஃப்ளவர் வைப்பானுவளே பட்டை சோம்பு போட்டு உருளைக் கிழங்கு கூட்டு வேற, தம்பி இதெல்லாம் உங்களுக்குப் புடிக்குமா இருக்கும்ன்னார். இல்லை, இந்த வெஜிடபிள் பிரியாணி போடக் கூடாதுன்னு நான் போராட்டமே பண்ணப் போறேன், அண்ணாச்சி. அப்படியா, தம்பிக்கு பொறந்த ஊரு எது. திர்நெவேலி, அண்ணாச்சி. அதுதான பார்த்தேன், ஒம்ம வாயில சோமாசியைத்தான் போடணும். சோமாசி, உளுந்தங் களில்லாம் என்ன மாதிரியான இனிப்புன்னே இப்ப உள்ளவங்களுக்குத் தெரியாது. என்னமோ அவியலையாவது அப்படியே விட்டு வச்சிருக் கானுவ. "அந்தா, அந்த அவியலை இங்கே கொண்டா, வேற ஒண்ணையும் வாயில வைக்க முடியலை..." சத்தமாகச் சொன்னார். தம்பி அரை கிளாஸ் மோர்ல ஒரு கரண்டி ரசம் விட்டுச் சாப்பிட்டுருக்கேரா, ரொம்ப டேஸ்ட்டா இருக்கும், என்றார். நாயகம் சித்தப்பாக்கள் ஒருபோதும் சாவதில்லை என்று நினைத்துக் கொண்டேன்.

19

கார்த்தியல்

ஒரு விசேஷம்ன்னு வந்தா வீட்ல இருக்கிற, ஆச்சி மாதிரி பெரியவங் களுக்கு ஞாவகம் படையெடுக்க ஆரம்பிச்சிரும். நடமாடக்கூட சீத்துவம் இல்லாம குதிருக்குப் பக்கத்தில உக்காந்து கிட்டு 'ரோசனை' சொல்லவும். அதிகாரம் பண்ணவும் ஆரம்பிச்சிருவாங்க. "நாளைக்கு கார்த்தியலாம்லான்னு ஆரம்பிச்சு விளக்கு எல்லாம் எடுத்து கழுவி வையிங்கட்டி" என்று மருமகள் பேத்திகளை ஏவ ஆரம்பிச்சிருவாங்க. மருமகள்கல்லாம் சீராகக் கொண்டு வந்த விளக்குகளை ஒவ்வொன்னா, அவங்க அவங்க பெட்டாப்பெட்டியில் இருந்து எடுத்து வைக்க வைக்க தன் வீட்டு விளக்குகளையும் தன் சீர் வரிசை விளக்குகளையும் பத்தி பேச ஆரம்பிச்சிருவா ஆச்சி.

எங்க வீட்ல அதுக்குப் பேரும் *பாய்த்தூக்கு* தான், ஆனா அதுல பாய்கள் வைக்கமாட்டோம். முதல்ல பாய்த்தூக்குன்னா என்னன்னு தெரியுமாட்டி ஓங்களுக்கெல்லாம். பாய் படுக்கைகள் தலகாணி இதையெல்லாம் சுத்தி உயரமாக வைக்கிறதுக்குன்னு உத்திரத்தில தவளக் கொத்துல இல்லேன்னா இரும்பு வளையத்தில் இருந்து தொங்கும் சின்னச் சின்ன மரச்சட்டங்களாலான ஒரு பெரிய சட்டம். அது தலை தட்டாத உயரத்தில இருக்கும். அதேபோல கனமான ஒரு பாய்த்தூக்கிலதான் ஒரு பெரிய *சருவப்பாணைக்*குள்ள கார்த்தியல் விளக்குகள் இருக்கும். சில வீட்டுகள்ல ஆழங்கால்ப் பலகையில வச்சிருப்பாங்க. சருவப்பாணைன்னா அடியில் உருண்டையா இல்லாம தட்டையா இருக்கும்லா அதுதான். அகல் விளக்கு, பாவை விளக்கு, ஆனை மேல விளக்கு, அன்னப்பறவை விளக்கு, காமாட்சி விளக்கு,

கை விளக்கு, அது இதுன்னு நிறைய இருக்கும். பெரிய குத்து விளக்குகள் தனியா ஒரு பீரோவில் இருக்கும். அதுல அஞ்சு முக விளக்கு, நாலு முக விளக்கு, வாழைப்பூ விளக்கு, தண்டு விளக்கு, காய் விளக்குன்னு தரம் தரமா இருக்கும்.

எல்லாத்தையும் புளி போட்டு விளக்குவாங்க. சிலவங்க தடியங்கா வச்சு தேய்ப்பாங்க. கார்த்தியல் நட்சத்திரம் எப்ப வருதாம்ட்டி, காலையிலெயே வந்துட்டா. பரணி, கார்த்தியல் நட்சத்திரத்திலதான் புது அடுப்பு போடணும், அதாம்ட்டி புது அடுப்பு பதிக்கணும். மண் அடுப்பு வாங்கும்போதும் சரி, சட்டி பானை வாங்கும்போதும் சரி, அதுல *காக்கா கால் ஓடிருக்கான்னு* பார்த்து வாங்கணும், இல்லைன்ன அந்த இடத்துலயே கீறல் விழுந்துரும். அந்தச் சட்டி பானைகளை வீட்டு விலக்கானவ வனைஞ்சிருப்பான்னு சொல்லு வாங்க... அப்படில்லாம் இல்லை மண்ணுக்குள்ள பொடிக் கல்லுக கிடந்திருக்கும் அதில இருந்துதான் காக்காக் கால் மாதிரி விரிசல் விழும். புது விளக்குன்னா முத முத வெளக்கு ஏத்தும்போது, வடை மாலை சாத்தித் தாண்டி விளக்கு ஏத்தணும். சரி சூரியன் உச்சிக்கு வந்துட்டா, கதவையெல்லாம் தொடச்சி மா(வு)க்கை வையுங்க, உச்சி வேளையிலதான் சித்திரபுத்திர நயினார் வந்து மாக்கை வச்சிருக் காங்களான்னு பார்ப்பாரு. அப்புறம் அவரு ஓங்க கணக்க கோளாறா எழுதி வச்சிரப் போறார்ட்டி... என்று சொல்லி சிரித்துக் கொள்ளு வாள். இதெல்லாம் வேலை வேலையாப் பாத்தபடி அங்க இங்க ஆச்சியைக் கடக்கிற போது காதில ஒண்ணு ரெண்டா விழும்.

கதவுகளையெல்லாம் ஈரத்துணியால துடைச்சி, அரிசி மாவைக் கரைத்து ஒரு சிட்டிகை மஞ்சத்தூளு போட்டு கையை முக்கி அஞ்சு விரலும் பதியற மாதிரி கதவுகளில் எல்லாம் கை பதிச்சு அதுல குங்குமம் வைப்பாங்க. நிலையில கதவுக் *கம்பையில்* எல்லாம் நெத்தில திருநீரு பூசற மாதிரி பட்டை போட்டு அதுக்கு நடுவிலயும் குங்குமம் வைக்கணும். இப்பல்லாட்டி மாவு ரெடியா இருக்கு. அப்பல்லாம் அரிசியை அம்மில வச்சு அரைச்சுத்தான் கோலம் போடவும் கை பதிக்கவும் வச்சிக்குவோம். ஆச்சி சொல்லாமலே எல்லாம் நடக்கும். ஆனாலும் அப்பப்ப ஆச்சிட்ட “ஏ ஆச்சி கார்த்தியப் பொரி திருத்தறதுக்கு சக்கரைப்பாகு பதம் சரியா இருக்கான்னு பாருங்க” என்று ஒரு சிறிய தட்டில் விட்டு நீட்டினா ஆச்சி இரண்டு விரலால் தொட்டு, விரல்களை ஒட்டி ஒட்டிப் பிரிச்சு பக்குவம் சொல்லுவா, “ரெட்டைக் கம்பி இழை மாதிரி சரியா வந்திருக்குழ்ழா, பொறில கொட்டிக் கிளறு... ஏலக்காய் பொடிச்சுப் போட்டாச்சா, பொறிகடலை போட்டுக் கிட்டாச்சா தேங்காய்ப் பல்லு கீறிப்

போட்டாச்சா...” கேள்விகள் வந்து கொண்டே இருக்கும். ஆமா ஆச்சி எல்லாம் போட்டாச்சு என்று சொல்லிக் கொண்டு மருமகள்கள் ஒண்ணு சேர்ந்து சிரித்துக் கொள்வார்கள்.

தேங்காய்ப் பல்லை பொடீய்யாக் கீறுங்க, இல்லேன்னா திங்க ருசியா இருக்காது... மாவிளக்கு மாவை வேணுன்னா இங்க கொண்டாங் கட்டி, வெல்லம் போட்டு பிசைஞ்சு தாரேன். போன தடவை, தண்ணி எதுவும் நிறைய விட்டியளோ என்னவோ நெளு நெளுன்னு ஆயிட்டுஞ் என்று சொல்லி நனையப் போட்டு இடித்த பச்சரிசி மாவை சருவச்சட்டியில் கொட்டி அருவா மணையில் சீவிய வெல்லத் துருவலை சரியளவாகப் போட்டு மாவைக் கிண்டிப் பிசைவாள். ஆச்சி உருட்டினா மாவிளக்கு பந்து போல வருவது வாஸ்தவம் தான். மாவிளக்கு பிசையறவங்க காலைப் பலகாரம் மட்டும்தான் சாப்பிடணும் மத்தியானம்ல்லாம் சோறு திண்ணுறக் கூடாதுட்டி மாவிளக்கு ஏத்தி முடியற வரைக்கும் உ(ப)வாசம்தான். சொல்லிக் கொள்ளுவாள் அவளும் உவாசமாகத்தான் இருப்பாள்.

சூந்துத் தட்டை வாங்கியாச்சாலே பேராண்டிகளா.. சூந்துக்கு நடுவில இருக்கற சோத்தை வாரியல்க் குச்சியால குத்தி எடுத்து தண்ணீல போட்டா புழு மாதி நீண்டுரும், இன்னமுமா புழு விடாம இருப்பானுக இவனுக. அப்பல்லாம் கிராமத்தில இருந்து பனங் கருதை எரிச்சுக் கரியாக்கிப் பொடிச்சு, உளுத்த உடை மர விறகின் பொடியெல்லாம் சேர்த்து கவட்டைக் கம்பில கட்டி வாணம்ல்லாம் செஞ்சு வரும். பொடிப் பொடியா வாணத்திலிருந்து தீப்பொறி பறக்கறப்போ சோக்கா இருக்கும். இப்பத்தான் வெடி புஸ்வாணம் எல்லாம் வந்துட்டே. ஆனா இப்ப அப்படி செய்யவும் தெரியாது செஞ்சாலும் வாணம் சுத்தத் தெரியாது.

வீட்டுக்கு நடுவே கோலங்களுக்கு மீதாக விளக்குகள் அனைத்தையும் அழகாக அடுக்கி ஏற்றி இலையில் கார்த்திகைப் பொரி படைத்து மாவில் செய்த விளக்கில் நெய் விட்டு விளக் கேற்றிக் கும்பிட்ட பின் வீட்டின் சுவர்கள் மாடப் பிறை எல்லா வற்றிலும் அவற்றை ஏற்றி வைத்துவிட்டு நாங்கள்ளாம் சூந்து தட்டை கொளுத்தி, சைக்கிள் டயர் கொளுத்தி, சொக்கப் பனையடிக்குப் போவோம். சொக்கப் பனை எரிந்த பின் அதில் கருகிய குச்சிகளை எடுத்து வந்து, அதுக்குன்னு ஒரு போட்டா போட்டி, பீர்க்கம் பூ போட்டிருக்கும் பயிர்க் குழியில் நட்டு வைப்போம், பயிர்க் கொடி நல்லா வளருமாம்... ஆச்சி சொக்கப்பனை பார்த்து வந்த எங்களிடம் கேட்பாள், ஏல பயலுவளா சொக்கப்பனையில எரிஞ்ச குச்சி எடுத்தாந்தீகளாலே... ஆமா ஆச்சி இந்தான்னு நீட்டினா ஏல கரி

முடிவானுவளா... என் வெள்ளைச் சீலையெல்லாம் கரியாக் கிறாதீங்கள்லே... என்று சிரிப்பும் கோபமுமாகச் சொல்லுவாள். ஆட்டம் தீந்துதா இன்னம எல்லா அடுத்த காத்தியலுக்குத்தான். மழையும் இன்னம அவ்வளவுதான், விளக்கிட்டோ மழை கிழக் கிட்டோன்னு மழை கிழக்கயே போயிரும்லெ.... இன்னம பனி தான்... என்னைப் போல கெழடு கட்டைகளுக்கு தும்பம்தான்... முந்தானையைத் தரையில் விரித்து தலையைச் சாய்த்துக் கொள்ளு வாள்... ஆச்சி மத்தியானமே சாப்பிடலைல்லா... ரெண்டு வாய் சாப்பிடுங்களேன்... ஏட்டி ரெண்டு குத்து பொரியைத் தின்னு தண்ணி குடிச்சதே போதும்ட்டி... வயிறு பொதுமிப் போய் இருக்கு... ஆச்சிக்கு கண் சொருகிக் கொண்டு வரும்.

(தகவல்கள் அனைத்தும் மனைவி சரசுவதி டீச்சர் உபயம்.)

கலாப்ரியாவின் படைப்புகள்

கவிதைகள்

வெள்ளம்	*1973*	வண்ணதாசன் பதிப்பு
தீர்த்த யாத்திரை	*1973*	வண்ணதாசன் பதிப்பு
மற்றாங்கே	*1979*	அன்னம், சிவகங்கை
எட்டயபுரம்	*1982*	அன்னம், சிவகங்கை
சுயம்வரம் மற்றும் கவிதைகள்	*1985*	மீட்சி, தர்மபுரி.
உலகெல்லாம் சூரியன்	*1993*	ஸ்னேகா, சென்னை.
கலாப்ரியா கவிதைகள்	*1994*	காவ்யா, பெங்களூர்.
அனிச்சம்	*2000*	தமிழினி, சென்னை.
கலாப்ரியா கவிதைகள்	*2000*	தமிழினி, சென்னை.
வனம் புகுதல்	*2003*	புதுமைப்பித்தன், சென்னை.
எல்லாம் கலந்த காற்று	*2007*	வ.உ.சி நூலகம், சென்னை.
கலாப்ரியா கவிதைகள்	*2011*	சந்தியா, சென்னை.
நான் நீ மீன்	*2011*	உயிர்மை, சென்னை.
உளமுற்ற தீ	*2013*	சந்தியா, சென்னை.
தண்ணீர்ச் சிறகுகள்	*2014*	சந்தியா, சென்னை.

கட்டுரைகள்

நினைவின் தாழ்வாரங்கள்	*2010*	சந்தியா, சென்னை.
ஓடும் நதி	*2010*	அந்திமழை, சென்னை.
உருள் பெருந்தேர்	*2011*	சந்தியா, சென்னை.
சுவரொட்டி	*2013*	கயல் கவின், சென்னை.
காற்றின் பாடல்	*2013*	புதிய தலைமுறை, சென்னை.
மறைந்து திரியும் நீரோடை	*2014*	சந்தியா, சென்னை.
மையத்தைப் பிரிகிற நீர் வட்டங்கள்	*2016*	சந்தியா, சென்னை.
என் உள்ளம் அழகான வெள்ளித்திரை	*2016*	சந்தியா, சென்னை.